आपल्या मुलाच्या 'यशस्वी' भविष्यासाठी व्यक्तिमत्त्व विकासाचा
शास्त्रशुद्ध मंत्र मनोवेधक शब्दांत

जगप्रसिद्ध व्हा

डॉ. अरुणा कौलगुड

मेहता पब्लिशिंग हाऊस

All rights reserved. No part of this publication may be reproduced, stored in a retrieval system or transmitted, in any form or by any means, without the prior written consent of the Publisher and the licence holder. Please contact us at **Mehta Publishing House,** 1941, Madiwale Colony, Sadashiv Peth, Pune 411030.
© +91 020-24476924 / 24460313
Email : info@mehtapublishinghouse.com
production@mehtapublishinghouse.com
sales@mehtapublishinghouse.com
Website : www.mehtapublishinghouse.com

◆ या पुस्तकातील लेखकाची मते, घटना, वर्णने ही त्या लेखकाची असून त्याच्याशी प्रकाशक सहमत असतीलच असे नाही.

JAGAPRASIDDHA WHA by DR. ARUNA KAULGUD
© डॉ. अरुणा कौलगुड

जगप्रसिद्ध व्हा / व्यक्तिमत्त्व विकसन
डॉ. अरुणा कौलगुड
११ रश्मी पार्क सोसायटी, कर्वेनगर, विठ्ठल मंदिराजवळ,
पुणे - ४०००५२. E-mail : kaulgudaruna@yahoo.in

प्रकाशक : सुनील अनिल मेहता, मेहता पब्लिशिंग हाऊस,
१९४१, सदाशिव पेठ, माडीवाले कॉलनी, पुणे - ४११०३०.

मुखपृष्ठ : चंद्रमोहन कुलकर्णी
आतील चित्रे : घनश्याम देशमुख
प्रथमावृत्ती : ऑक्टोबर, २०१० / पुनर्मुद्रण : मे, २०१२

ISBN 978-81-8498-166-7

"उदंड आयुष्य मिळू देत,
भरभराट होऊ देत, भाग्यवंत व्हा,
शक्ती मिळू देत, बुद्धी मिळू देत,
शहाणे व्हा, जगप्रसिद्ध व्हा!"
असा आशीर्वाद मी रोज ज्यांना देते,
त्या माझ्या दोन्ही नातवांना

*मिहीर आणि सिद्धार्थ
यांना प्रेमपूर्वक*

प्रस्तावना

आई-बाबांना नेहमीच वाटतं, की मी खूप हुशार व्हावं. अगदी जगप्रसिद्ध व्हावं. त्यांना वाटतं, की मी वर्गात नेहमी पहिल्या पाचांत यावं. पण मी पुस्तकातला किडा होऊ नये असे त्यांना वाटतं. सारखं वाचत बसलास, तर घरकोंबडा होशील, असंही ते म्हणतात. बॅट घेऊन मी मित्रांबरोबर खेळायला गेलो, तर बाबा म्हणतात, अरे, धोनी आणि सचिन व्हायचं म्हणजे अहोरात्र फक्त खेळाची तपश्चर्या केली पाहिजे. आपल्याला नाही ते परवडणार! अभ्यासावर लक्ष दे. आणि खेळताना कपडे मळले तर आई रागावते. आई-बाबांना नेहमीच वाटतं, की मी खूप साहसी व्हावं. धीट व्हावं. पण थोडं झाडावर चढलं, भिंतीवरून उड्या मारल्या की मला लागेल, खरचटेल, फ्रॅक्चर होईल म्हणून मला असं काही करूच देत नाहीत. त्यांना वाटतं, घरी आलेल्या प्रत्येकाशी मी हसून, छान बोलावं. पण मी बोलायला लागलो, की हळूच डोळे मोठे करतात. मला दटावतात. मग मला गप्पच बसावं लागतं. मी कंटाळतो आणि आत निघून जातो. त्यांना वाटतं मी जिज्ञासू, चौकस व्हावं. कारण वैज्ञानिक जिज्ञासू असतात. मी जर प्रश्न विचारायला लागलो, काही प्रयोग करून बघायला लागलो, अगदी झाडांचं-फुलांचं जरी निरीक्षण करायला लागलो, की लहान मुलांनी उगीचच वेडे-वाकडे प्रश्न विचारू नयेत, त्याला 'चोंबडेपणा' म्हणतात म्हणून मला बोलणी खावी लागतात. मला छान छंद असावेत. मी कोणतीतरी कला शिकावी म्हणून माझ्या मागे लागतात. मला इंग्रजीमध्ये क्रिकेटची कॉमेंट्री करायला खूप आवडते. म्हणून मी अगदी इंग्रजीमध्ये कॉमेंट्रीची, तसे बोलण्याची प्रॅक्टिस करायला गेलो तर आईने भलामोठा धपाटा घातला आणि दुपारी झोपूसुद्धा देत नाही म्हणून किती रागावली. तिला कामात मदत करावी असं तिलाच वाटतं म्हणून मी स्वयंपाकघरात तिला मदत करायला गेलो, तर मोडतोड-फोडतोड करशील म्हणून स्वयंपाकघराबाहेर काढलं. मी चांगला दिसण्यासाठी त्या दिवशी कित्ती छान तयार झालो. भांग पाडला, थोडी पावडर लावली. तर बाबा म्हणाले, 'उद्या याला कटिंगला पाठव. त्याचे केस म्हणजे झुलपं झालीत नुसती.' मी वैमानिक व्हावं असं त्यांना

वाटतं; पण साधा पतंग उडवायला बाहेर पाठवत नाहीत. पण हे सगळं झालं आणि असंच चाललं तरी रोज संध्याकाळी आजी आणि आई माझी दृष्ट काढते, 'माझं गुणाचं बाळ, खूप मोठा हो' असं म्हणते.

पावसात भिजलो की सर्दी होईल. पोहायला गेलो की ॲलर्जी होईल, खेळलो की पडेन. कैरी खाल्ली की खोकला होईल, बाप रे! करायचं काय? मी सगळं करावं असंही त्यांना वाटतं; पण प्रत्येक गोष्टीची त्यांना काळजीही वाटते आणि हे नको - ते कर, ते नको - हे कर, हे काही संपत नाही.

एकाच वेळी मी सचिन व्हावं, धोनी व्हावं, अंबानी व्हावं, टाटा व्हावं असं कसं होईल? एकाच वेळी मी वैमानिक व्हावं, उद्योजक व्हावं, कलेक्टर व्हावं, गायक व्हावं. साहसवीर व्हावं असं कसं होईल? मलाही मोठ्ठं व्हायचं आहे, अगदी जगप्रसिद्ध व्हायचं आहे; पण त्यासाठी करू काय?

प्रत्येक घरात हे आणि असेच चालतं. प्रत्येक आई-बाबांना आणि शिक्षकांनाही आपली मुलं 'चॅम्पियन' व्हावीत असंच वाटतं. पण या 'चॅम्पियन' जगप्रसिद्ध व्यक्तिमत्त्वाची जडण-घडण करण्यासाठी आपणच प्रयत्न करायचे असतात. व्यक्तिमत्त्वाचे विविध पैलू, आपली गुणवैशिष्ट्ये, कौशल्ये, क्षमता यांचा विकास करायचा असतो. पण 'नक्की काय करायचं असतं आणि हा विकास कसा करायचा', हा या पुस्तकाचा 'प्रमुख' विषय आहे.

मनोगत

१९८५ नंतरच्या कालखंडात भारताच्या कॉर्पोरेट जगात आपल्या कर्मचाऱ्यांना स्पर्धात्मक करण्यासाठी विविध विषयांवर प्रशिक्षण देण्याची एक 'लाट'च उसळली होती. याचे कारण जागतिक स्पर्धेला तोंड फुटले होते. जागतिक बाजारपेठेत आपले उत्पादन आणि सेवांना मोठ्या प्रमाणात ग्राहकांना आकृष्ट करावयाचे असले, तर उत्कृष्ट, दर्जेदार उत्पादनेच बाजारात आणली पाहिजेत आणि त्यासाठी कामगारांची, तंत्रज्ञांची, अधिकाऱ्यांची मानसिकता बदलणे अत्यावश्यक आहे, याचे भान भारतातल्या लहान-मोठ्या, 'सर्व'च उद्योजकांना आले. कर्मचाऱ्यांसाठी आयोजित केलेल्या प्रशिक्षण कार्यक्रमात बिहेवियरल सायन्स (Behavioural Science) म्हणजे 'वर्तनशास्त्र' या विषयावर प्रामुख्याने भर दिलेला असायचा. या प्रशिक्षणाच्या केंद्रस्थानी 'व्यक्तिमत्त्व विकास' हा विषय असायचा. आजही आहे. परंतु, प्रशिक्षणार्थींचा वयोगट ३५ ते ५५ तर कधी-कधी **त्यापुढेही** असायचा. विशेषकरून ४०-४५ वर्षे वयापुढील व्यक्तींना हे प्रशिक्षण मनोवेधक वाटायचे; पण ते आचरणात आणणे, स्वत:मध्ये बदल करणे कठीण वाटायचे. कारण त्यांचे ते वय 'समजले', तरी 'उमजण्या'सारखे नव्हते.

कर्मचाऱ्यांच्या गुणवत्तेचा आणि मानसिकतेचा प्रश्न असा ऐरणीवर येत असताना, नवीन कर्मचाऱ्यांची भरती करत असतानाच त्यांचे वर्तनकौशल्य, सकारात्मक मानसिकता आणि गुणवत्ता तपासून घ्यावी यासाठी वर्तनकौशल्ये मूल्यमापन चाचण्यांवर भर देण्यात आला. कर्मचाऱ्यांच्या 'इंडक्शन ट्रेनिंग'मध्येच आपल्या कंपनीच्या कार्यसंस्कृतीबद्दलची माहिती परखडपणे देण्यास कंपन्यांनी सुरुवात केली. पण 'जे आडात नाही ते पोहऱ्यात कोठून येणार?' अगदी महाराष्ट्राचा जरी विचार केला, तरी मुंबईसारखे शहर 'अपवादात्मक' म्हणून वगळता इतर शहरांमध्ये, विशेषत: निमशहरी आणि ग्रामीण भागात वर्तनशास्त्र, सकारात्मक मानसिकता, व्यक्तिमत्त्व विकास ही उद्दिष्टे समोर ठेवून जाणीवपूर्वक आपल्या व्यक्तिमत्त्वाची जडण-घडण करणे, या विषयांचे आणि विचारांचे महत्त्व पोहोचलेलेच नाही. त्यामुळे या भागातले बुद्धिमान विद्यार्थी, ज्यांना परीक्षेत उत्कृष्ट मार्क मिळालेले

आहेत, तसेच ज्यांच्याजवळ उत्कृष्ट दर्जाचे तंत्रकौशल्य आहे, परंतु ज्यांच्या व्यक्तिमत्त्वाची जडण-घडण स्पर्धात्मक, कणखर झालेली नाही, ते स्पर्धात्मक निकषांवर आणि स्पर्धात्मक वातावरणात मागे पडतात. स्पर्धात्मक परीक्षांमध्ये आणि मुलाखतींमध्येही व्यक्तिमत्त्व आणि वर्तनशास्त्रावर अधिक भर दिला जातो.

दुर्दैवाने, शालेय अथवा महाविद्यालयीन अभ्यासक्रमात 'वर्तनशास्त्र' विषयाचा समावेश करण्यात आलेला नाही. त्यामुळे लहानपणी मुलांना या विषयाची तोंडओळखही होत नाही. या विषयाचे महत्त्व ८० ते ८५% पालकांपर्यंत पोहोचलेलेच नसते आणि उरलेल्या पालकांना महत्त्व समजले, तरी त्यासाठी काय करायचे, हे माहीत नसते. मग आपल्या मुलाचे नाव एखाद्या व्यक्तिमत्त्व विकास शिबिरात किंवा क्लासमध्ये घातले, की आपले कर्तव्य 'पूर्ण' झाल्याची भावना त्यांच्यात तयार होते.

परंतु, व्यक्तिमत्त्व विकास आणि वर्तनकौशल्य विकास हा एक 'संस्कार' आहे. तो आपली 'कायमस्वरूपी संस्कृती' म्हणून जोपासायचा आहे. एखाद्या शिबिरात किंवा क्लासमध्ये जाऊन करावयाची ती 'तात्पुरती' योजना नाही. ती जाणीवपूर्वक, उद्दिष्ट समोर ठेवून, टप्प्या-टप्प्याने स्वतःमध्ये बदल करण्याची प्रक्रिया आहे. त्यासाठी 'मी कोण आहे' पासून सुरुवात करून 'मला काय साध्य करायचे आहे' हे ठरवायचे आहे. हे 'कसे करायचे' याचे मार्गदर्शन कोठेही एकत्रितपणे उपलब्ध नाही. काही विशिष्ट विषयांवर पुस्तके उपलब्ध आहेत; पण त्यामुळे 'सर्वसमावेशक' मार्गदर्शन मिळत नाही. तसेच व्यक्तिमत्त्व विकास म्हटले म्हणजे फक्त मेकअप कसा करायचा, टाय कसा बांधायचा, चतुर संभाषणकौशल्य, ठरावीक प्रसंगांत देहबोलीचा वापर कसा करायचा, इतकेच शिकविणे नाही. व्यक्तिमत्त्व विकास आणि वर्तनक्षमता विकास ही आपल्या आयुष्यात सातत्याने करावयाची गोष्ट आहे. ती आपल्या आयुष्याची, राहणीमानाची पद्धती (way of life) झाली पाहिजे.

मी गेल्या तीन दशकांच्या कालखंडात अनेक कंपन्यांमधील हजारो कर्मचारी, अनेक शाळांमधील मुख्याध्यापक, शेकडो शिक्षक, विद्यार्थी आणि युवकांसाठी 'व्यक्तिमत्त्व विकास' आणि 'वर्तनक्षमता विकास' या संबंधित अनेक विषयांवर प्रशिक्षण कार्यक्रम, समुपदेशन आणि वैयक्तिक मार्गदर्शन केले. त्यासाठी महाराष्ट्रातल्या तसेच देशातल्याही अनेक लहान-मोठ्या गावांमध्ये गेले. आदिवासी युवकांपासून

एअर इंडिया, हिंदुस्थान पेट्रोलियमच्या उच्च विद्या-विभूषित कर्मचाऱ्यांपर्यंत विविध गटांतील व्यक्तींना मार्गदर्शन केले. त्यातील अनेक जण आजही संपर्कात आहेत, ज्यांना या प्रशिक्षणाचा उपयोग झाला. त्यातील काहींनी पत्र, फोन, ई-मेलद्वारे तसेच प्रत्यक्ष भेटूनही त्यांच्या भावना मला सांगितल्या. काही तरुण, नव्यानेच या पद्धतीच्या विषयांचे प्रशिक्षक म्हणून काम करायला सुरुवात केलेल्या व्यक्तींनी माझ्याकडे माझ्या नोटस्, ट्रान्स्लाइड्स, मी प्रशिक्षणात सांगत असलेल्या गोष्टी, प्रसंग, विनोद स्वत: वापरण्यासाठी परवानगी मागितली. यावरून एकच सिद्ध झाले, की मी जे काम केले व करत आहे, ते इतरांना 'उपयुक्त आणि मार्गदर्शक' ठरत आहे.

अर्थात, हे सर्व ज्ञान, कौशल्य, माहिती मी जन्मत: माझ्याबरोबर आणलेले नाही; पण ते मी शिकले. या व्यवसायातील माझे गुरू – वर्तनशास्त्रतज्ज्ञ, हरिद्वार येथील देव-संस्कृती विश्वविद्यालयाचे कुलपती मा.डॉ. एस.पी. मिश्रा, अनेक लेखक, वक्ते, पुस्तके, प्रशिक्षण कार्यक्रमांतील माझे प्रशिक्षणार्थी यांच्यामुळे मला प्राप्त झालेले हे धन आहे.

माझ्या महाराष्ट्रातील हजारो शाळा-कॉलेजांमध्ये आपल्या उज्ज्वल भवितव्यासाठी शिकत असलेले लक्षावधी विद्यार्थी आणि त्यांच्याकडे आशेने डोळे लावून बसलेले त्यांचे पालक, नोकरी-व्यवसायामध्ये यशस्वी होऊ इच्छिणाऱ्या युवक-युवती यांनाही हे विचार, कौशल्ये विकसित करण्याची पद्धत, व्यक्तिमत्त्व विकास शास्त्रशुद्ध पद्धतीने कसा करायचा, याचे मार्गदर्शन उपयुक्त ठरेल, या श्रद्धेने हे पुस्तक लिहिण्याचे ठरविले.

जे ज्ञान आणि माहिती मी मिळवली, त्यातील 'हातचे' काहीही राखून न ठेवता, जसेच्या तसे या पुस्तकात सादर केलेले आहे. विद्यार्थी, पालक, युवक तसेच प्रशिक्षकांनाही हे पुस्तक उपयुक्त ठरेल, या भावनेतून हे पुस्तक तुमच्या हातात देत आहे.

डॉ. अरुणा श्यामकान्त कौलगुड

ऋणनिर्देश

ऋणनिर्देश करण्यापेक्षा मला ऋणातच राहायला आवडेल. कोणतेही पुस्तक वाचकांच्या हातात देण्यासाठी सांघिक कौशल्याने परिपूर्ण अशा अनेक व्यक्तींची एक खूप मोठी यंत्रणा कार्यरत असते. लेखक हा फक्त 'निमित्तमात्र' असतो. पुस्तकाची कल्पना, विषयाची मांडणी, कल्पनाविस्तार आणि वाचक-गटाची निवड इतकेच या पुस्तकासाठी माझे योगदान आहे.

व्यक्तिमत्त्व विकास आणि वर्तनक्षमता विकासाच्या कार्यशाळा घेत असताना प्रत्येक प्रशिक्षणार्थींचा अनुभव, त्यांच्या वैयक्तिक जीवनात त्यांना आलेले अनुभव, अडचणी, यशस्वी आणि समाधानी होण्यासाठीची त्यांची धडपड यामुळे माझे ज्ञान, माझे अनुभवविश्व, माझ्या वैचारिक धारणा अधिकाधिक सखोल तसेच समृद्ध होत गेल्या. त्यांना माझे शिकवणे, माझे मार्गदर्शन उपयुक्त ठरले, त्याचबरोबर त्यांनी माझ्यावर दाखवलेला विश्वास मला सतत प्रेरणा देतो.

वैचारिक समृद्धी आणि व्यासंग वाढण्यासाठी स्वत:च्या अनुभवांबरोबरच या विषयातील इतर तज्ज्ञ, अनुभवसंपन्न व्यक्तींबरोबर केलेली चर्चा मला अत्यंत मौल्यवान वाटते. त्यामुळे आपले विचार विविध निकषांवर तपासून घेता येतात. त्यांची सामाजिक उपयुक्तता अजमावता येते. त्या विषयासाठी जणू एक 'थिंक टँक' तयार होतो. प्रसिद्ध वर्तनशास्त्रतज्ज्ञ, हरिद्वार येथील देव-संस्कृती विश्वविद्यालयाचे कुलपती मा.डॉ.एस.पी. मिश्रा यांनी या विषयाचे बीज १९८५ साली माझ्या मनात रोवले. मला सतत प्रोत्साहन दिले. पुण्याच्या प्रसिद्ध मानसशास्त्रज्ञ आणि समुपदेशक प्रा. अनुपमा देसाई, मुंबईच्या स्त्रीमुक्ती संघटनेची प्रमुख कार्यकर्ती तसेच स्त्रीमुक्ती संघटना अणि डॉ. आनंद नाडकर्णींच्या 'इन्स्टिट्यूट ऑफ सायकॉलॉजिकल हेल्थ' (इपीजी) यांच्या संयुक्त विद्यमाने चालविल्या जाणाऱ्या 'जिज्ञासा' प्रकल्पावर काम करणारी माझी नणंद सौ. उषा देशपांडे यांच्याबरोबर केलेल्या चर्चा, प्रशिक्षणकार्यक्रम तसेच त्यांचे अनुभव यामुळे माझे विचार अधिक सुस्पष्ट झाले. या विषयावरील

पुस्तके वाचण्याचे जणू 'वेड'च लागले. त्यामुळे या विषयात महाराष्ट्रात काम करायला किती वाव आहे, याची जाणीव झाली. पुस्तकांमुळे अनुभवाची व्याप्ती वाढली.

'मेहता पब्लिशिंग हाऊस'बद्दल प्रथमपासूनच आत्मीयता आहे. माझे पहिले पुस्तक 'महिलांसाठी मोलाचे उद्योग' त्यांनीच प्रकाशित केले आहे. या पुस्तकाबद्दल जेव्हा मी श्री. सुनील मेहता यांना विचारले, तेव्हा त्यांनी अत्यंत उत्साहाने स्क्रिप्टचे स्वागत केले. त्यांच्या सर्व स्टाफने आत्मीयतेने पुस्तक प्रकाशित करण्याचे सर्व सोपस्कार पूर्ण केले.

माझ्या सर्व लेखांचे आणि पुस्तकांचे 'पहिले' वाचन अर्थातच माझे पती, डॉ. श्यामकान्त कौलगुड करतात. त्यांच्या सूचना, मार्गदर्शन, प्रोत्साहन, पाठिंबा यामुळेच मी माझे करिअर करू शकले. पुस्तकातील सर्व स्केचेस आणि फोटो माझा नातू मिहीर याने निवडलेले आहेत.

आपल्या सर्वांच्या एकत्रित प्रयत्नांचे हे फलित 'राष्ट्राची संपत्ती' असलेल्या सर्व मुला-मुलींच्या आणि त्यांच्या पालकांच्या हाती देऊ या.

या पुस्तकाचा वापर कसा करावा?

हे पुस्तक केवळ 'मनोरंजना'चे पुस्तक (entertainer) नाही. या **पुस्तकाचे प्रमुख उद्देश पुढीलप्रमाणे आहेत.**

१. व्यक्तिमत्त्व ही संकल्पना सुस्पष्ट करणे.
२. व्यक्तिमत्त्वाच्या जडण-घडणीचे घटक समजावून सांगणे.
३. व्यक्तिमत्त्व विकासाचे टप्पे समजावून सांगणे.
४. व्यक्तिमत्त्व विकासासाठी कशापद्धतीने सूत्रबद्ध विचार आणि कृती-कार्यक्रम आखावा, याचे मार्गदर्शन करणे.
५. यशस्वी होण्यासाठी कोणत्या प्रमुख वर्तनक्षमता स्वत:मध्ये विकसित होणे आवश्यक आहे, याची जाणीव विकसित करणे.
६. प्रत्येक वर्तनक्षमतेचा विकास कसा करावा, याचे मार्गदर्शन करणे.
७. व्यक्तिमत्त्व विकास कार्यक्रमास सुरुवात करण्याआधी स्वत:ची बलस्थाने आणि त्रुटी किंवा कमतरता यांचा तक्ता कसा तयार करावा, याची माहिती देणे म्हणजेच आपले सद्य:चित्र (Entry Status) कसे तयार करावयाचे, हे शिकविणे.
८. व्यक्तिमत्त्वाच्या जडण-घडणीच्या प्रत्येक घटकासाठी दिलेली प्रश्नावली भरणे.
९. आपल्या प्रगतीची उद्दिष्टे निश्चित करणे.
१०. सूत्रबद्धरीत्या स्वत:च्या व्यक्तिमत्त्वाचा विकास करण्यासाठी प्रेरणा देणे.

विषयांची रचना

व्यक्तिमत्त्वाची संकल्पना

पुस्तकाच्या पहिल्या प्रकरणामध्ये व्यक्तिमत्त्वाची संकल्पना वर्णन केलेली आहे. व्यक्तिमत्त्व म्हणजे काय, व्यक्तिमत्त्वाच्या जडण-घडणीचे प्रमुख घटक कोणते आणि जेव्हा आपण व्यक्तिमत्त्व विकासाच्या कार्यक्रमाला सुरुवात करणार आहोत तेव्हा आपल्याला कोणत्या घटकांवर लक्ष केंद्रित करावयाचे आहे, याची स्पष्ट कल्पना हे प्रकरण वाचल्यावर होईल.

मी कोण आहे?

'मी कोण आहे?' हा स्वतःचेच 'वास्तव' चित्र तयार करणारा निबंध, दिलेल्या मार्गदर्शक सूत्रांप्रमाणे आणि सूचनांप्रमाणे लिहावा. त्यामुळे स्वयं-प्रशिक्षण कार्यक्रमास सुरुवात करताना आपण कसे होतो, आपली गुण, कौशल्ये, क्षमतांची पातळी काय होती ते आपल्या कायम लक्षात राहील.

शारीरिक व्यक्तिमत्त्व मी कसा दिसतो?

व्यक्तिमत्त्वाचा पहिला घटक म्हणजे शारीरिक व्यक्तिमत्त्व. या प्रकरणात आपल्या बाह्य व्यक्तिमत्त्वाचा विचार केलेला आहे. लहान वयात स्वतःमध्ये न्यूनगंड तयार होण्यासाठी विशेषतः रंग, उंची इत्यादी बाह्य व्यक्तिमत्त्वच कारणीभूत असते. हे प्रकरण वाचल्यावर स्वतःकडे बघण्याचा सकारात्मक दृष्टिकोन तयार होईल. या प्रकरणाच्या शेवटी एक प्रश्नावली दिलेली आहे. 'मी कोण आहे?' हे लिहिण्यासाठी व त्यामध्ये सकारात्मक बदल करण्यासाठी या विवेचनाचा तुम्हाला उपयोग होईल.

मी स्वतःचे सादरीकरण कसे करतो?

स्पर्धात्मक वातावरणात आपल्या सादरीकरणाला अनन्यसाधारण महत्त्व दिले जाते. सादरीकरण म्हणजे आपला पोशाख, केशरचना, मेकअप, दागिने, पादत्राणे आणि रोजच्या वापराच्या इतर वस्तू यांची गरज, निवड आणि वापर आपल्या

व्यक्तिमत्त्वाची छाप पाडण्यासाठी प्रभावीरीत्या कशी करायची हे ठरविणे. अनेक उदाहरणे, प्रसंग देऊन ही माहिती दिलेली आहे.

मी स्वतःचे संगोपन कसे करतो?

मी स्वतःचे संगोपन कसे करतो हे अत्यंत महत्त्वाचे प्रकरण आहे. आपली शारीरिक क्षमता जोपासण्यासाठी, आपली कार्यक्षमता किंवा स्टॅमिना वाढविण्यासाठी आहार, व्यायाम, झोप, विश्रांती, निर्व्यसनी असणे कसे महत्त्वाचे आहे, हे या प्रकरणात वर्णन केलेले आहे. तसेच हे सर्व आपल्या व्यक्तिमत्त्वात बाणविण्यासाठी काय केले पाहिजे, याचेही मार्गदर्शन केलेले आहे.

बौद्धिक व्यक्तिमत्त्वाची गुणवैशिष्ट्ये

व्यक्तिमत्त्वाचा दुसरा महत्त्वाचा घटक म्हणजे आपले बौद्धिक व्यक्तिमत्त्व. या प्रकरणात बौद्धिक व्यक्तिमत्त्वाची गुणवैशिष्ट्ये कोणती याचा साकल्याने विचार केलेला आहे. सर्वसाधारणपणे बुद्धी ही ईश्वराने दिलेली देणगी आहे हा समज प्रचलीत आहे. तसेच बौद्धिक व्यक्तिमत्त्व म्हणजे परीक्षेतील यश हे चुकीचे समीकरण मांडले गेलेले आहे. म्हणून बौद्धिक व्यक्तिमत्त्वाची संकल्पना येथे स्पष्टपणे मांडलेली आहे. त्यामुळे सकारात्मकरित्या आपण आपले बौद्धिक व्यक्तिमत्त्व विकसित करू शकतो.

बौद्धिक व्यक्तिमत्त्वाचा विकास

बौद्धिक व्यक्तिमत्त्वाची गुणवैशिष्ट्ये कोणती याची माहिती झाल्यावर आपण बौद्धिक व्यक्तिमत्त्वाचा विकास शास्त्रशुद्धरीत्या कसा करावयाचा त्याचे विविध मार्ग आणि पद्धती या प्रकरणात समजावून दिलेल्या आहेत. या सर्व गोष्टी सातत्याने आचरणात आणणे महत्त्वाचे आहे.

भावनिक व्यक्तिमत्त्व

आपले भावनिक व्यक्तिमत्त्व हा आपल्या व्यक्तिमत्त्वाचा गाभा आहे. अनेकदा मुलांच्या बौद्धिक विकासावरच अधिक भर दिला जातो. परंतु, आपल्या समाजात मुला-मुलींना २०-२५ वर्षांचे होईपर्यंत बाहेरच्या जगातील टक्के-टोणपे जाणवलेले नसतात. ही मुले अत्यंत सुरक्षित वातावरणात वाढलेली असतात. म्हणून भावनांचे वर्गीकरण, सकारात्मक आणि नकारात्मक मानसिकता म्हणजे काय, सकारात्मक

मानसिकतेची जोपासना कशी करायची, देहबोली कशी विकसित करायची अशा अत्यंत महत्त्वाच्या विषयांची चर्चा आणि गृहपाठ या प्रकरणांत केलेली आहे.

सामाजिक व्यक्तिमत्त्व

सामाजिक व्यक्तिमत्त्वाची जडण-घडण अगदी लहानपणापासूनच व्हावी लागते. कोणत्याही क्षेत्रात यशस्वी होण्यासाठी संघटना बांधणी, सांघिक वृत्ती (Team building ability and team spirit) अत्यंत महत्त्वाचे आहे. आपले परस्परावलंबित्व हे समाजाच्या बांधणीचे वैशिष्ट्य आहे. परस्परसंबंध, सहानुभूती, कृतज्ञता आणि विशेषकरून 'आय ॲम ओ के, यू आर ओके' ही संकल्पना या प्रकरणात सांगितलेली आहे.

आध्यात्मिक व्यक्तिमत्त्व

व्यक्तिमत्त्व विकासातील अत्यंत दुर्लक्षिला गेलेला घटक म्हणजे आध्यात्मिक वृत्तीची जोपासना कशी करायची हे शिकणे आणि आध्यात्मिक प्रवृत्तीची जोपासना करणे. अध्यात्मिक मूल्ये कोणती हे या प्रकरणात विशद केलेले आहे.

मला काय साध्य करायचे आहे?

व्यक्तिमत्त्वाची उत्कृष्ट जोपासना केली तरी आयुष्यात आपल्याला नक्की काय साध्य करायचे आहे, आपले ध्येय काय, हे अनेक जणांना ठरविता येत नाही. मग अशा व्यक्ती सदैव चाचपडतच राहतात. सर्वसामान्य व्यक्ती संधीची वाट बघतात तर सिद्धीप्रेरित व्यक्ती स्वत:च स्वत:साठी संधी निर्माण करतात. त्यामुळे संधिसाधू न होताही संधी कशी साधायची ही एक कला आहे. म्हणून या प्रकरणात मला काय साध्य करायचे आहे हे आपल्याला कसे ठरविता येईल, याची चर्चा केलेली आहे.

विषयाची सोपी मांडणी

या पुस्तकाचा वाचक गट १५ वर्षे वयोगटापासून सुरू होईल असे गृहीत धरलेले आहे. दहावीच्या परीक्षेला बसणाऱ्या मुलांपासून पदवी, पदव्युत्तर परीक्षेचे शिक्षण घेणाऱ्या विद्यार्थ्यांपर्यंत सर्वांना हे पुस्तक अत्यंत उपयुक्त ठरेल. पण १५ वर्षांखालील मुलांच्या व्यक्तिमत्त्व जडण-घडणीत त्यांचे पालक महत्त्वाची भूमिका बजावतात. सर्व विद्यार्थी आणि पालकांसाठी हा विषय नवीन आहे असे गृहीत धरून या विषयाची मांडणी अत्यंत सोपी केलेली आहे. विषय चटकन् समजावा म्हणून

पुस्तकात अनेक उदाहरणे, प्रत्यक्ष घडलेले प्रसंग, घटना दिलेले आहेत. छोट्या छोट्या गोष्टी सांगितलेल्या आहेत. अनेक चित्रे, रेखाचित्रे, आकृत्या दाखविलेल्या आहेत.

प्रश्नावली

हे पुस्तक म्हणजे 'स्वयं-प्रशिक्षण' आहे. त्यामुळे व्यक्तिमत्त्व विकासाच्या प्रत्येक घटकासाठी प्रश्नावली दिलेली आहे. या प्रश्नांची सविस्तर उत्तरे लिहावीत. प्रश्नांची उत्तरे त्या, त्या विषयाच्या चर्चेमध्येच सापडणार आहेत. हे सर्व प्रश्न मार्गदर्शक आहेत.

कोणते प्रकरण आधी वाचावे?

कोणत्याही प्रकरणापासून तुम्ही पुस्तकाचे वाचन सुरू करू शकता. तसे बघितले, तर प्रत्येक प्रकरण स्वतंत्रपणे वाचता येण्यासारखे आहे. परंतु, व्यक्तिमत्त्व विकासाचे टप्पे ठरलेले असतात. 'मी कोण आहे' याचे यथार्थ चित्रण झाल्याशिवाय 'मला माझा विकास कसा करायचा आहे' हे कसे ठरविणार? पुस्तकात काय आहे, ही उत्सुकता असते म्हणून पुस्तक एकदा वाचून काढावे. मग स्वयं-प्रशिक्षण सुरू करता येईल. एकदाच वाचून बाजूला ठेवून देण्याचे हे पुस्तक नसून आयुष्यात वेळोवेळी या पुस्तकाचा उपयोग 'संदर्भ' म्हणून करता येईल.

अनुक्रम

व्यक्तिमत्त्वाची संकल्पना / १
    व्याख्या / २
    वर्गीकरण / २
    घटक / ९
    स्वयं-अभ्यास / ९

'मी कोण आहे?' / ११
    मार्गदर्शक प्रश्न / १२
    स्वोट अॅनॅलिसिस / १२

शारीरिक व्यक्तिमत्त्व 'मी कसा दिसतो?' / १६
    उंची, रंग, बांधा / १६

मी स्वतःचे सादरीकरण कसे करतो? / २१
    १. पोशाख / २३
    २. केशरचना / २७
    ३. मेकअप / २९
    ४. दागिने / ३१
    ५. पादत्राणे / ३१
    ६. रोजच्या वापराच्या इतर वस्तू / ३३

मी स्वतःचे संगोपन कसे करतो? / ३७
    १. आहार / ३८
    २. व्यायाम / ४१
    ३. झोप, विश्रांती / ४५

४. निर्व्यसन / ४७
शारीरिक व्यक्तिमत्त्व प्रश्नावली / ५२
शारीरिक व्यक्तिमत्त्वाची माझी ओळख अशी हवी / ५३

बौद्धिक व्यक्तिमत्त्वाची गुणवैशिष्ट्ये / ५४

१. आकलनक्षमता / ५६
२. नवनिर्मितीची क्षमता, सृजनशीलता / ५९
३. स्वयंप्रेरणा आणि सिद्धिप्रेरणा / ६४
४. ध्येय किंवा उद्दिष्ट निश्चित करणे / ६६
५. नियोजनकौशल्य / ७१
६. पद्धतशीर काम / ७६
७. वस्तुनिष्ठ विचार करण्याचा दृष्टिकोन / ७८
८. सकारात्मक आणि आशावादी / ७९
९. वेळेचे नियोजन / ८१

बौद्धिक व्यक्तिमत्त्वाचा विकास / ८७

१. वाचन / ८७
२. लिखाण आणि लेखनकौशल्य / ९४
३. संवादकौशल्य / ९५
४. वक्तृत्वकौशल्य / १०४
५. पाठांतर आणि बुद्धीला चालना देणारे खेळ / १०५
बौद्धिक व्यक्तिमत्त्व प्रश्नावली / १०७
बौद्धिक व्यक्तिमत्त्वाची माझी ओळख अशी हवी / १०९

भावनिक व्यक्तिमत्त्व / ११०

१. भावनांचे वर्गीकरण / ११२

२. भावनिक व्यक्तिमत्त्व आनुवंशिक असते का? / ११४

३. सकारात्मक आणि नकारात्मक प्रतिसाद / ११८

४. सकारात्मक आणि नकारात्मक स्ट्रोक्स / १२०

५. मनोव्यापार आणि आंतरक्रिया विश्लेषण / १२८

६. व्यक्तिगत भावनेचे सामूहिकीकरण / १३३

७. नकारात्मक भावनांचा आपल्या व्यक्तिमत्त्वावरील पगडा / १३४

८. सकारात्मक कसे व्हायचे? / १३६

भावनिक व्यक्तिमत्त्व प्रश्नावली / १४४

भावनिक व्यक्तिमत्त्वाची माझी ओळख अशी हवी / १४५

सामाजिक व्यक्तिमत्त्व / १४७

१. समाज म्हणजे काय? / १४७

२. स्वावलंबी का परस्परावलंबी? / १४९

३. सहानुभूतीची जाणीव / १५४

४. कृतज्ञता / १५५

५. 'आय ॲम ओके यू आर ओके' / १५७

६. सांघिक काम / १६२

७. संघभावना कशी विकसित करायची? / १६४

८. सांघिक कौशल्य विकसित करण्यासाठी काय करायचे? / १६५

९. स्वत:बद्दल आणि कामाबद्दल आदर / १६८

१०. सामाजिक व्यक्तिमत्त्वाचा विकास कसा करायचा? / १७०

सामाजिक व्यक्तिमत्त्व प्रश्नावली / १७६

सामाजिक व्यक्तिमत्त्वाची माझी ओळख अशी हवी / १७७

आध्यात्मिक व्यक्तिमत्त्व / १७९

    १. कर्म म्हणजे काय? / १८२
        क्रियाशील कर्म / १८२
        पूर्वसंचित कर्म / १८२
        प्रारब्ध (कर्म) / १८५
    २. आध्यात्मिक व्यक्तिमत्त्वाची जडण-घडण / १८६
        श्रद्धा / १८६
        चारित्र्यशुचिता / १८८
        अहिंसा / १९०
    आध्यात्मिक व्यक्तिमत्त्व प्रश्नावली / १९२
    आध्यात्मिक व्यक्तिमत्त्वाची माझी ओळख अशी हवी / १९३

मला काय साध्य करायचे आहे? / १९५

    व्यक्तिमत्त्व विकासाची प्रक्रिया सतत, निरंतर चालते / १९५
    बदल कोठे करायचा हे समजणे महत्त्वाचे / १९६
    स्वत:चे सद्य:प्रतिमा तयार करा / १९९

शब्दसूची (Index) / २०१
संदर्भ (References) / २०४

व्यक्ती तितक्या प्रकृती.

वीस

१

व्यक्तिमत्त्वाची संकल्पना

'व्यक्तिमत्त्व' या शब्दाचा उच्चार केला की मनाला भुरळ घालणारी, मनावर कायमचा ठसा उमटवून गेलेली, प्रत्यक्ष बघितलेली आणि न बघितलेलीसुद्धा प्रतिभासंपन्न, विद्वान, व्यासंगी, ज्याला 'उत्तुंग' म्हणता येतील, अशी अनेक व्यक्तिमत्त्वे आठवतात. व्यक्तिमत्त्व आणि यश हे दोन्ही शब्द एकमेकांना जोडूनच येतात असा विश्वास वाटावा, इतकी ही व्यक्तिमत्त्वे आपापल्या क्षेत्रात यशस्वी झालेली असतात.

अगदी लहानपणापासून आपल्या मनावर निरनिराळ्या व्यक्तिमत्त्वांचा प्रभाव पडत असतो. एखाद्या लहान मुलाला "तू मोठेपणी कोण होणार?" असे विचारले की, "रेल्वेचा इंजीन-ड्रायव्हर होणार", "कंडक्टर होणार" अशी उत्तरे मिळतात. वयाने थोडी मोठी झाली, की त्यांना डॉक्टर, मोटर-मेकॅनिक, वैमानिक, शिक्षक, पोलीस व्हायचे असते. आणखीन मोठे झाल्यावर मुलांना आपल्या बाबांसारखे ऑफिसला जायचे असते, मुलींना भातुकलीचा खेळ खेळायचा असतो, कॉम्प्युटरवर काम करायचे असते. त्या-त्या वयोगटांत त्यांच्यावर निरनिराळ्या व्यक्तिमत्त्वांचा प्रभाव पडत असतो. त्या व्यक्तिमत्त्वांचे पोशाख, रुबाब, त्यांची कामाची साधने अशा गोष्टींचे 'आकर्षण वाटायचे' ते वय असते.

मग यशस्वी झालेल्या अनेक व्यक्तींचा आपण अभ्यास करतो. त्यांनी त्यांचे व्यक्तिमत्त्व कसे विकसित केले, ते जाणून घेतो. त्या प्रत्येकाची वाट वेगवेगळी आहे हे आपल्या लक्षात येते. आपण आपले व्यक्तिमत्त्व विकसित करण्यासाठी प्रत्येक जण आपल्याला जे सांगेल, ते करतो. पण मग ते अंधारात चाचपडण्यासारखे

होते. म्हणून प्रथम आपण 'व्यक्तिमत्त्व' या शब्दाची व्याख्या करू या.

'व्यक्तिमत्त्व म्हणजे काय?'

'व्यक्तिमत्त्व' या शब्दाची व्याख्या

व्यक्तिमत्त्व हा रोजच्या बोलण्यातला, चर्चेतला किंवा संभाषणातला एक शब्द नाही. व्यक्तिमत्त्व ही एक संकल्पना (concept) आहे. व्यक्तिमत्त्व या शब्दालासुद्धा एक 'व्यक्तिमत्त्व' आहे.

'व्यक्तिमत्त्व म्हणजे कोणत्याही व्यक्तीचे बाह्य स्वरूप, ज्ञान, माहिती गुण, कार्यकौशल्ये, वर्तनकौशल्ये, क्षमता, दृष्टी, दृष्टिकोन, श्रद्धा, विचार, मानसिकता, आवड, वृत्ती-प्रवृत्ती या सर्वांचे एकत्रित सादरीकरण किंवा प्रकटीकरण.' अशी व्याख्या करता येईल.

'व्यक्ती तितक्या प्रकृती' ही म्हण आपण आजपर्यंत अनेक वेळा ऐकली किंवा वाचली आहे. व्यक्तिमत्त्वाची व्याख्या वाचल्यावर या म्हणीचा खरा अर्थ आपल्या लक्षात येईल.

व्यक्तिमत्त्वाचे वर्गीकरण

आता 'व्यक्ती तितक्या प्रकृती' म्हणजे व्यक्तिमत्त्वाचे वर्गीकरण. आपल्या क्षमता, कौशल्ये, दृष्टिकोन, मानसिकता, वृत्ती-प्रवृत्ती अशा विविध निकषांवर व्यक्तिमत्त्वाचे वर्गीकरण केले जाते. आपण चर्चा करणार असलेले प्रमुख निकष पुढीलप्रमाणे आहेत.

१. अंत:प्रेरणा (Self-Motivation)
२. स्वभावप्रवृत्ती (Nature)
३. दृष्टिकोन (Attitude)
४. वर्तनप्रवृत्ती (Behavioural Nature)

आता या निकषांचा अर्थ समजावून घेऊन व्यक्तिमत्त्वांचे प्रकार समजावून घेऊ.

१. अंत:प्रेरणा (Self-Motivation)

आपली अंत:प्रेरणा म्हणजे आपल्याला कोणतेही कार्य (काम) करण्यास प्रवृत्त करणारी ऊर्जा. आपली प्रत्येक कृती, हालचाल, विचार, उच्चार यांच्यामागे

असलेला कार्य-कारण भाव आणि त्याला नियंत्रित करणारी शक्ती म्हणजे 'अंत:प्रेरणा'.

'प्रेरणा' या शब्दाला इंग्रजीत 'मोटिव्हेशन' (Motivation) असे म्हणतात. मोटिव्ह म्हणजे हेतू. आपण जो विचार करतो, जी प्रत्येक कृती करतो, त्या पाठीमागे काही ना काही हेतू असतो. या हेतूमुळे ते काम करण्याची आपल्याला प्रेरणा मिळते. प्रेरणा ही ते काम करण्याची आपणच आपल्या मनाला दिलेली चालना आहे. प्रेरणा आपल्या मनाला ते काम करण्यासाठी पुढे ढकलते. उद्युक्त करते. गती देते. प्रेरणा ही एक ऊर्मी आहे. आपणच आपल्या मनाला ते काम करण्यासाठी जणू आज्ञा करत असतो. म्हणून त्याला 'अंत:प्रेरणा' (Self-Motivation) असे म्हटले जाते.

अंत:प्रेरणेच्या निकषावर व्यक्तींचे तीन गटांत वर्गीकरण केले जाते.

I. मान्यताप्रेरणा (Affiliation Motive)

जगातील ९०% व्यक्तींची अंत:प्रेरणा ही 'मान्यताप्रेरणा' असते. मान्यता, कौतुक, प्रशंसा मिळविण्याच्या उद्दिष्टाने प्रेरित होऊन या व्यक्ती सर्व विचार आणि कृती करत असतात. आपण इतरांसारखेच आहोत, चार-चौघांसारखेच आहोत ही भावना त्यांच्या मनात प्रबळ असते. या व्यक्ती चाकोरीबद्ध आयुष्य जगतात. समाजाचे नीती-नियम, रूढी, परंपरा यांचे त्यांना भान असते. त्याच्या पलीकडे जाणे आणि विचार करणे त्यांच्या आवाक्यापलीकडचे असते. इतरांनी चांगले म्हटले, की त्यांना सार्थक झाल्यासारखे वाटते. या व्यक्ती सर्वसामान्य आयुष्य जगतात. आपल्या नशिबात असेल, तेवढेच आपल्याला मिळेल- असा त्यांचा विश्वास असतो. 'असेल माझा हरी तर देईल खाटल्यावरी' ही त्यांची धारणा असते. त्या संधीची वाट बघत बसतात. त्यांच्यात आत्मविश्वासाची कमतरता असते.

II. सत्ताप्रेरणा (Power Motive)

जगातील ७% व्यक्तींची अंत:प्रेरणा ही 'सत्ताप्रेरणा' असते. या व्यक्तींना सत्ता, अधिकार, रुबाब यांचे आकर्षण असते. इतरांवर आपला प्रभाव पडावा, इतरांनी आपले ऐकावे, आपल्याला मोठे म्हणावे यासाठी त्यांचा प्रयत्न सुरू असतो. येथे 'सत्ता म्हणजे फक्त राजकीय सत्ता' असा अर्थ नाही. अगदी आपल्या अवतीभोवती वावरणारे आपले नातेवाईक, शेजारी, मित्र-मैत्रिणी यांच्या मध्येसुद्धा अशा सत्ताप्रेरित व्यक्ती असतात. यशाचे श्रेय स्वत:ला आणि अपयशाचे धनी मात्र इतर, ही त्यांची भावना असते. या व्यक्तींचे वागणे, बोलणे जोशपूर्ण असते. या व्यक्तींजवळ फाजील आत्मविश्वास असतो. त्या धूर्त, कावेबाज असतात. पण कांगावखोर आणि लबाड नसतात.

III. सिद्धिप्रेरणा (Achievement Motive)

जगातील ३% व्यक्ती 'सिद्धीप्रेरित' असतात. सिद्धी म्हणजे यश. सिद्धीप्रेरणा म्हणजे यशस्वी होण्याची इच्छा. आपण सदैव यशस्वी व्हावे, आपली प्रगती व्हावी अशी त्यांची धडपड असते. या व्यक्ती आपली ध्येये, उद्दिष्टे ठरवतात. ती सफल होण्यासाठी नियोजनबद्ध प्रयत्न करतात. आपल्याला मदत करणाऱ्या व्यक्ती आणि साधनसामग्री जाणीवपूर्वक एकत्र करतात. त्या संधीची वाट बघत नाहीत. प्राप्त परिस्थितीत त्या संधी निर्माण करतात. यशस्वी होण्यासाठी त्या स्वत:मध्ये निरनिराळ्या क्षमता विकसित करतात. आपली मते ठामपणे मांडतात. त्यांचे संभाषणकौशल्य उत्कृष्ट असते. विचारांतील सकारात्मकता, कृतिशीलता, आग्रही वृत्ती, जिद्द, निर्णयक्षमता, नियोजन या कौशल्यांच्या आधारावर त्या यश खेचून आणतात. मिळालेल्या यशाने त्या कधीही हुरळून जात नाहीत. त्यांना यशाची खात्री असते.

२. स्वभावप्रवृत्ती (Nature)

स्वभावधर्माप्रमाणे व्यक्तींचे तीन प्रमुख गटांत वर्गीकरण होते. यापैकी काही जणांचा स्वभाव जन्मत:च तसा बनलेला असतो. आनुवंशिकतेने हे स्वभावगुण आपल्याला प्राप्त झालेले असतात. काही व्यक्ती परीस्थितीमुळे तशा बनतात. आनुवंशिकतेमध्ये सुद्धा लहानपणापासून निरीक्षण आणि अनुकरण केल्यामुळे स्वभावगुण वृद्धिंगत होतात. पूर्वी आपल्याकडे बारा बलुतेदारीची पद्धत होती. त्यामध्ये जसे व्यवसायाचे कौशल्य एका पिढीकडून दुसऱ्या पिढीकडे हस्तांतरित होत असे, त्याचप्रमाणे लहानपणापासून निरीक्षण आणि अनुकरण केल्यामुळे स्वभावगुण एका पिढीकडून दुसऱ्या पिढीकडे परिवर्तित होतात असे म्हटले तरी चालेल. 'सुंभ जळला तरी पिंड जळत नाही' या म्हणीप्रमाणे 'आनुवंशिकतेने आलेले स्वभावगुण बदलत नाहीत' असा गैरसमज आहे. पण 'प्रयत्नांती परमेश्वर' म्हणतो, त्याप्रमाणे प्रयत्नपूर्वक आपण आपला स्वभाव बदलू शकतो. त्याचप्रमाणे परिस्थितीमुळे बदललेला स्वभावसुद्धा बदलता येतो. आता या स्वभावगटांची प्रमुख वैशिष्ट्ये बघू.

I. शरणागत प्रवृत्ती (Submissive Nature)

'शरणागत' या शब्दातच या व्यक्तिमत्त्वाचे वर्णन आले. या व्यक्ती अत्यंत शांत, थंड, बुजऱ्या, अबोल, भिडस्त, घाबरट स्वभावाच्या असतात. आपण चार लोकांच्या नजरेत भरू नये म्हणून त्यांची धडपड चाललेली असते. प्रत्येक बाबतीत त्या मागे-मागे राहतात. 'या की पुढे' म्हणून एखाद्या प्रसंगात आपण त्यांना पुढे यायला प्रवृत्त केले, तरी 'असू दे की, इथेच बरे आहे' असे म्हणून किंवा 'तुम्ही आहातच की' असे म्हणून त्या शेवटी तुमच्या मागेच उभ्या राहतील. चार-

चौघांसारखे आपलेही आयुष्य चालले आहे, यात त्यांना समाधान असते. 'ठेविले अनंते, तैसैचि राहावे' ही त्यांची मूळ प्रवृत्ती असते. धाडस, पराक्रम, चाकोरीबाहेर जाऊन काही विचार करणे हे शब्द त्यांच्या डिक्शनरीमध्ये नसतात. त्यांच्यामध्ये संभाषणकौशल्याचा अभाव असतो. ते पटकन दुसऱ्याच्या 'हो' ला 'हो' करतात. त्यांना ठामपणे मते मांडायची नसतात. त्यांचे रक्त कधीही उसळून येत नाही. कोणत्याही भावनेने ते कधीही फार उत्तेजित होत नाहीत. त्यांचा प्रतिसाद, प्रतिक्रिया शांत आणि मर्यादित असतो.

पण याचा अर्थ सर्वच बाबतींत ते 'ढ' असतात, असा मात्र अजिबात नाही. या स्वभावगटातील अनेक व्यक्ती अत्यंत तल्लख, बुद्धिमान, कला-कौशल्यसंपन्न असू शकतात. त्यांच्याकडे कोणतेही काम सोपवले, तरी ते अत्यंत प्रामाणिकपणे आणि निष्ठेने ते काम पूर्ण करतात.

II. आक्रमक प्रवृत्ती (Aggressive Nature)

आक्रमक प्रवृत्तीच्या व्यक्ती सदैव उत्तेजित (excited) असतात. त्यांचा आवाज अनेकदा मोठा असतो किंवा त्या मोठ्या आवाजात बोलतात. मोठ्या आवाजात हसतात. त्यांना सतत काही जबाबदारी स्वत:वर असावी, त्या निमित्ताने आपल्या अवतीभोवती माणसांचा गराडा असावा, त्यांनी आपले ऐकावे, असे वाटत असते. आपण चार लोकांच्या नजरेत भरावे म्हणून त्यांची धडपड चाललेली असते. त्या सहसा कोणत्याही बाबतीत हार मानत नाहीत. या व्यक्ती संभाषणकुशल असतात; पण इतरांना जास्त न बोलून देता संभाषणाचे धागे आपल्याच हातात कसे राहतील आणि संभाषणावर आपलेच प्रभुत्व कसे राहील, याचा ते सतत विचार करत असतात. त्यांचे रक्त सदैव उसळलेले असते. कोणत्याही भावनेने ते खूप उत्तेजित होतात. भय, दु:ख, आनंद, राग अशी कोणतीही भावना असली, तरी त्या प्रसंगांमध्ये त्यांचा प्रतिसाद, प्रतिक्रिया जोशपूर्ण (loud) असते. जोरात टाळ्या वाजविणे, गडगडाट करून हसणे, जोरात हातवारे करून बोलणे, उड्या मारणे अशा सभ्यतेच्या मर्यादांच्या किंचित पलीकडे जाऊन त्यांचे वर्तन होते.

III. आग्रही प्रवृत्ती (Assertive Nature)

आग्रही वृत्तीच्या व्यक्ती चार-चौघांमध्ये चटकन ओळखता येतात. त्यांना जबर आत्मविश्वास असतो. त्यांच्या चेहऱ्यांवरील भाव, त्यांची देहबोली सकारात्मक असते. कोणत्याही ठिकाणी, कोणत्याही प्रसंगात पुढाकार घेण्याची त्यांची प्रवृत्ती असते. पण त्या कधीही पुढे-पुढे करत नाहीत. आपले काम झाले, की त्या

ठिकाणापासून, व्यक्तींपासून अलिप्तपणे त्या दूर होतात. श्रेय मिळावे म्हणून त्या कधीही काम करत नाहीत. त्यांच्याजवळ संघटना-बांधणीचे कौशल्य असते. निर्णयक्षमता, गुणग्राहकता, जबाबदारी घेण्याची आणि पेलण्याची क्षमता असते. या व्यक्ती संभाषण-कुशल असतात. त्या सिद्धिप्रेरित असतात. आपली प्रगती व्हावी, आपल्याला यश मिळावे म्हणून त्या सदैव प्रयत्नशील असतात. चुकले, अपयश आले, तर त्याचे खापर इतरांवर न फोडता अपयशातूनही शिकत परत पुढे जाण्यासाठी त्या प्रयत्न करतात. कोणतेही काम अत्यंत प्रामाणिकपणे आणि निष्ठेने पूर्ण करणे हे त्यांचे वैशिष्ट्य असते. त्या शांत, संयमी; पण आग्रही असतात. इतरांनी त्यांचे ऐकले नाही, इतरांना त्यांची मते पटली नाहीत, तरी 'ठीक आहे' म्हणून त्या त्यांच्या कामात मग्न होतात. त्यांच्याजवळ अनेकदा नेतृत्वगुण नसतो. त्यांच्याजवळ नियोजनकौशल्य इतके असते, की काही वेळेला 'नको ते नियोजन' असे म्हणायची पाळी येते. या व्यक्ती सिद्धिप्रेरित असतात. त्यांना आयुष्यात यशस्वी होण्याची जबरदस्त इच्छा असते व त्यासाठी कठोर मेहनत करण्याची त्यांची तयारी असते.

३. दृष्टिकोन (Attitude)

दृष्टी हा शब्द जर इंग्रजीतल्या 'व्हिजन' (vosion) या अर्थाने वापरला तर दृष्टिकोन या शब्दाचा अर्थ अधिक व्यापक होतो. दृष्टी म्हणजे फक्त बघणे इतकाच 'मर्यादित' अर्थ न घेता दृष्टी म्हणजे दूरचे, भविष्यातले, काही कालखंडानंतरचे बघण्याची क्षमता असा अर्थ येथे आपण घेत आहोत. त्यामुळे 'दृष्टिकोन' या शब्दाचा अर्थ 'दूरदृष्टी' असा होतो. म्हणूनच कोणत्याही घटनेकडे, व्यक्तीकडे, परिस्थितीकडे बघण्याची आपली मानसिकता आपली दूरदृष्टी, आपला दृष्टिकोन या निकषांवर व्यक्तींचे दोन प्रमुख गटांत वर्गीकरण होते.

I. सकारात्मक दृष्टिकोन (Positive Attitude)

१००% सकारात्मक दृष्टिकोन असणाऱ्या व्यक्ती समाजात फार अभावानेच आढळतात. परंतु, समाजाला खरी गरज अशा सकारात्मक दृष्टिकोन असणाऱ्या व्यक्तींचीच आहे व असते. आता सकारात्मक दृष्टिकोन म्हणजे काय? काही उदाहरणे घेऊन समजावून घेऊ. आपला देश शेतीप्रधान आहे. गहू, ज्वारी, बाजरी, तांदूळ या धान्य-उत्पादनांप्रमाणेच इतर अनेक धान्ये, कडधान्ये, डाळी, चटकन पैसा मिळवून देणारी ऊस, कापूस, तंबाखू अशी नगदी पिके, भाज्या, फळे अशी विविध उत्पादने आपल्या देशात घेतली जातात. आपली जमीन अत्यंत सकस आहे. मुबलक पाणी आहे. शेती-तंत्रज्ञान विकसित झालेले आहे. शेतकरी कष्टाळू आहे.

सर्व जगाला धान्य पुरवठा करण्याची क्षमता आपल्या देशात आहे, असे आपण अभिमानाने म्हणतो. मग आपले लोक भुकेले आहेत, दारिद्र्यरेषेखालील लोकसंख्या वाढते आहे, कुपोषणाने लोक मरतात, सुकाळ आणि दुष्काळ अशा दोन्ही परिस्थितींमध्ये देशवासीयांचे हाल होतात, असे का? याचे उत्तर शोधायला गेले तर 'दूरदृष्टी आणि सकारात्मक दृष्टिकोनाचा अभाव' असे कारण सांगून आपण मोकळे होतो. मग, आपली लोकसंख्या किती, वाढीचा वेग काय, प्रति व्यक्ती अन्नधान्याची गरज काय वगैरे निकषांवर कोणत्या गोष्टीचे किती उत्पादन लागेल हे ठरवून जर शेतीचे धोरण आखले, पाणी, खते, अवजारे व इतर साधनसामुग्रीच्या उत्पादन-पुरविठ्याचे धोरण आखले, धान्य-वितरणाचे धोरण आखले, सुकाळात धान्य उत्तम प्रकारे साठवले आणि दुष्काळात त्याचे सुयोग्य वाटप केले, तर धान्य उत्पादनात स्वयंसिद्धता येऊन धान्य निर्यात करता येईल. हीच गोष्ट वीज, पाणी, रस्ते, आरोग्यसेवा अशा सर्वच गोष्टींना लागू होते. असे केले तर आपला दृष्टीकोन सकारात्मक आहे, असे आपण म्हणू शकतो.

आता 'देश' पातळीवरचे समजायला थोडे अवघड वाटेल असे उदाहरण न घेता आपले स्वत:चेच उदाहरण घेऊ. आपल्याला दर वर्षी चांगले गुण मिळवून उत्तीर्ण व्हायचे असते. परीक्षा कधी आहे, परीक्षापद्धत कशी आहे, विषय कोणते आहेत, त्यांचे सिलॅबस काय आहे या गोष्टी शाळा-कॉलेज सुरू होते, त्याच दिवसापासून माहीत असतात. आपल्याला बुद्धी आहे. शिकवायला पालक-शिक्षक आहेत. मग तरीही नापास होणे, 'एटीकेटी, वरच्या वर्गात घातला' असे शेरे का येतात? सकारात्मक दृष्टीने विचार करून उत्कृष्ट मार्क मिळवायचे हा आपला सकारात्मक दृष्टिकोन विकसित होणे आवश्यक आहे.

आता 'सकारात्मक दृष्टिकोन म्हणजे काय' हे समजावून घेतल्यावर सकारात्मक व्यक्तिमत्त्वाची प्रमुख गुणवैशिष्ट्ये कोणती ते बघू.

सकारात्मक व्यक्ती सिद्धिप्रेरित असतात. यशस्वी होण्याची त्यांची दुर्दम्य इच्छा असते. प्रत्येक गोष्टीचा त्या सकारात्मक भावनेने विचार करत असतात. वाईटातूनही 'चांगले' शोधण्याची त्यांची प्रवृत्ती असते. त्यांची देहबोली सकारात्मक असते. त्या संभाषणकुशल असतात. त्यांना नवीन कल्पना, विचार सुचत असतात. या व्यक्ती प्रयोगशील असतात. गुणग्राहक असतात. इतरांबरोबर त्यांचे चांगले जमते. त्या संवेदनक्षम असतात.

II. नकारात्मक दृष्टिकोन (Negative)

नकारात्मक व्यक्ती आजूबाजूला घडणाऱ्या प्रत्येक गोष्टीत कोणत्या त्रुटी आहेत, चुका आहेत, कोठे सुधारणा केली पाहिजे– इकडे अधिक लक्ष देतात. काय नाही

इकडे त्यांचे लक्ष असते. त्यांचा तक्रारीचा सूर असतो. या व्यक्ती कोणत्याही गोष्टीचे चटकन कौतुक, प्रशंसा करत नाहीत. त्यांना शक्यतो एकटे राहणे आवडते. त्या अबोल असतात. चटकन मतप्रदर्शन करणे त्यांना जमत नाही.

४. वर्तनप्रवृत्ती (Behavioural Nature)

सामाजिकता किंवा समाजशीलता हा जर व्यक्तिमत्त्वाच्या वर्गीकरणाचा निकष झाला आणि या निकषावर त्या व्यक्तीचे समाजातील वर्तन कसे आहे हे तपासायचे झाले, तर व्यक्तींची दोन प्रमुख गटांत विभागणी केली जाते.

I. अंतर्मुख (Introvert)

अंतर्मुख व्यक्ती अबोल असतात. अलिप्त असतात. स्वत:च्याच विचारांत गढलेल्या असतात. चटकन सर्वांमध्ये मिसळत नाहीत. आपली मते, आपले विचार कोणापुढेही मांडत नाहीत.त्या मोकळ्या मनाच्या नसतात. जणू त्या मनातल्या मनात कुढत असतात. त्यांना गर्दीत जाणे आवडत नाही. त्या 'एकला चलो रे' या मानसिकतेच्या असतात. या वर्गातील व्यक्तींमध्ये बुद्धिसंपन्न, प्रतिभावान, कौशल्यसंपन्न या गुणांचे प्रमाण मोठ्या प्रमाणात आढळते.

II. बहिर्मुख (Extrovert)

बहिर्मुख व्यक्ती मात्र बोलक्या, हसऱ्या, उमद्या व्यक्तिमत्त्वाच्या असतात. त्या सतत माणसांमध्ये असतात. त्या खूप उत्साही असतात. इतरांबरोबर गप्पा मारणे, जेवणे, सहलींना जाणे, जेणेकरून इतरांशी संबंध येईल, अशा गोष्टी करण्यात त्यांना खूप रस असतो. या व्यक्ती संवेदनक्षम असतात. इतरांना मदत करण्यास त्या तत्पर असतात. त्यांच्याजवळ संघटनाबांधणीचे कौशल्य, नेतृत्वगुण, कार्यक्षमता, जबाबदारी घेण्याची वृत्ती, उत्साह हे गुण आढळून येतात.

विविध निकषांवर आधारित व्यक्तिमत्त्व प्रकारांची ओळख आपण करून घेतली. त्यावरून एक गोष्ट तुमच्या लक्षात आली असेल. यातील काही व्यक्तिमत्त्व प्रकारांचे आपण गट करू शकतो. उदाहरणार्थ,

१. सिद्धिप्रेरित, आग्रही प्रवृत्ती, सकारात्मक दृष्टिकोन, बहिर्मुखता.
२. मान्यताप्रेरित, शरणागत प्रवृत्ती, सकारात्मक दृष्टिकोन, अंतर्मुख.
३. मान्यताप्रेरित, शरणागत प्रवृत्ती, नकारात्मक दृष्टिकोन, अंतर्मुखता.
४. सत्ताप्रेरित, आक्रमक प्रवृत्ती, बहिर्मुखता.

व्यक्तिमत्त्वाचे घटक

व्यक्तिमत्त्वाची व्याख्या आणि वर्गीकरण बघितल्यावर व्यक्तिमत्त्वाचे प्रमुख घटक कोणते, त्यांची माहिती आपण करून घेऊ.

आपले व्यक्तिमत्त्व पाच प्रमुख घटकांनी बनलेले आहे.
१. शारीरिक व्यक्तिमत्त्व (Physical Personality)
२. बौद्धिक व्यक्तिमत्त्व (Intellectual Personality)
३. भावनिक व्यक्तिमत्त्व (Emotional Personality)
४. सामाजिक व्यक्तिमत्त्व (Social Personality)
५. आध्यात्मिक व्यक्तिमत्त्व (Spiritual Personality)

या प्रत्येक घटकाशी संबंधित गुण, वैशिष्ट्ये, कौशल्ये, क्षमता, दृष्टिकोन आहेत. नियोजनपूर्वक व्यक्तिमत्त्व विकास करण्यासाठी आपल्याला व्यक्तिमत्त्वाच्या प्रत्येक घटकाशी संबंधित गुण, वैशिष्ट्ये, कौशल्ये, क्षमता, दृष्टिकोन यांचा विचार करावयाचा आहे. पुढील प्रकरणांमध्ये या सर्व घटकांची चर्चा केलेली आहे, तसेच संबंधित क्षमता कशा विकसित करायच्या, त्याचेही विस्तृत मार्गदर्शन केलेले आहे.

स्वयं-अभ्यास – तुमचे व्यक्तिमत्त्व ओळखा

या व्यक्तिमत्त्व प्रकारांची ओळख करून घेणे एवढ्या मर्यादित उद्दिष्टाने हे प्रकरण लिहिलेले नाही. व्यक्तिमत्त्वाचे विविध प्रकार आणि त्यांची महत्त्वाची गुणवैशिष्ट्ये समजल्यावर आता स्वतःचे व्यक्तिमत्त्व कोणत्या प्रकारात येते किंवा आपला स्वतःचा व्यक्तिमत्त्व गट कोणता, हे आपण शोधून काढायचे आहे.

आता स्वतंत्रपणे तुम्हाला आपला व्यक्तिमत्त्वगट, व्यक्तिमत्त्वाचा प्रकार कोणता वाटतो, ते लिहा. तुम्हाला या व्यक्तिमत्त्वगटात तुमच्या व्यक्तिमत्त्वाचा समावेश का करावासा वाटला, ते विस्तृतपणे लिहा. हे मुक्त लेखन आहे. त्यासाठी शब्दांची मर्यादा नाही. हे लिखाण तुम्ही जितके सविस्तर कराल, त्याचा तुम्हाला जास्तीजास्त उपयोग होईल. यामध्ये तुम्हाला स्वतःबद्दल जे-जे लिहावेसे वाटते, ते लिहा. हे तुमचे प्रकटीकरण आहे. हे लिहिल्यावरही तुम्हाला खूप मोकळे वाटते. स्वतःवर कोणतेही 'चूक का बरोबर' असे मूल्यांकन करू नका. फक्त लिहा.

काही प्रशिक्षणार्थींनी स्वतःबद्दल लिहिण्याची सुरुवात अशी केली होती.
१. मी काळा आहे. सावळा आहे; पण मला माहीत आहे, मी राजहंस आहे.
२. लहानपणापासून मला सतत कैद्यासारखे वागवले. पण आता ही सर्व बंधने

झुगारून देऊन मला गरुडभरारी घ्यावी, असे वाटते.
३. जगाच्या नजरेत माझे मूल्य शून्य आहे. मी एक मोठे पोकळ शून्य.
४. मी 'त्याच्या'सारखा नाही, हे सतत मला सांगत बसतात. अरे; पण तो तरी माझ्यासारखा कुठे आहे?
५. हो. आहे मी चेंगट. हळूहळूच चालणार; पण कधीही परप्रकाशित होणार नाही. स्वयंप्रकाशित होईन.

आता तुम्ही लिहायला सुरुवात करा.

२

'मी कोण आहे?'

'मी कोण आहे' किंवा इंग्रजीत 'हू ॲम आय.' हा एक महत्त्वाचा स्वयं-अभ्यास आहे. स्वत:ला वगळून इतर माणसांबद्दल बोलणे ही बहुतेक माणसांची एक नैसर्गिक प्रवृत्ती असते. त्यातही दुसऱ्यामध्ये 'चांगले काय आहे' हे बघण्यापेक्षा 'वाईट काय आहे' हे बघण्यात आणि त्याची चर्चा करण्यात अनेकांना रस असतो. पण स्वत:बद्दल किती जण विचार करतात?

आपल्याला यशस्वी व्हायचे झाले, तर मात्र आपल्याला आपला, म्हणजेच आपल्या स्वत:च्या व्यक्तिमत्त्वाचा विचार करणे आवश्यक असते. आपल्याबद्दल विचार कसा करायचा? त्यासाठी काही मार्गदर्शक सूत्रे, प्रश्नावली आहेत का? आपण करतो, तो विचार योग्य आहे का हे कसे ठरवायचे? असे अनेक प्रश्न तुम्हाला पडलेले असतील. म्हणूनच आपण 'मी कोण आहे?' हा स्वत:चे परखड, नि:पक्षपातीपणे आत्मनिरीक्षण करणारा निबंध लिहिणार आहोत. तुम्ही कदाचित असा निबंध 'प्रथमच' लिहित असाल, असे गृहीत धरून या निबंधलेखनासाठी काही मार्गदर्शक प्रश्न दिलेले आहेत. पण त्याच क्रमाने लिहिले पाहिजे, असे बंधन नाही. तसेच, फक्त तेवढ्याच प्रश्नांची उत्तरे लिहून थांबू नका. त्याही पलीकडे लिहिण्यासारखे तुमच्याकडे भरपूर असेल. त्यामुळे मोकळेपणाने लिहा. तसेच तुम्ही काय लिहिले आहे, हे इतर कोणालाही दाखवायचे नाही आहे. त्यामुळे खरे-खरे लिहा, त्यातूनच तुम्ही आपली शक्तिस्थाने (Strengths) आणि त्रुटी किंवा कमतरता (Weaknesses) शोधून काढणार आहात.

मार्गदर्शक प्रश्न

१. स्वत:चे पूर्ण नाव :
२. जन्मतारीख आणि वय :
३. शिक्षण :
४. तंत्रशिक्षण :
५. तुमच्या विशेष आवडी, छंद, कला, नैपुण्य :
६. तुमच्याशी बोलत असताना किंवा तुमच्याबद्दल बोलत असताना इतर व्यक्ती तुमच्याबद्दल काय बोलतात?
७. तुमची गुणवैशिष्ट्ये, कौशल्ये, क्षमता, दृष्टिकोन, इत्यादी :
८. तुम्हाला आठवणारे तुमच्या आयष्यातील सर्वांत महत्त्वाचे प्रसंग :
९. तुम्हाला आवडणाऱ्या व्यक्ती व त्या का आवडतात?
१०. तुम्ही ज्यांना टाळता, ज्या तुम्हाला अजिबात आवडत नाही अशा दोन व्यक्ती व तुम्ही त्यांना का टाळता?
११. तुम्ही ज्याची आठवण विसरू पाहता असे तुम्हाला न आवडणारे, तुम्हाला त्रासदायक वाटतात, असे दोन प्रसंग :
१२. तुमच्यावर कोणाचा जास्त प्रभाव आहे? का?
१३. जर परत संधी मिळाली, तर तुम्हाला तुमच्या कोणत्या गोष्टीत बदल करायला आवडेल? असे तुम्हाला का वाटते?
१४. जगात तुम्हाला किती किंमत आहे, असे वाटते?
१५. तुमचे स्वत:वर प्रेम आहे का?

आता या प्रश्नांची अगदी सविस्तर उत्तरे लिहा. पाण्याचा बांध फुटल्यावर पाणी जसे वाट फुटेल, तिकडे वाहात जाते, तसे या प्रश्नांची उत्तरे लिहिताना तुमच्या मनाचा बांध फुटणार आहे. तुम्हाला खूप लिहावेसे वाटेल. थांबू नका. लिहा.

आता आपल्याला तुम्ही जे लिहिले आहे, त्यामधून तुमचे 'स्वोट ॲनॅलिसिस' करायचे आहे. 'स्वोट' हा इंग्रजी शब्द आहे. तो खालीलप्रमाणे इंग्रजी शब्दांच्या आद्याक्षरांप्रमाणे बनलेला आहे.

'SWOT' आता 'स्वोट' म्हणजे काय ते समजावून घेऊ

S = Strengths = तुमची बलस्थाने, शक्तिस्थाने.
W = Weaknesses = तुमच्यामधील त्रुटी, कमतरता, दोष.
O = Opportunities = तुम्हाला प्राप्त होणाऱ्या संधी.

T = Threats = तुमच्यापुढे उभे ठाकणारे धोके, समस्या.

या शब्दांचा आणि संकल्पनेचा वापर आपण वारंवार करणार आहोत. त्यामुळे आता त्याचा निश्चित अर्थ समजावून घेऊ.

खरं म्हटलं तर 'स्वोट ॲनॅलिसिस' ही व्यवस्थापनशास्त्रातली महत्त्वाची कल्पना आहे. कोणत्याही कंपनीची वाढ-विकास करावयाचा असला, नियोजन करावयाचे असले, ध्येय ठरवायचे असले, तर प्रथम त्या कंपनीची सद्य:स्थिती कशी आहे, सद्य:चित्र कसे आहे, हे परखडपणे लिहून काढावे लागते. त्याला त्या कंपनीचा 'Present Scenario' असे म्हणतात.

त्याचप्रमाणे आपण आपले चित्र किंवा 'Present Scenario' तयार करणार आहोत. त्यामुळे कोणत्या दिशेने व कशी प्रगती करायची, ते आपल्याला ठरविता येते.

SWOT मधले पहिले जे दोन शब्द आहेत ते म्हणजे S आणि W यांची आपण प्रथम माहिती करून घेऊ. वर उल्लेखिल्याप्रमाणे S म्हणजे आपली शक्तिस्थाने आणि W म्हणजे आपल्या त्रुटी. शक्तिवान, बलवान होण्यासाठी म्हणजेच स्वत:मध्ये जास्तीजास्त शक्तिस्थाने विकसित व्हावीत यासाठी जगातील सर्व विद्या, गुण, कौशल्ये स्वत:मध्ये आणणे आवश्यक नाही आणि ते सर्वस्वी अशक्य आहे. शक्तिस्थाने आपल्या ध्येयाशी निगडित असतात. आपण जे ध्येय, उद्दिष्ट ठरविले आहे ते यशस्वीरीत्या गाठण्यासाठी, आपली स्पर्धात्मकता वाढविण्यासाठी जे गुण, वैशिष्ट्ये, कौशल्ये, क्षमता, दृष्टिकोन, ज्ञान, माहिती आवश्यक आहे, त्यांची विस्तृत यादी तयार करावयाची. ध्येय बदलले, की ही यादीही बदलत जाते.

S आणि W हे पहिले दोन शब्द हे संपूर्णपणे आपल्या स्वत:शी निगडित आहेत. ते वैयक्तिक आहेत. म्हणून व्यक्तीप्रमाणे ते बदलत जाणार आहेत. तुम्ही आणि तुमची भावंडे, तुम्ही आणि तुमचे मित्र, सहकारी असा कोणताही व्यक्ती गट घेतलात, तरी त्या प्रत्येक व्यक्तिगटात प्रत्येक व्यक्तीची शक्तिस्थाने आणि त्रुटी, कमतरता वेगवेगळ्या आढळतील. कोणत्याही क्षेत्रातील तुमचे यश त्या क्षेत्राशी निगडित किती शक्तिस्थाने तुमच्याकडे आहेत, त्यावर अवलंबून आहे. म्हणून ते क्षेत्र आणि विशिष्ट काम यासाठी आवश्यक त्या गुण, वैशिष्ट्ये, कौशल्ये, दृष्टिकोन, ज्ञान, माहिती अशा सर्वांची यादी तयार केली जाते. याला इंग्रजीत 'Skill Inventory' (स्किल इन्व्हेन्टरी) म्हणजे 'शक्तिस्थानांची पेढी/बँक' असे म्हणतात. या स्किल इन्व्हेन्टरीच्या तुलनेत स्वत:जवळ कोणती शक्तिस्थाने आहेत– त्याचे मूल्यमापन केले जाते, त्याला 'Skill Mapping' असे म्हणतात. 'मी कोण आहे' हे लिहिल्यावर आपण हळूहळू आपले 'स्किल मॅपिंग' करायला सुरुवात करतो.

पहिला मंत्र

स्पर्धेच्या या युगात एक मंत्र पाठ करून ठेवावा लागतो. 'Do something with the help of which you can surprise and surpass your competitors. Do not get surprised and surpassed by your competitor.' (गुणवैशिष्ट्ये, क्षमता विकसित करून) असे काही करा, की तुम्ही तुमच्या स्पर्धकांना चकित कराल, त्यांना मागे टाकून वेगाने तुमची प्रगती करून घ्याल; पण कधीही तुमचे स्पर्धक तुमच्यापुढे गेले आणि तुमच्यावर चकित होण्याची वेळ आली, असे कधीही होऊ देऊ नका. आपल्याला तर क्षणोक्षणी आणि पावलोपावली स्पर्धेला तोंड द्यावे लागते. म्हणून आपल्याजवळ जितकी जास्तीजास्त शक्तिस्थाने असतील, तितक्या प्रमाणात वेगाने आपण आपली प्रगती करून घेऊ शकतो.

दुसरा मंत्र

स्पर्धेचा दुसरा मंत्र आहे, 'Strengthen your strengths and overcome your waeknesses.' तुमच्या त्रुटी, कमतरता लौकरात लौकर दूर करा आणि तुमची शक्तिस्थाने अधिकाधिक बळकट करा. त्यामुळे एकदा आपले ध्येय, करावयाचे काम यांच्याशी निगडित शक्तिस्थानांची यादी तयार केल्यावर त्यापैकी जी शक्तिस्थाने, गुणवैशिष्ट्ये, कौशल्ये, दृष्टिकोन, ज्ञान, माहिती, तंत्रज्ञान आपल्याजवळ नाही, त्या आपल्या त्रुटी, कमतरता, वैगुण्ये झाली. म्हणून फक्त शक्तिस्थानांचीच यादी करून चालणार नाही तर आपल्या त्रुटींचीही यादी करणे आवश्यक असते. एकदा आपल्यालाच आपल्या त्रुटी, कमतरतांची जाणीव झाली म्हणजे प्रयत्नपूर्वक, नियोजन करून या त्रुटी घालवाव्या लागतात त्यामुळे आपली शक्तिस्थाने वाढतात. स्पर्धेच्या जगात प्रत्येक जण असे प्रयत्न करतात. आपली स्पर्धात्मकता वाढवतात.

SWOT मधले दुसरे जे दोन शब्द आहेत, ते म्हणजे O आणि T यांची आता आपण माहिती करून घेऊ. O म्हणजे Opportunities. आपल्याला प्राप्त होणाऱ्या संधी. आपण स्वत:मध्ये जितकी शक्तिस्थाने विकसित करू, तितक्या संधी आपल्याला मिळतात. परंतु, जर ही शक्तिस्थाने आणि संधींकडे आपले दुर्लक्ष झाले, तर मात्र आपल्याला निरनिराळ्या समस्या, अडचणी, धोक्यांचा सामना करावा लागतो. T हा शब्द Threats म्हणजे धोके-समस्या दर्शविते.

संधी आणि धोके हे बाह्य वातावरणातील असतात. त्यामुळे सर्वांसाठी समान संधी उपलब्ध असतात. आपल्याला या संधींकडे अत्यंत चौकसपणे, सतर्कतेने, सजगतेने बघावे लागते. 'संधी एकदाच दार ठोठावते.' हे वाक्य तुम्ही ऐकलेलेच असेल. याचा अर्थ असा, की संधी तयार होत असते. पण ज्या व्यक्ती अधिक

चौकस, सतर्क, सजग असतात, त्या संधी टिपतात. ज्यांची यशस्वी होण्याची तीव्र इच्छा असते, त्या स्वतःसाठी संधी तयार करतात. म्हणूनच संधींचेही नियोजन केले जाते. अर्थात, हा एक वेगळा विषय आणि शास्त्र आहे म्हणून येथे त्याची चर्चा अनावश्यक आहे. येथे एकच गोष्ट नमूद करावीशी वाटते, की खऱ्या अर्थाने आपल्याला संधी साधता आली पाहिजे.

जर आपण जाणीवपूर्वक आपली शक्तिस्थाने विकसित केली नाहीत, तर आपल्याला ध्येय, उद्दिष्ट गाठण्यात अनंत अडचणींचा सामना करावा लागतो. आपल्यामधील त्रुटी, कमतरता आपल्याला दुबळे बनवितात. आपली स्पर्धात्मकता कमी करतात. स्पर्धेत आपण मागे पडतो. दोष आपलाच असतो. हव्या, त्या वेळी; हव्या, त्या ठिकाणी आपण कष्ट करण्यात कुचराई केलेली असते. दुसऱ्या व्यक्ती आपल्या पुढे निघून गेलेल्या असतात. मग एक अत्यंत सर्वसामान्य प्रतिक्रिया देऊन आपण मोकळे होतो, "संधिसाधू आहेत सगळे."

तिसरा मंत्र

Identify the opportunities. Do not wait for the opportunity. Create an opportunity for yourself. संधीची वाट बघत बसू नका. स्वतःसाठी संधी तयार करा. संधी ओळखा.

ज्या व्यक्ती स्वतःसाठी संधी तयार करतात, संधी ओळखतात, त्या यशस्वी होतात.

जे मार्गदर्शक प्रश्न विचारलेले आहेत, त्यांच्या उत्तरांची चर्चा आपण पुढील प्रकरणांमध्ये करणार आहोत.

∎

३

शारीरिक व्यक्तिमत्त्व
Physical Personality

१. मी कसा दिसतो?
How do I look like?

त्या दिवशी माझा लाडका मित्र घरासमोरच्या बागेत रडत उभा होता. ''काय रे, काय झाले?'' मी त्याला विचारले. ''अरे, आम्ही लग्नाला गेलो होतो ना तिथे माझे पांढरेशुभ्र दात आणि काळा रंग बघून एक मुलगी म्हणाली, अगं, तो बघा, ब्लॅक ॲण्ड व्हाइट. आणि मग सगळ्याच हसल्या. शाळेतही मला सगळे 'कावळा' म्हणतात. एकदा खरवडून टाकू का हा रंग?'' माझा मित्र रडतच मला हे सांगत होता.

त्या दिवशी त्या 'ब्लॅक ॲण्ड व्हाइट' मित्राबरोबर बोलताना मला त्याची दया आली नाही; पण त्याला 'ब्लॅक ॲण्ड व्हाइट' म्हणणाऱ्या मुलींचा मात्र राग आला.

मग त्या दिवशीपासून मुला-मुलींकडे बघून अशा कॉमेंट्स करणाऱ्या आणि त्यांना अशी विशेषणे लावणाऱ्या लोकांचे बोलणे मात्र मी कान टवकारून ऐकू लागले. खरं म्हणलं तर अशा वाक्यांचा, कॉमेंट्सचा, विशेषणांचा त्या मुलाच्या मनावर किती परिणाम होत असेल, याचाच विचार माझ्या मनात यायला लागला. एकाने म्हणलं, की सगळे जण त्याला 'तसेच' म्हणायला लागतात. पुन:पुन्हा आपल्याला कुणी वेंधळा, बावळट, रड्या, नकटा, ढापण्या, जाड्या, काळा, बुटका अशा कोणत्याही शब्दांनी बोलावलं, आपला सारखा-सारखा 'तसाच' उल्लेख केला, तर काय वाटेल?

'मी कसा आहे.' हे त्यांनी ठरवायचे की 'मी असा आहे.' हे मी ठरवायचे?

'मी कसा दिसतो' हे शारीरिक व्यक्तिमत्त्व आहे.

आपण आरशासमोर उभे राहतो. आपलेच प्रतिबिंब बघत असताना आपले आपल्या चेहऱ्याकडे, शरीराकडे, शरीराच्या ठेवणीकडे लक्ष जाते. नकळतच इतर व्यक्तींनी आपल्याबद्दल जे उद्‌गार काढलेले असतात, त्याचा आपण विचार करतो. त्या दृष्टीने स्वत:कडे अधिक निरखून बघतो. अनेकदा नकळत हे बोलणे मनात इतके ठाम रुजते की या कॉमेंट्स, हे बोलणे, ती विशेषणे मन स्वीकारते. ते म्हणतात, तसेच आपण आहोत, असे वाटते. यातूनच मोठेपणी नकारात्मक भावना, पराभवाची भावना, न्यूनगंडाची भावना आपल्या मनात तयार होते.

परत एकदा आरशात बघा बरं! आणि ठरवा तुम्ही कसे आहात ते! थोडसं हसून बघा ना स्वत:कडे. एखादी गोष्ट आपल्याला खूप आवडली, तर किती प्रेमाने, मायेने आपण त्या गोष्टीकडे बघतो. अगदी तसेच तुम्ही स्वत:कडे, आरशात दिसणाऱ्या तुमच्या प्रतिबिंबाकडे बघा. आवडलात ना स्वत:ला? एकदा आपण आपल्यालाच आवडलो, की आपला आत्मविश्वास वाढतो. आपल्यामध्ये 'सकारात्मक' बदल व्हायला लागतात.

तुम्हाला माहीतच आहे, की नारळाच्या झाडाला 'नारळ'च लागणार. चिक्कूच्या

झाडाला 'चिक्कू'च लागणार आणि आंब्याच्या झाडाला 'आंबे'च लागणार. म्हणजे काय? याला 'आनुवंशिकतेने (Heriditary) आलेले गुणधर्म' असे म्हणायचे. त्यामुळे आपले रंग, उंची, चेहरेपट्टी, डोळ्यांचा आकार आणि रंग तसेच आपले केस सरळ आहेत का कुरळे, दात आहेत का पातळ, ओठांची ठेवण आणि जाडी, नाक नकटे आहे का सरळ आहे, शरीराची ठेवण या सगळ्या गोष्टी आपल्यालाही आनुवंशिकतेने आलेल्या असतात. अगदी हूबेहूब आपल्यासारखी, झेरॉक्स कॉपी असते, तशी दुसरी एकही व्यक्ती या जगात नसते. त्यामुळे आपण जसे आहोत, तसे अगदी 'एकमेव' आणि 'छान'च आहोत. त्याला इंग्रजीमध्ये 'युनिक पर्सनॅलिटी' (Unique Personality) असे म्हणतात. मग जर आपण इतके युनिक आहोत, एकमेव आहोत, तर आपण जसे आहोत, तसे छानच आहोत. समाजाने, दुसऱ्या व्यक्तींनी त्यांच्या मापदंडाप्रमाणे आपल्याला मोजण्याची, मापण्याची, आपल्याबद्दल मते व्यक्त करण्याची खरं म्हणजे आवश्यकता नाही. पण जर तसे कुणी आपल्याला मोजण्याचा, मापण्याचा प्रयत्न केला, तर त्याकडे आपण दुर्लक्षच केलेले बरे.

एकदा काय झाले, एका इंटरनॅशनल वर्कशॉपची 'को-ऑर्डिनेटर' म्हणून मी काम करत होते. अनेक देशांचे प्रतिनिधी त्या कार्यक्रमात सहभागी झाले होते. आता 'को-ऑर्डिनेटर' म्हणून आपण काम करावयाचे, तर आपले व्यक्तिमत्त्व नीट-नेटके, आकर्षक दिसावे म्हणून मी ब्यूटीपार्लरमध्ये जाऊन ब्लिचिंग, फेशियल करून आले. थोडा उजळ दिसण्याचा प्रयत्न केला. वर्कशॉपच्या दरम्यान दोन दिवसांची सुट्टी आली. या परदेशी पाहुण्यांना त्यांच्या आवडीच्या ठिकाणी घेऊन जावे, काही प्रेक्षणीय ठिकाणे दाखवावीत, असा कार्यक्रम होता. पण त्यातल्या बहुतेक पाहुण्यांना दोन्ही दिवस समुद्रकिनारी घालवायचे होते. मे महिन्याचे ऊन आणि मुंबईचा उकाडा, ही मंडळी उन्हात काय करणार म्हणून मी त्यांना विचारले, तर त्यांनी दिलेले उत्तर ऐकून मी थक्कच झाले. त्यांना उन्हात 'टॅन' करावयाचे होते म्हणजे अंग काळे करून घ्यायचे होते. मला हसायलाच आले. ते गोरे आहेत, तर त्यांना काळे व्हायचे होते आणि मी गोरी दिसण्याचा प्रयत्न करत होते.

म्हणूनच आपल्याला जे जन्मत: लाभलेले आहे, त्याचा आपण अगदी आनंदाने स्वीकार करू. यामुळे निष्कारण आपल्या मनात नकारात्मक भावना येणार नाही. आपणही 'तो राजहंस एक' असल्याची भावना तयार होईल.

मुंबईलाच चर्चगेट स्टेशनसमोर एक भलेमोठे होर्डिंग लावलेले होते. त्या होर्डिंगचा माझ्या मनावर खूपच परिणाम झाला. त्या होर्डिंगवर शाळेत जाणारी तीन मुले दाखवलेली होती. एक मुलगा अगदी सधन, श्रीमंत कुटुंबातील दाखवलेला होता. त्याचे गाल गोबरे आणि गुलाबी, कुरळे केस, हसरा चेहरा, शाळेचा युनिफॉर्म, फॅशनेबल स्कूलबॅग, वॉटर-बॉटल, पायांत मोजे आणि बूट,

असे त्याचे वर्णन करता येईल. दुसरा मुलगाही शाळेत जाणारा; पण तो मध्यम आर्थिक स्थितीतला होता. त्याच्या पायांत बूट आणि मोजे नव्हते. तिसरा मुलगाही शाळेत जाणारा; पण तो कुबड्या घेऊन चालत होता. तो मधला मुलगा सांगत होता, "आजपर्यंत मी माझ्याजवळ बूट-मोजे नाहीत म्हणून रडत होतो; पण मी आज असाही मुलगा बघितला की ज्याला पायच नाहीत. मला देवाने दोन पाय तरी दिले याचा मला खूप आनंद होतो."

खरंच, आपण नेहमी आपल्याजवळ जे नाही त्याचाच विचार करतो आणि दु:खी होतो. आपली 'नाही'ची यादी खूप मोठी होते. पण वरील गोष्टीवरून बोध घेतला तर आपली 'आहे'ची यादीच खूप मोठी होईल.

दुकानातून आणलेल्या नव्या-कोऱ्या, चकचकीत, चमकदार चांदीच्या भांड्यावर एखादा छोटासा चरा पडलेला असेल, तर तो चऱ्याच सारखा दिसतो. डोळ्यांत खुपतो. पण संपूर्ण भांडे चकचकीत आहे, इकडे आपले लक्षच जात नाही.

म्हणून 'आपल्या व्यक्तिमत्त्वामध्ये चांगले काय आहे' इकडे लक्ष देणे अधिक महत्त्वाचे आहे. आपल्यामध्ये कोणत्या जमेच्या, भाग्याच्या बाजू आहेत, याचा आपण विचार केला पाहिजे.

'मी दिसतो कसा?' 'How do I look like?' या प्रश्नाचे उत्तर म्हणूनच मस्त, छान असेच आहे. आपले बाह्य व्यक्तिमत्त्व जसे आहे, तसेच आपण स्वीकारू. Accept yourself as you are. यामुळे आपल्यामध्ये एक सकारात्मक भावना तयार होते. हं! आता बघा बरं एकदा आरशात! निरखून बघा बरं का!

खरंच! मी आरशात किती तरी वेळ स्वत:कडेच बघत उभा होतो. ' ब्लॅक ॲण्ड व्हाइट' काय? मी मुद्दाम अगदी माझे दात दिसतील इतका हसलो. माझे दात एकसारखे आणि मोत्यासारखे चमकदार होते. 'कोलगेट स्माइल.' जणू काही माझे मलाच जाणवले, माझ्या सगळ्या मित्रांमध्ये माझ्या इतके सुंदर दात कोणाचेच नाहीत. मला माझे क्रिकेटचे दैवत गॅरी सोबर्स आठवले. आज केवळ अमेरिकनांच्याच नाही तर सर्व जगाच्या मनावर राज्य करणारे ओबामा आठवले. अगदी संतांचे आराध्यदैवत असलेल्या विठुरायापासून, श्रीराम-कृष्णापासून रंगाने घननीळ, काळे असलेले सर्व चिरपरिचित चेहरे आठवले. त्यांच्या प्रगतीत, त्यांच्या मोठे होण्यात त्यांचा रंग कुठेही आड आला नाही. माझ्याही प्रगतीत माझा रंग आड येणार नाही.

व्यक्ती तितक्या प्रकृती आणि व्यक्ती तितकी रूपे! काल बाजारातून येत असताना एक कारागीर प्लॅस्टर ऑफ पॅरिसचे बनवलेले शिवाजीमहाराजांचे पुतळे बनवत होता. अगदी एकसारखे पुतळे. थोडासाही फरक नाही. आपण माणसेही अशीच साचेबंद झालो, तर किती बोअरिंग होईल. आता मला नाही

कुणाची पर्वा. तुम्ही मला आता कितीही काळा म्हणा. चालेल. आता माझ्या डोक्यातले सारे टेन्शनच गेले. आता मी खूप आनंदी राहू शकतो. इतके दिवस उगीचच घुसमट करून घेतली मी स्वत:ची.

बाह्य वातावरणाचा, म्हणजेच इतरांनी आपल्याबद्दल व्यक्त केलेल्या मतांचा आपल्या मनावर खोलवर परिणाम होतो. समुद्रातल्या एखाद्या कातळावर पाण्याच्या लाटा जशा सपासप फुटत असतात, त्याप्रमाणे इतर व्यक्तींनी आपल्याबद्दल नकारात्मक मते व्यक्त केली, तर त्याचा आपल्या मनावर खोलवर परिणाम होतो. मनात काहूर माजते. बेचैनी येते. तेच-तेच विचार मनात आले, की हळूहळू ते विचारच आपल्याला खरे वाटायला लागतात. आपली मानसिकता बिघडते. आणि आपले 'मीत्व', आपले 'स्वत्व' आपण गमावतो. अनेक वेळेला न्यूनगंड तयार होतो. यासाठी आपल्या मनावर इतरांच्या विचारांच्या आदळणाऱ्या या लाटा मनावर आदळण्याआधीच थांबवा. त्या लाटांचे पृथक्करण करा. त्यातल्या ज्या लाटा तुमचे 'स्वत्व' नामोहरम, नाउमेद करणाऱ्या असतील, त्या मनापर्यंत पोहोचू देऊ नका. त्यांना परत पाठवा. मग हळूहळू तुम्हाला नामोहरम, नाउमेद करणारी मंडळीही गप्प बसतील. कदाचित त्यांचा तुमच्याकडे बघण्याचा दृष्टिकोन बदलेल. तुमच्यामधील चांगले गुण, कौशल्ये याची त्यांना प्रचिती येईल. तुम्ही जिंकाल.

∎

४

मी स्वतःचे सादरीकरण कसे करतो?
How do I present myself?

'मी कसा दिसतो' यापेक्षाही महत्त्वाचे आहे, 'मी स्वतःचे सादरीकरण कसे करतो? मी कसा राहतो? माझी राहणी कशी आहे? किंवा मी स्वतःला कसे ठेवतो?'

'एक हाथ आदमी और दस हाथ कपडा' अशी म्हण आहे. आजच्या जमान्यात ही म्हण अगदी शंभर टक्के खरी आहे. 'साधी राहणी आणि उच्च विचारसरणी' ही म्हण आता 'सुयोग्य राहणी आणि उच्च विचारसरणी' अशीच म्हणली पाहिजे. आता याचा नक्की अर्थ काय हे बघू या.

आपण आपल्या आयुष्यात अनेक भूमिका पार पाडत असतो. घरातल्या भूमिका आठवा. पुरुषांच्या बाबतीत या भूमिका पुत्र, पती, पिता, भाऊ, मामा, दीर, आजोबा, नातू, मित्र अशा स्वरूपाच्या असतात. स्त्रियांच्या बाबतीत या भूमिका आई, मुलगी, बहीण, भावजय, जाऊ, नणंद, आजी, सासू, सून, मैत्रीण अशा स्वरूपाच्या असतात.

समाजामध्येही आपण निरनिराळ्या भूमिका पार पाडत असतो. उदाहरणार्थ, जो पेशा आपण स्वीकारतो ती आपली भूमिका बनते. विद्यार्थी, शिक्षक, पोलीस, डॉक्टर, न्यायाधीश, वकील, नर्स, पोस्टमन, दुकानदार, सैनिक आणि अगदी शेजारी हीसुद्धा एक भूमिकाच आहे.

घरातल्या अथवा समाजातल्या भूमिकांचा भूमिका म्हणून विचार किंवा तयारी

न करताच आपण त्या भूमिका करत असतो. कोणतीही भूमिका यशस्वी करावयाची असेल, तर ती भूमिका समजावून घ्यावी लागते. त्या भूमिकेचा अभ्यास करावा लागतो. याचा अर्थ काय हे आता समजावून घेऊ.

समजा, एक नट एके दिवशी नाटकात राजाची भूमिका करतो आहे. राजा म्हटल्यावर तो ताठ उभा राहील. त्याच्या चेहऱ्यावर रुबाब, ऐट असेल. त्याची कांती म्हणजे रंग सतेज असेल. त्याने कपाळावर टिळा लावलेला असेल. त्याचे कपडे जरतारी असतील. तो खूप दागिने घालेल. गळ्यात मोत्यांच्या माळा, कानात कुंडले, बोटांत आंगठ्या, हातांत हिरेजडित पाचू आणि कडी, डोक्यावर टोप, भरजरी चढाव आणि कमरेला तलवार असा त्याचा वेष असेल. रुबाबात तो टाळी वाजवेल आणि 'कोण आहे रे तिकडे?' म्हणून सेवकाला हाक मारेल. तो राजाची भूमिका रुबाबदारपणे करेल. प्रेक्षक त्याचा रुबाब बघून टाळ्या वाजवतील.

दुसऱ्या दिवशी तोच नट त्याच रंगमंचावर दुसऱ्या नाटकात भिकाऱ्याची भूमिका करणार असतो. आता त्याचे कपडे, मेकअप, देहबोली सर्व काही बदलेल. तो आता प्रेक्षकांसमोर साक्षात भिकारी उभा करणार आहे. तो मळकट, दीनवाणा, दुबळा, भुकेकंगाल दिसणारा मेकअप करेल. दीनवाणा भाव चेहऱ्यावर आणेल. कमरेत वाकेल. आज त्याच्या अंगावर फुटका मणीसुद्धा नाही. त्याचे कपडे मळके, फाटके आहेत. पाय अनवाणी आहेत. त्याच्या हातात वाडगा आहे. तो दीनवाणेपणाने वाकून, हात कपाळाला लावून प्रेक्षकांकडे पाहून याचना करेल आणि 'गरिबाला दोन पैसे द्या मायबाप' असे आर्तपणे म्हणेल. त्याच्या आवाजातली आर्तता प्रेक्षकांच्या मनाला भिडेल. प्रेक्षक त्याने वठविलेली उत्कृष्ट भूमिका बघून टाळ्यांचा कडकडाट करतील.

याला म्हणायचे, भूमिका साकार करणे. 'भूमिका' हा शब्द उच्चारला की कोणकोणत्या गोष्टी तुमच्या नजरेसमोर आल्या? अगदी बरोबर आहे. पोशाख, मेकअप, दागिने, पादत्राणे, केशरचना, बोलण्याची पद्धत, देहबोली आणि सर्वांत महत्त्वाचे म्हणजे त्या भूमिकेची मानसिकता.

या पाठात आपण पोशाख, मेकअप, दागिने, पादत्राणे आणि केशरचना यांचाच प्रामुख्याने विचार करणार आहोत. विद्यार्थिदशेपासूनच आपण या सर्वांचे महत्त्व समजावून घेतले, तर आपण शंभर टक्के यशस्वी होऊ.

आत्मविश्वासपूर्ण आणि वैशिष्ट्यपूर्ण व्यक्तिमत्त्व सादरीकरणाचे सहा प्रमुख घटक

१. पोशाख.
२. केशरचना.

३. मेकअप.
४. दागिने.
५. पादत्राणे.
६. रोजच्या वापराच्या इतर वस्तू.
आता यासंबंधी अधिक माहिती करून घेऊ.

१. पोशाख

पोशाख किंवा कपडे म्हटले की मला आमचे लहानपण आठवते. शाळेचा युनिफॉर्म असो किंवा सणावारासाठी घेतलेले कपडे असोत, 'जरा मोठ्याच मापाचा' असं म्हणून खरेदी केली जायची. ते कपडे मग नवीन असतानाही चांगले बसायचे

नाहीत आणि जुने झाल्यावर तर अजिबातच बसायचे नाहीत. अनेक घरांमध्ये कपड्यांची खरेदी प्रामुख्याने 'बजेट, टिकाऊपणा आणि चार-चौघांसारखे' या निकषांवर आधारित असे. एखाद्या मुलाने किंवा मुलीने आकर्षक दिसण्यासाठी जर प्रयत्न केला, तर त्यांची 'नखरेल' म्हणून संभावना केली जात असे. अनेकदा फॅशनच्या नावाखाली आपल्याला न शोभणारे कपडेही घातले जात असत.

परदेशात मात्र पोशाखाबद्दल, कपड्यांबद्दल अत्यंत चोखंदळपणा दिसतो. परदेशात अगदी लहान बाळांपासून ते शंभर वर्षांच्या व्यक्तीपर्यंत कपड्यांचे अनेक

आकर्षक पर्याय उपलब्ध असतात. लहान मुलींसाठी गुलाबी आणि मुलांसाठी निळा असे रंगही त्यांनी ठरवून ठेवले आहेत. निरनिराळ्या प्रसंगांत घालण्यासाठी वैशिष्ट्यपूर्ण पोशाख, आभूषणे, खरे-खोटे दागिने, पादत्राणे, पर्सेस, मेकअपचे साहित्य असे सर्व तेथे मिळते. लहानपणापासूनच या सर्व गोष्टी मुलांना जागरूकतेने शिकवल्या जातात. त्यामध्ये फॅशन, नखरेलपणा यांचा काहीही संबंध नाही. आपण स्मार्ट, आकर्षक, तरतरीत, स्पर्धात्मक दिसणे हे महत्त्वाचे मानले जाते. आता आपल्याकडेही हे सर्व साहित्य मिळते. त्याचा आपण वापर करतो का?

परदेशातूनच ऑफिसवेअर, फॉर्मलवेअर, कॅज्युअलवेअर, जेन्टसवेअर, लेडीजवेअर, चिल्ड्रेन्सवेअर, नाइटवेअर असे कपड्यांचे निरनिराळे प्रकार मोठ्या प्रमाणावर आपल्याकडे आले.

आपला पोशाख कसा निवडायचा?

पोशाखाची निवड करत असताना पुढील गोष्टींचा विचार महत्त्वाचा आहे.

१. प्रसंग,
२. वेळ,
३. आपली भूमिका,
४. आपले वय आणि शरीराची ठेवण,
५. आपले संस्कार, संस्कृती आणि रुची,
६. समाजातील आपला दर्जा अथवा स्थान,
७. ड्रेसकोड आहे का?
८. रंगसंगती, डिझाइन, फॅशन.

आपण कोणत्या प्रसंगासाठी पोशाख निवडतो आहोत, याचा विचार करणे अतिशय महत्त्वाचे आहे. आपण शाळेत/कॉलेजात शिकायला जातो आहोत, ट्रीपला जातो आहोत, बक्षीससमारंभाला जातो आहोत, वाढदिवसाला, हळदी-कुंकू, लग्न अशा समारंभांना जातो आहोत, हॉस्पिटलमध्ये आजारी व्यक्तीला भेटायला जातो आहोत, श्रद्धांजली कार्यक्रमाला जातो आहोत, अशा वेगवेगळ्या प्रसंगांचा विचार करणे महत्त्वाचे आहे. कारण प्रत्येक प्रसंगाचा एक 'स्वतंत्र' मूड असतो. त्या संपूर्ण प्रसंगाची एक मानसिकता असते. त्या मूडला साजेसा, शोभेल असा पोशाख करणे औचित्यपूर्ण दिसते. उदाहरणार्थ, हॉस्पिटलमध्ये आजारी व्यक्तीला भेटायला जात असताना किंवा श्रद्धांजली कार्यक्रमाला जात असताना साधे, कोणतीही जर किंवा चकमक नसलेले, फिक्या रंगाचे कपडे चांगले दिसतील. परंतु, हळदी-कुंकू, लग्न समारंभ अशा प्रसंगांत जरीचे, थोडी चमक-दमक असलेले, गडद रंगाचे कपडे

शोभून दिसतील. शाळेत-कॉलेजात जर युनिफॉर्म असेल तर तो स्वच्छ, इस्त्री केलेला असावा. आजकाल वाढदिवसापासून निरनिराळ्या कार्यक्रमांसाठी ड्रेसकोड असतो. त्याबद्दल कार्यक्रमाचे संयोजक पूर्वसूचना देतात. त्याप्रमाणे आपण पोशाख करणे आवश्यक असते.

प्रसंगाचा विचार करत असताना कपड्यांच्या फिटिंगचाही विचार जरूर करावा. त्या संदर्भातली एक आठवण येथे मुद्दाम द्यावीशी वाटते.

एका कंपनीत मी इंटरव्ह्यू घेत होते. एका मुलीचे नाव पुकारले गेले. छान होती; पण चालताना मात्र अगदी पावलासमोर पाऊल ठेवून, दुडक्या चालीने चालत होती. मी किंचित हसून तिच्याकडे पाहिले. तिला बसायला सांगितले, बसतानाही ती खुर्चीच्या कडेवर बसली म्हणण्यापेक्षा टेकलीच. तिला अजिबात कम्फर्टेबल वाटत नव्हते, हे मला समजले. कारण तिने अतिशय टाइट, गुडघ्याच्या वर चार बोटे उंचीचा स्कर्ट घातलेला होता. कपड्यांच्या फिटिंगमुळे इम्प्रेशन चांगले होण्याऐवजी थोडे बिघडलेच.

ऑफिशियल किंवा फॉर्मलवेअरमध्ये टाइट फिटिंग्ज, लो कट्स, हाय कट्स बसत नाहीत. तसेच ते अभिरुचीला धरूनही नाहीत.

पिकनिकला, मौजमजा करायला जाताना फॅशनेबल, टाइट फिटिंग्ज, लो कट्स, हाय कट्स, भडक रंग, डिझाइन्स एकवेळ चालतील; पण त्यामध्येही अभिरुची हवी.

वेळेचा विचारही पोशाखाची विशेषत: रंगसंगतीची निवड करताना करावा लागतो. विशेषत: सकाळी आणि दुपारी थोडे फिके रंग किंवा ज्याला 'पेस्टल कलर्स' म्हणतात, असे रंग उठून दिसतात. संध्याकाळी गडद रंग खुलून दिसतात. पण येथेही 'प्रसंग कोणता' याचा विचार महत्त्वाचा आहे.

प्रसंग आणि वेळेप्रमाणेच प्रत्येक रंगाचाही विचार स्वतंत्रपणे करावा लागतो. रंगांचंही एक स्वतंत्र शास्त्र आहे. प्रत्येक रंगाची एक स्वतंत्र मानसिकता आहे. रंगांना त्यांचे स्वत:चे व्यक्तिमत्त्व (Personality) आहे. प्रत्येक रंग आपल्याशी बोलत असतो. तो इतरांशी आपल्या व्यक्तिमत्त्वाबद्दल बोलत असतो. उदाहरणार्थ, ऑरेंज किंवा नारिंगी रंग, पिवळा, गुलाबी, फिका निळा किंवा आकाशी रंग हे 'आनंदी' रंग समजले जातात. गुलाबी रंग प्रेमाचे प्रतीक आहे. लाल रंग धोक्याचे प्रतीक मानला जातो; पण अव्यक्त प्रेम व्यक्त करायला गुलाबाचे फूल मात्र लालच लागते. हिरवा रंग भरभराटीचे प्रतीक आहे. निळा, हिरवा, गुलाबी हे रंग मानसिक प्रसन्नता दर्शवितात तर भगवा रंग समपर्ण, त्याग, क्रान्तीची भावना जागृत करतात. पांढरा रंग शांत आणि न्यूट्रल आहे. परदेशात काळा रंग दु:ख दर्शवितो; पण आपल्याकडे काळा रंग शुभ मानतात. नव्या नवरीला संक्रांतीची साडी काळीच घ्यायची आपल्याकडे

प्रथा आहे आणि वकिलांचा कोट काळाच हवा. रंगांची आपली अशी स्वतंत्र दुनिया आहे. रंगांची माहिती आपण जरूर करून घ्यावी.

काही रंग आपल्या त्वचेच्या रंगाला खुलून दिसतात. अशा रंगछटांची निवड आवर्जून करावी. उंच व्यक्तींना गडद रंग शोभून दिसतात तर बुटक्या व्यक्ती गडद रंगांत अधिकच बुटक्या दिसतात. त्यामुळे पोशाखाची निवड करत असताना रंगांची निवड चोखंदळपणाने करावी. एखादा रंग आपल्याला खुलून दिसतो. शक्यतो त्याच रंगछटेचे कपडे घालावेत. जेव्हा नवीन कपडे घ्यायचे आहेत, तेव्हा आपल्याला खुलून दिसणाऱ्या रंगांचे कपडे घेतलेत, तर तुमच्याकडे कपड्यांचे छान कलेक्शन होईल.

परदेशात वयाचा आणि रंगांचा किंवा वयानुरूप रंग असा विशेष विचार केला जात नाही. आता आपल्याकडेही वयपरत्वे रंग असा विचार होत नाही.

पोशाखाचा आणि आपल्यावरील संस्कारांचा, आपल्या अभिरुचीचा, आपल्या अभिनिवेशाचा घनिष्ठ संबंध आहे. राजस आणि तामस व्यक्तिमत्त्व पोशाखावरूनच समजते. पोशाखाची निवड करत असताना समाजातील आपले स्थान किंवा स्टेटस तसेच त्या प्रसंगातली आपली भूमिका याचाही जरूर विचार करावा.

हल्ली आपल्याकडे 'ड्रेसकोड' ही संकल्पना आलेली आहे. विशेषत: कोणत्याही पार्टीला जाताना ड्रेसकोडबद्दल चौकशी करावी आणि त्याप्रमाणे साजेसा पोशाख करावा.

एकदा मी एक प्रशिक्षण कार्यक्रम घेत होते. मी प्रशिक्षणाचे पहिले सत्र सुरू केले. पुढच्याच खुर्चीत बसलेले एक गृहस्थ शर्टाचे मधले बटन असते, तेथे शर्ट चिमटीत धरून खूप वेळ बसले होते. माझे सतत तिकडे लक्ष जात होते. मी शेवटी त्यांना "बरं नाही का? छातीत दुखते आहे का?" असे विचारले. त्यांनीही हळू आवाजात "बटण तुटले आहे," म्हणून सांगितले. पर्समधून सेफ्टी पिन काढून त्यांना दिली. मनात विचार आला, शर्ट घालतानाच सैल झालेले बटण लक्षात आले नसेल का?

म्हणूनच, दुसऱ्या दिवशी आपण काय करणार आहोत, कोठे जाणार आहोत याचा विचार आदल्या दिवशी रात्रीच करावा. कपड्यांची निवड प्रसंगाला साजेशी करावी. कपडे मळलेले, सुरकुतलेले, उसवलेले नाहीत, याची खात्री करावी. कपड्यांची बटणे, चेन तुटलेले नाही, याची खात्री करावी. आपले कपडे, बूट-मोजे, रुमाल अशा सर्व गोष्टी व्यवस्थित तयार करून ठेवाव्यात. म्हणजे ऐन वेळी होणारी फजिती टळेल.

२. केशरचना

आपले व्यक्तिमत्त्व खुलविण्यामध्ये आपल्या केशरचनेचा महत्त्वाचा सहभाग असतो. खरं म्हटलं, तर केशरचना हा सौंदर्यशास्त्राचा स्वतंत्र आणि विस्तृत चर्चा करता येण्याजोगा विषय आहे. तसेच या पुस्तकाचा तो प्रमुख विषय नाही. परंतु, व्यक्तिमत्त्व खुलविण्यामध्ये केशरचनेकडे जागरूकतेने, व्यावसायिक दृष्टीने (Professionally) बघणे कसे आवश्यक आहे, इतकाच विचार आपण येथे करणार आहोत. या संदर्भातल्या काही आठवणी येथे मुद्दाम द्याव्याशा वाटतात. त्यामुळे यशस्वी व्यक्तिमत्त्वामध्ये केशरचनेचे किती महत्त्व आहे, ते आपल्या लक्षात येईल.

एका ऑफिसमध्ये मी मध्यंतरी काही कामासाठी जात होते. तेथे एक महिला 'शिपाई' म्हणून काम करत होत्या. त्यांचे केस जाड आणि गुडघ्याखाली पोहोचणारे होते. त्या नेहमी आपल्या केसांची एक वेणी घालायच्या. त्या दिवशी त्यांच्या साहेबांनी त्यांना एक फाइल मागितली. त्यांनी ती फाईल आणली आणि साहेबांच्या समोर टेबलावर ठेवताना मानेला असा काही झटका दिला, की त्यांची वेणी साहेबांच्या गळ्यात पडली. साहेब दचकले, संकोचले. त्यांनी शांतपणे ती वेणी हाताने बाजूला काढून टाकली. त्या बाईही संकोचल्या. त्यांनी साहेबांची माफी मागितली. पण काही दिवस संपूर्ण ऑफिसमध्ये हा चर्चेचा आणि चेष्टेचा विषय झाला.

एकदा आमच्या एका जिवलग मित्राचा मुलगा भल्या सकाळी आमच्याकडे आला. दारावरची बेल वाजली म्हणून मी दार उघडले आणि त्याला बघून धस्स झाले. "काय रे, काय झाले?" म्हणून मी घाबरतच विचारले.

"काही नाही. मी आईचा निरोप द्यायला आलो होतो." तो हसून म्हणाला.

"मग डोक्याचा तुळतुळीत गोटा का केला आहेस?" मी ओरडूनच त्याला विचारले.

"अगं, जस्ट फॅशन!" तो झटकन म्हणाला.

"कसली रे जीवघेणी फॅशन तुमची." म्हणून मी मात्र कपाळावर हात मारून घेतला.

तसेच, एका ऑफिसमध्ये एक टायपिस्ट होती. तिचा साधना-कट होता. म्हणजे डोक्यावरचे पुढचे केस भिवया झाकतील, इतके पुढे घेऊन कापलेले होते आणि कपाळभर पसरलेले होते. ती टायपिंग करायला लागली, की डोळ्यांसमोर केस. याला काय 'फॅशन' म्हणायची? टायपिंगचा स्पीड त्यामुळे कमी, टायपिंगमध्ये अनेक चुका आणि काही दिवसांनी डोळ्यांना चष्मा लागला. मनात विचार आला, Fashion at what cost?

मुंबईतल्या एका प्रसिद्ध शाळेचे मुख्याध्यापक खिशात कात्री घेऊनच शाळेत फिरायचे. कडक शिस्तीसाठी ते प्रसिद्ध होते. मुलांनी देव आनंदसारखी झुलपे वाढवलेली दिसली की ते त्या मुलाला पकडायचे आणि त्याची झुलपे कापून टाकायचे. "सिनेमात काम करायला येता का शिकायला येता रे?" हा त्यांचा फेमस डायलॉग होता. 'केस कापूनच मुलाला शाळेत पाठवा.' अशी चिठ्ठीही त्या दिवशी त्या मुलाच्या घरी जायची.

आमचा एक सहकारी मित्र आहे. वयपरत्वे त्याचे केस बरेच गळाले होते. त्याने विग वापरायला सुरुवात केली. पण ट्रेनिंग प्रोग्रॅममध्ये शिकवत असताना त्याचे लक्ष सतत त्याच्या विगकडे असायचे. सतत तो विगला हात लावून विग बरोबर आहे ना ते बघायचा. विग पडत नाही ना, याचे त्याला टेन्शन असे. मुलेही त्याची चेष्टा करत. शेवटी त्याला आम्ही सांगितले, की तू विग वापरतोस – ते मुलांनाही ठाऊक झाले आहे. खूप छान शिकवणारा म्हणून तू मुलांना आवडतोस, तेव्हा आता तू विग घातलास काय अथवा न घातलास काय दोन्ही सारखेच आहे. विग घालायचे बंद करून टाक. आमच्या मित्राने एके दिवशी धीर करून विग काढला आणि विग न घालताच वर्गात आला. मुले त्याच्याकडे एकटक बघत राहिली. नंतर त्यांनी जोरात टाळ्या वाजवल्या आणि गप्प बसली. त्यानंतर त्याचा विषय असा मस्त रंगला. खरंच, विगची काही आवश्यकता होती का?

या आणि अशा अनेक उदाहरणांवरून आपली केशरचना प्रसंगाला साजेशी, सुटसुटीत आणि आकर्षक असावी, हे तुमच्या ध्यानात आले असेलच. आता तुमच्या चेहऱ्याला साजेल अशी केशरचना करा. विशेषत: तरुण मुले-मुली सिनेमांतल्या हिरो-हिरॉइन्सच्या केशरचना 'फॅशन' म्हणून करत असतात. या केशरचना आपल्या चेहऱ्याला, शरीराच्या ठेवणीला शोभेशा आहेत किंवा नाहीत, याचाही विचार केला जात नाही. आपल्याला आपले व्यक्तिमत्त्व विशेष प्रकारे विकसित करायचे असेल तर आपल्या केशरचनेमध्ये सुद्धा सातत्य असले पाहिजे. केशरचना हीसुद्धा आपली ओळख असते.

३. मेकअप

खरं म्हटलं तर पुरातन काळापासून भारतीय सौंदर्यशास्त्रात विविध प्रकारच्या मेकअप्सची माहिती दिलेली आहे. पण खऱ्या अर्थाने मेकअपला जनमान्यता मिळून मेकअपचा सर्रास वापर मात्र अलीकडील काळातच सुरू झाला. मेकअप म्हटलं की सिनेमांची, नाटकांची आठवण होते. हवाईसुंदरी नजरेसमोर येते. एखाद्या मोठ्या कंपनीतील रिसेप्शनिस्ट आठवते. मग मनात विचार येतो, की रोजच्या जीवनात आपल्याला अशा मेकअपची गरज आहे का?

मेकअप म्हणजे फक्त चेहऱ्याची रंगरंगोटी नाही; पण आपण स्वच्छ, नीटनेटके, प्रसन्न, आकर्षक दिसण्यासाठी करावयाच्या सर्व गोष्टींचा यामध्ये समावेश होतो.

तुम्ही पुढील गोष्टींचा काळजीपूर्वक विचार करता का?

१. रोज सकाळी आणि रात्री दात घासणे. आवश्यकतेप्रमाणे सहा महिन्यांतून

एकदा डेंटिस्टकडून दातांची तपासणी करून घेणे. आपण बोलत असताना आपल्या तोंडाचा वास येणार नाही, याची काळजी घेणे.

२. धुळीने, घामाने आपल्या केसांचाही वास येतो. कमीतकमी आठवड्यातून एकदा डोक्याला तेलाचे मालिश करून केस स्वच्छ धुवावेत. केस तेलाशिवाय कोरडे किंवा अती तेलाने चपचपीत ठेवू नयेत. आवश्यकतेप्रमाणे तेल लावून केस नेहमी विंचरलेले असावेत. सकाळी उठल्याबरोबर केसांवरून कंगवा फिरवावा.

३. हाताची तसेच पायांची नखे नीट कापलेली असावीत. नखात कधीही घाण, मळ साचू देऊ नये. ते सौंदर्याबरोबरच आरोग्यालाही घातक आहे.

४. मुलींनी नखाला जर नेलपेंट लावलेले असेल, तर नखांची काळजी घ्यावी. नेलपेंट जर खराब झाले तर ॲसिटोनने नखे स्वच्छ करून परत नेलपेंट लावावे. अर्धवट नेलपेंट उडालेली नखे विद्रूप दिसतात. नेलपेंट नेहमी चांगल्या कंपनीचेच म्हणजे 'ब्रॅण्डेड' असावे. स्वस्त नेलपेंटने कालांतराने नखे खराब होतात.

५. ओठ कोरडे पडत असल्यास ओठांना लिपगार्ड किंवा व्हॅसलीन लावावे. रात्री झोपताना तुपाने ओठांना हलक्या हाताने मालिश करावे. हे केवळ मुलींनीच नाही तर मुलांनीही करावे. कोरडे, भेगा पडलेले ओठ खराब दिसतात.

६. आठवड्यातून दोनदा अंघोळीआधी एक तास सर्व अंगाला तिळाच्या तेलाने किंवा शुद्ध खोबरेल तेलाने मालिश करावे. त्यामुळे त्वचा चमकदार आणि निरोगी रहाते.

७. अंघोळ झाल्यावर हातांना कोणत्याही चांगल्या कंपनीचे मॉइश्चरायझर लावावे. त्यामुळे त्वचा कोरडी दिसणार नाही. हे केवळ मुलींनीच नाहीतर मुलांनीही करावे. मुला-मुलींसाठी वेगळी सौंदर्यप्रसाधने आता बाजारात उपलब्ध आहेत.

८. जर चेहरा कोरडा दिसत असेल, तर मुलींनी तसेच मुलांनी चेहऱ्याला लावण्याची निरनिराळी क्रीम्स बाजारात उपलब्ध आहेत. त्याचा वापर करावा. पण जर चेहऱ्याची त्वचा तेलकट असेल तर मुलांनीसुद्धा पावडरचा हलकासा हात चेहऱ्यावर फिरवावा. मुलींनी चेहऱ्याच्या त्वचेला साजेल असा मेकअप करावा.

९. काखेत केस वाढले असतील, तर ते काळजीपूर्वक काढावेत. कारण या केसांतला घाम टिपला जात नाही. कपड्यांना त्याचा घाणेरडा वास येतो. तो इतरांना सहन होत नाही. तसेच कपड्यांना पिवळट डाग पडतात. अशा घामटपणाचा आपल्या व्यक्तिमत्त्वावर नकारात्मक परिणाम होतो. लोक आपल्याला टाळायला लागतात.

१०. स्वच्छ आणि प्रसन्न वाटण्यासाठी मंद सुगंध येणारा एखादा परफ्युम वापरावा.

त्यामुळे मेकअप म्हणजे चेहऱ्याची रंगरंगोटी इतकाच मर्यादित अर्थ घेऊ नये.

४. दागिने

दागिन्यांची आवड सर्वांनाच असते. दागिने घालावेत; पण दागिन्यांचा वापर आपले सौंदर्य खुलविण्यासाठी आहे याची नेहमी आठवण ठेवावी. आजकाल खऱ्या दागिन्यांप्रमाणेच कॉस्च्युम ज्वेलरी लोकप्रिय झालेली आहे. निरनिराळ्या प्रसंगांत, निरनिराळ्या पोशाखांवर घालण्यासाठी ही ज्वेलरी मिळते. या सर्वांचा सुंदर उपयोग करून आपली आकर्षकता वाढविता येईल. परंतु, दागिन्यांचा वापर किती आणि कसा करायचा, त्यामध्ये व्यावसायिकता कशी आणायची, यासाठी काही उद्‌बोधक उदाहरणे येथे दिलेली आहेत.

एका शाळेत एक शिक्षिका दोन्ही हातांत कोपरापर्यंत काचेच्या बांगड्या घालून येत असत. फळ्यावर लिहित असताना, शिकवत असताना बांगड्यांचा खुळखुळ आवाज येई. वर्गातली मुले शिकण्यापेक्षा त्या आवाजाकडे जास्त लक्ष देत तसेच 'नक्की बांगड्या किती', ते मोजण्याचा प्रयत्न करत. यामध्ये शिक्षिकेची व्यावसायिकता दिसून येते का? मुलांचे लक्ष अभ्यासावरून उडण्याबरोबरच शिक्षिकेच्या व्यावसायिकतेवरही त्याचा परिणाम झाला.

एका कंपनीत एक मोठे अधिकारी होते. ते नेहमी गळ्यात दोन-तीन सोन्याच्या साखळ्या, बोटांमध्ये मोठाले खडे बसविलेल्या अंगठ्या आणि कानांत मोती घालून येत. सर्वांनी त्यांच्या या कलेक्शनचे कौतुक करावे, असे त्यांना वाटे. अशी माणसे ते आपली जवळची माणसे आहेत, असे समजत. असे दागिने घालणे आणि इतरांकडून त्याचे कौतुक करून घेणे ही व्यावसायिकता आहे, असे वाटते कां?

त्यामुळे दागिने घालण्याबद्दल कोणाचाच आक्षेप नसतो. परंतु, कोणत्या प्रसंगी कोणते दागिने वापरायचे, याबद्दलही विचार करणे आवश्यक असते.

५. पादत्राणे

आपल्या समाजात सर्वांच्या रोजच्या वापराची; पण सर्वांत दुर्लक्षित किंवा उपेक्षित वस्तू म्हणजे आपली पादत्राणे. सरकवले पाय चपलेत की चालले बाहेर, अशी सर्वसामान्य व्यक्तींची मानसिकता असते. पण पादत्राणांची ओळख जेव्हा 'फूटवेअर' म्हणून व्हायला लागली आणि पादत्राणांच्या रंगी-बेरंगी जाहिराती जेव्हा टीव्ही, मासिके, वर्तमानपत्रांतून येऊ लागल्या, तेव्हा सर्वसामान्यांचे लक्ष आपल्या पादत्राणांकडे जाऊ लागले. आता तर फॅशन इंडस्ट्रीमध्ये डिझायनर फूटवेअरपासून सर्वसामान्यांना परवडतील अशी पादत्राणे बनविली जातात. अनेकदा इतर कोणत्याही गोष्टींपेक्षा पादत्राणांवरून

व्यक्तीची परीक्षा केली जाते. बघा बरं एकदा आपल्या पादत्राणांकडे!

पादत्राणांचा काय आणि कोणता विचार करावयाचा?

१. पादत्राणे ही फॅशनची वस्तू नसून आपल्या पायांना सुरक्षा आणि आराम (Comfort) देण्याचे काम करतात.
२. पादत्राणे अतिशय घट्ट किंवा सैल नसावीत. त्यामुळे पायांना इजा होईल.
३. पादत्राणांचा वापर करताना जर पादत्राणे एका बाजूने जास्त झिजत आहेत असे दिसले तर तुमचा पाय एका बाजूने तिरका पडतो आहे किंवा एका बाजूने पाय घासला जातो आहे, हे लक्षात घ्यावे. त्यामुळे पुढे वय वाढल्यावर पायांना त्रास होण्याचा संभव असतो हे लक्षात घेऊन योग्य पादत्राणांची निवड करावी. नाही तर काही काळानंतर तुमचे पाय, गुडघे, टाचा दुखायला लागतील. वेळीच आपली चाल बदला. आपली पादत्राणे बदला.
४. उंच टाचांचे तसेच टोकदार हिल्सचे बूट, चपला, सँडल्स घालण्याची फॅशन विशेषत: मुली आणि स्त्रियांमध्ये आढळून येते. अनेकदा ऑफिसेसमध्ये तसेच इतरत्रही अत्यंत गुळगुळीत फरशा/टाइल्स बसविलेल्या असतात. अशा ठिकाणी पाय सटकून, घसरून पडण्याची शक्यता असते. त्याची काळजी घ्यावी.
५. घरातून बाहेर पडत असताना पादत्राणे स्वच्छ आहेत, याची खात्री करावी. घरातून बाहेर पडण्याआधी पादत्राणे पुसावीत. पॉलिश करावे.
६. पादत्राणे तुटलेली किंवा तुटायला आलेली नाहीत ना, याची खात्री करावी. नाही तर ऐन वेळी फजिती होते.
७. आवश्यकतेप्रमाणे पादत्राणांचा एक जादा (Extra/Additional) जोड घरी ठेवावा.
८. ट्रिपला जाताना तसेच महत्त्वाच्या प्रसंगी जाताना नवीन पादत्राणे घालून जाऊ नये. पायाला पादत्राणे लागली, बूट चावले तर पंचाईत होते.
९. मुलांनी तसेच मुलींनी शक्यतो शूज वापरावेत. ते अधिक चांगले दिसते.
१०. पायांत सतत बूट किंवा शूज असतील तर पायांच्या घामाचा कुबट वास बुटांना येतो आणि तो सर्वत्र पसरतो. अशा वेळी आपल्याशेजारी दोन मिनिटेही बसणे इतरांना शक्य होत नाही. रात्री बुटांमध्ये डांबराची एक-एक गोळी घालून ठेवावी त्यामुळे घाण वास येणार नाही.
११. पायांत नेहमी मोजे किंवा सॉक्स वापरण्याची सवय ठेवावी. त्यामुळे पाय अधिक सुरक्षित व स्वच्छ राहतात.

१२. शक्यतो बुटांचा आणि मोज्यांचा रंग एकच असावा.
१३. मोजे रोज धुतलेले असावेत. बुटांप्रमाणेच मोज्यांनाही घामाचा वास येतो. लोक आपल्याला टाळतात.
१४. मोजे फाटलेले नाहीत ना, याची खात्री करून घ्यावी. बूट घातल्यावर फाटलेले दिसणार नाही असे वाटते; पण ऐन वेळी जर बूट काढण्याचा प्रसंग आला तर लाज वाटेल.

६. रोजच्या वापराच्या इतर वस्तू

दैनंदिन जीवनात आपल्याला काही वस्तू सतत वापराव्या लागतात. या वस्तू आपण कशा वापरतो, त्या वस्तूंचा दर्जा कसा आहे यावरूनही आपल्या व्यक्तिमत्त्वाची ओळख इतरांना होत असते. मोठे झाल्यावर तर या वस्तू म्हणजे आपले 'स्टाइल स्टेटमेंट' होते. अनेकदा इतर व्यक्ती आपले अनुकरण करू लागतात. पण कोणत्याही वेळी जर आपण या वस्तू बरोबर घ्यायला विसरलो, तर मात्र आपली खूपच पंचाईत होते.

१. पेन

आपण बाहेर जात असताना पेन बरोबर घेतले आहे, याची खात्री करावी. पेन चालू स्थितीत (Working Condition) आहे, याचीही खात्री करून घ्यावी. शाईचे पेन असल्यास पेनमध्ये शाई आहे, हे बघावे. शाई गळत नाही याची खात्री करावी. नाही तर नेमका शर्टाला डाग पडतो. बॉलपेन असल्यास पुरेसे रिफिल आहे, हे बघावे.

हे टाळता येते

एकदा रेल्वे रिझर्व्हेशनसाठी मी बराच वेळ रांगेत उभी होते. तिकिटाच्या खिडकीजवळ नंबर येऊ लागला, तसा माझ्यासमोर उभ्या असलेल्या व्यक्तीने "जरा पेन देता का?" म्हणून समोरच्या व्यक्तीकडे पेनची मागणी केली. "इतका वेळ झोपला होतात का? इथे पेन लागते एवढेही समजत नाही का?" असे त्याने त्या माणसाला सुनावल्यावर दोघांचीही चांगलीच जुंपली. ज्या कामासाठी जायचे आहे, तेथे पेन लागणार आहे, हे आधीच लक्षात घेऊन जर त्या व्यक्तीने आपले पेन बरोबर घेतले असते, तर हा प्रसंग टळला असता. आपली व्यक्तिमत्त्वसंपन्नता अशा लहान गोष्टींवरही अवलंबून असते.

एकदा इंटरव्ह्यूसाठी एक मुलगी आली होती. इंटरव्ह्यू झाल्यावर तिच्यापुढे रजिस्टर ठेवले आणि सही करायला सांगितले. तिने आपल्या पर्समध्ये काहीतरी शोधले. ती 'पेन शोधते आहे' हे माझ्या लक्षात आले. तेवढ्यात तिने माझ्याकडे

"जरा पेन देता का?" म्हणून पेनची विचारणा केली. मी तिला पेन दिले. सही करून मला पेन परत करताना "थँक्यू हं!" म्हणून खजीलपणे बघितले. इंटरव्ह्यूला जायचे आहे कदाचित पेन लागेल म्हणून जर तिने काळजीपूर्वक पेन बरोबर घेतले असते, तर हा प्रसंग टळला असता.

"आधी पेनचा नीट वापर करायला शिका." ते अधिकारी आपल्या सेक्रेटरीवर जोरात ओरडले. 'काय झाले' म्हणून सर्वांच्या नजरा तिकडे वळल्या. त्या सेक्रेटरीने आपले शाईचे पेन जोरदार झटकले होते आणि सुंदर गालिच्यावर शाईचे कितीतरी ठिपके उमटले होते, कधीही न पुसता येण्यासाठी. जर सेक्रेटरीने काळजीपूर्वक पेन वापरले असते, तर हा प्रसंग टळला असता.

रोज बाहेर जाताना आपले पेन बरोबर असणे आणि ते योग्य रीतीने वापरणे आवश्यक आहे.

२. रुमाल

दैनंदिन वापरातली रुमाल ही गरजेची वस्तू झालेली आहे. घरातून बाहेर निघताना आपण रुमाल घेतला आहे ना, याची खात्री करावी.

१. रुमाल स्वच्छ धुतलेला असावा.
२. रुमालाची व्यवस्थित घडी केलेली असावी.
३. आपला रुमाल इतरांना वापरण्यासाठी देऊ नये. इतरांचा रुमाल आपण वापरू नये. ते संसर्गजन्य आहे.
४. घाम टिपण्यासाठी रुमालाचाच वापर करावा.
५. खोकला आला, तर रुमाल तोंडासमोर धरावा. शिंक आली तर रुमाल नाकासमोर धरावा.

३. घड्याळ

सगळे जग घड्याळावर चालते. सतत 'किती वाजले' हे आपणही बघत असतो आणि इतरांनाही सांगत असतो. वेळ पाळली तर जग जिंकले असा सल्ला मोठे लोक आपल्याला देत असतात. पण काहीही असले, तरी घरातून बाहेर पडताना मनगटावर घड्याळ घालायला मात्र कधीही विसरायचे नाही.

१. घड्याळ बंद पडलेले नाही ना, याची खात्री करा.
२. चावीचे म्हणजे किल्ली देऊन चालू करायचे घड्याळ असेल तर घड्याळाला चावी / किल्ली द्यायला विसरू नका.
३. मनगटावर घड्याळ घट्ट बसले आहे, याची खात्री करून घ्या.
४. घड्याळ बरोबर वेळ दर्शवीत आहे, याची खात्री करून घ्या.

५. घरी आल्यानंतर घड्याळ ठरावीक ठिकाणी ठेवा म्हणजे ऐन वेळी शोधत बसावे लागणार नाही.
६. घड्याळाच्या डायलवर निरनिराळी चित्रे, चिन्हे, आकडे असतील, तर वेळ समजायला अवघड जाते म्हणून घड्याळ साधे, समजायला सोपे असावे.
७. घड्याळ सारखे काढ-घाल करणे, घड्याळाचा बेल्ट सारखा काढ-घाल करणे, असे घड्याळाशी सारखे खेळू नये. ते अस्वस्थ मानसिकतेचे लक्षण आहे.

घड्याळामुळे झालेले काही गमतीदार प्रसंग येथे आपण बघू. एकदा एक जण रेल्वेतून प्रवास करत होता. बहुतेक काही महत्त्वाच्या कामासाठी गडबडीने निघाला होता. त्याच्याकडे घड्याळ नव्हते. तो शेजारच्या माणसाला सारखं 'किती वाजले' म्हणून विचारत होता. दर वेळी तो माणूस त्याला 'वाजून दहा मिनिटे झाली, वाजून पंचवीस मिनिटे झाली, वाजून पस्तीस मिनिटे झाली,' असे सांगत होता. शेवटी चिडून त्याने विचारले, 'अरे, किती वाजून इतकी मिनिटे झाली ते सांगा ना?' त्या दुसऱ्या गृहस्थाने शांतपणे सांगितले, "मला काय माहिती? माझ्या घड्याळातला तास काटा पडलेला आहे."

एका गावचे पाटील होते. त्यांनी नवे-कोरे झगझगीत घड्याळ मनगटावर बांधलेले होते. घड्याळात रोमन आकडे, मिनिटांच्या रेघा, लंडन, न्यूयॉर्क, रोम, पॅरिसच्या वेळा, तास, मिनिटे आणि सेकंदाचे काटे होते. पाटलांचे लक्ष सारखे घड्याळाकडे होते. एका माणसाने गमतीने त्यांना विचारले," काय पाटील, किती वाजले?" पाटील म्हणाले, "अरं, तूच बघ आणि मलाबी सांग. निस्ता घोळ हाय घड्याळात. कायबी समजत न्हाय बघ."

तुमच्याही लक्षात आले ना? घड्याळ शोभेची वस्तू नाही. ती एक गरजेची वस्तू आहे. त्यामुळे घड्याळ खरेदी करताना या गोष्टी लक्षात ठेवाव्यात.

४. पैशांचे पाकीट

घराबाहेर पडले की कोणत्या ना कोणत्या कारणासाठी पैसे लागतातच. म्हणून पैशांचे पाकीट घेतले का, याची खात्री करावी. रिक्षासाठी, बससाठी सुटे पैसे लागतात. त्यामुळे काही रक्कम सुटी किंवा ज्याला आपण 'चिल्लर' असे म्हणतो, अशा स्वरूपात असावी. किती रक्कम बरोबर ठेवायची, हे मात्र प्रत्येकाने आपल्या आवश्यकतेप्रमाणे ठरवावे.

एकदा बसमध्ये कंडक्टरचे एका प्रवाशाबरोबर भांडण चालले होते. प्रवाशाने पाच रुपयांच्या तिकिटासाठी शंभराची नोट काढली होती. प्रवाशाने तिकीट पाच रुपयांचे आहे म्हटल्यावर सुटे पैसे आणायला हवे होते, हे कंडक्टरचे म्हणणे योग्यच होते. कंडक्टरने सुटे पैसे द्यायलाच पाहिजेत हे प्रवाशाचे म्हणणेही

तात्त्विकरीत्या बरोबर होते. प्रश्न इतकाच होता, की इतक्या प्रवाशांसमोर आपण हुज्जत घालत बसायचे का? आपले व्यक्तिमत्त्व जर प्रभावी आणि शिस्तप्रिय ठेवायचे असेल तर असे प्रसंग टाळता येणे शक्य आहे.

५. छोटी डायरी

घराबाहेर पडत असताना एक छोटी डायरी किंवा ज्याला आपण 'स्क्रिबलिंग पॅड' म्हणतो, ते बरोबर ठेवणे महत्त्वाचे आहे. कधीतरी काही महत्त्वाच्या नोंदी करण्यासाठी, टेलिफोन नंबर लिहिण्यासाठी अशी डायरी महत्त्वाची ठरते. मोठेपणी ही सवय फार उपयोगाची ठरते.

६. डायरी

दिनदर्शिका हा शब्द वापरण्याऐवजी आपण प्रचलित 'डायरी' हाच शब्द वापरू. लहानपणापासूनच डायरी वापरण्याची सवय आपल्याला लागणे महत्त्वाचे आहे. आपण दिवसभरात करावयाच्या महत्त्वाच्या कामांची नोंद तसेच कोणत्या वेळी ही कामे करावयाची आहेत, याचा तपशील डायरीत लिहून ठेवावा. आपल्याला सुचलेले विचारही डायरीत लिहून ठेवावेत.

७. मोबाइल

मोबाइल ही आता सर्वांची गरज झालेली आहे. विशेषत: मोठ्या शहरांमध्ये तर ही गरज तीव्र झालेली आहे. ज्यांना घरापासून दीर्घ काळ बाहेर राहावे लागते, त्यांना तर मोबाइल ही अत्यंत महत्त्वाची वस्तू झालेली आहे.

वरील सर्व विवेचनावरून तुमच्या लक्षात येईल, की जर आपल्याला या स्पर्धात्मक जगात यश मिळवायचे असेल, तर त्यासाठी किती कसोशीने प्रयत्न करावे लागतात. आपल्या व्यक्तिमत्त्वाच्या सादरीकरणाचे नियोजन आता तुम्हाला करता येईल.

व्यक्तिमत्त्वाचे सादरीकरण करत असताना लक्षात ठेवायच्या महत्त्वाच्या गोष्टी म्हणजे आपला पोशाख, केशरचना, वैयक्तिक टापटीप आणि स्वच्छता, मेकअप, आपले निवडक दागदागिने, पादत्राणे तसेच आपल्या रोजच्या वापराच्या वस्तू. या प्रत्येक गोष्टी आपण काळजीपूर्वक निवडायच्या असतात. त्यामध्ये आपली छान आवड, पसंती, संस्कार तसेच स्पर्धात्मकता दिसून येते.

आता आपल्या व्यक्तिमत्त्वाचे सादरीकरण प्रभावीपणे करण्यासाठी तुम्ही तुमचा एक कृती-कार्यक्रम तयार करा.

५

मी स्वतःचे संगोपन कसे करतो?
How do I maintain myself?

संगोपन तर बाळाचे करतात. आता तर मी चांगला मोठा झालो आहे. मग आता कसले माझे स्वतःचे संगोपन? स्वतःचे संगोपन करणे, स्वतःचे आरोग्य टिकवणे आणि स्वतःची जोपासना करणे याबद्दल अनेक जणांना माहिती नसते. अनेक जण या बाबतीत उदासीन असतात तर काही जणांना नक्की काय करायचे, याची माहिती नसते. आरोग्यासाठी काही करायचे हे काही जणांना 'थेरं किंवा नखरे' करण्यासारखे वाटते. तेव्हा स्वतःचे संगोपन करणे म्हणजे नक्की काय करायचे, ते आपण समजावून घेऊ.

आपले वय जसे वाढत जाते, तसे आपला अनुभव, ज्ञान, माहिती, बौद्धिक क्षमता, कौशल्ये वाढत जातात. आपण अधिकाधिक परिपक्व होतो. आपली काम करण्याची उमेद, इच्छा, मानसिकता प्रबळ, तीव्र होत जाते. आपण आणखी काम करावे, आणखी यशस्वी व्हावे, असे वाटते. पण वय जसे वाढत जाते, तसे आपला स्टॅमिना, आपली ताकद, शारीरिक क्षमता कमी होत जाते. अशा वेळेस प्रत्येकालाच वाटत राहते, की आपली पूर्वीची ताकद, जोम परत आला पाहिजे. पण वेळ गेल्यावर काहीही करून उपयोग नसतो. शारीरिक स्वास्थ्य, आरोग्य राखण्यासाठी, आपली ताकद किंवा स्टॅमिना राखण्यासाठी आणि वाढविण्यासाठी तरुणपणापासूनच प्रयत्न करायला हवेत. पण मग नेमके काय करायचे?

आपल्या शरीरसंपदेचे रक्षण करण्यासाठी, आपले संगोपन करण्यासाठी,

आपली तब्येत टिकविण्यासाठी आपण 'आरोग्याची चार सूत्रे' माहीत करून घेणार आहोत.

आरोग्याची चार सूत्रे

१. आहार,
२. व्यायाम,
३. झोप, विश्रांती,
४. निर्व्यसन

या चार सूत्रांचा आपण आता थोडक्यात विचार करू.

१. आहार

आहारतज्ज्ञ म्हणून येथे मार्गदर्शन केलेले नाही. परंतु, योग्य वेळी घेतलेल्या योग्य आहाराचे महत्त्व आणि शरीरावर होणारा त्याचा योग्य परिणाम, याबद्दल येथे आपण विचार करणार आहोत.

खरं म्हटलं, तर रोज निरनिराळ्या मासिकांत, वर्तमानपत्रांत आहाराबद्दल खूप छापून येत असतं. टीव्हीवर आणि रेडिओवरही सतत आहाराबद्दलचे कार्यक्रम आणि

जाहिराती दाखविल्या जातात. पण तरीही आहाराबद्दल योग्य जागरूकता आणि मानसिकता आपल्या समाजात तयार झालेली नाही. जाहिरातींच्या भूलभुलैय्यामध्ये तर लहान मुलांच्या आहारापासून ते वयोवृद्ध व्यक्तींच्या आहारापर्यंत अनेक समज आणि गैरसमज आपल्या समाजात आढळून येतात. परंतु, तरीही आहारतज्ज्ञ मात्र

चौरस आहारावरच लक्ष केंद्रित करायला सांगतात. भारतातल्या कोणत्याही राज्यात त्या लोकांची जी आहारपद्धती आहे, ती चौरस आहारपद्धतीच आहे. सर्वसामान्यांच्या घरात जो भाजी-पोळी/भाकरी, डाळ-भात, चटणी, कोशिंबीर, दही किंवा ताक हा आहार असतो, तो 'चौरस' आहारच असतो. परंतु, 'अती परिचयात अवज्ञा' या म्हणीप्रमाणे या रोजच्या साध्या; पण संतुलित आहाराकडे आपले दुर्लक्ष होते.

शाळेला जाणाऱ्या विद्यार्थ्यांपासून ते ऑफिसमध्ये जाणाऱ्या कर्मचाऱ्यांपर्यंत, गृहिणींपासून ते कॉर्पोरेट क्लबज्‌पर्यंत लहान-मोठ्या सर्वांना 'फास्ट फूड' किंवा 'जंक फूड' ची सवय लागलेली आहे. वडा पाव, बटाटेवडा, पाव-भाजी, समोसा, कच्छी दाबेली, सॅण्डविच, चायनीज, बर्गर, पाणीपुरी, चाट आणि वर भरीस भर म्हणून कोल्ड ड्रिंक्स हे सर्व खाद्यपदार्थ आपल्या तब्येतीला अक्षरश: चाट मारत असतात. पण विविध प्रकारांनी जोपर्यंत या जंक फूडचे दुष्परिणाम आपल्या शरीरावर दिसत नाहीत, तोपर्यंत आपण **'खाणे'** या विषयाकडून **'आहार'** या विषयाकडे वळत नाही.

आपला आहार तपासून बघा

१. रोज सकाळी उठल्यावर तोंड धुतल्यावर, चहा-कॉफी किंवा काहीही घेण्याआधी एक ते दोन ग्लास पाणी प्यायला हवे. पाणी कोमट असल्यास, शक्य असल्यास पाण्यात एक चमचा मध घातल्यास तसेच अर्ध्या लिंबाचा रस घालून घेतल्यास अत्यंत उपयुक्त ठरेल.
२. घरातून कितीही वाजता बाहेर पडावयाचे असले, तरी ब्रेकफास्ट म्हणजेच नाष्टा केल्याशिवाय घराबाहेर पडू नये. नाष्टा करणे म्हणजे आपले आयुष्य वाढविणे. नाष्टा म्हणजे रोज खमंग, चमचमीत पदार्थ खाणे असा नाही. पोळी-भाजी, भाजी-भाकरी, दही-भात, इडली, डोसे, पोहे, उपमा, उकडलेले अंडे, आम्लेट, फळे, एक ग्लास दूध असा नाष्टा होऊ शकतो. नाष्ट्यामध्ये गोड पदार्थ, मिठाई, तळलेले पदार्थ खाऊ नयेत. सकाळच्या वेळी हे पदार्थ शरीराला अपायकारक ठरतात. नाष्ट्यामध्ये एक कप दूध घ्यावे. शक्यतो गाईचे दूध असावे. ज्यांना शक्य आहे, त्यांनी नाष्ट्यामध्ये एखादे फळ खावे.
३. दिवसभरात एक फळ खावे. परंतु, साखरेचे प्रमाण जास्त असलेली फळे टाळावीत. उदा. चिक्कू, द्राक्षे, आंबा, केळी, अननस, फणस, इत्यादी. पेरू, पपई, सफरचंद, टरबूज, कलिंगडे ही फळे आहारात कायम ठेवावीत.
४. लंच म्हणजे सकाळचे जेवण ठरावीक वेळी घ्यावे. 'बाराची भूक' असे म्हटले जाते. त्याप्रमाणे बारा ते दोन वाजेपर्यंत सकाळचे जेवण करावे. सकाळचे जेवणात पोळी/भाकरी/पराठा, भाजी, कोशिंबीर किंवा सलाड म्हणजे कापलेली

काकडी, टोमॅटो, मुळा, इत्यादी. एक ग्लास ताक असावे. सकाळचे जेवणही पोटभर घ्यावे. पण पूर्वीपासून सांगितले जाते, त्याप्रमाणे दोन घासांची भूक ठेवूनच जेवण करावे.

५. दुपारी साडेतीन ते चारपर्यंत जर तुम्हाला सवय असेल, तर चहा-कॉफी घ्यावी. अन्यथा भरपूर पाणी प्यावे.

६. रात्रीचे जेवण शक्यतो आठ वाजेपर्यंत करावे. रात्री जेवल्यावर लगेच झोपू नये. रात्रीच्या जेवणामध्ये पोळी/भाकरी/पराठा, डाळ-भात, पालेभाजी, कोशिंबीर किंवा कच्चा कांदा, कच्चा लसूण, ताक अशा पदार्थांचा समावेश असावा.

७. मांसाहारी खाद्यपदार्थांबद्दल आजकाल जगभरातून नकारार्थी सूर उमटत आहे. त्यामुळे येथे शाकाहारी भोजनाबद्दलच विचार केलेला आहे.

८. जेवणात मोड आलेल्या कडधान्यांचा भरपूर उपयोग करावा. त्यामध्येही हिरवे मूग, मटकी, मसूर अशा कडधान्यांचा विशेष वापर करावा.

९. रोज जेवणातील एका वेळी कच्च्या लसणाची किमान एक पाकळी, लहान आकाराचा एक कांदा, एक ग्लास पातळ ताक हे पदार्थ असणे आवश्यक आहे.

१०. खारवलेले पदार्थ, लोणची, चटण्या, पापड-पापड्या असे तळलेले पदार्थ वरचेवर खाऊ नयेत.

११. गोड पदार्थ, मिठाई, मलईयुक्त पदार्थ असे पदार्थ वरचेवर खाऊ नयेत.

१२. फास्ट फूड किंवा जंक फूड वरचेवर खाऊ नये. ते शक्यतो टाळावेच.

१३. एकाच वेळी अती आहार करण्यापेक्षा दिवसातून चार वेळा थोडे-थोडे खावे.

१४. जेवत असताना मन शांत ठेवावे. त्यासाठीच पूर्वी जेवणाआधी प्रार्थना करण्याची पद्धत होती. त्याप्रमाणे प्रार्थना करावी.

१५. आपण घेतलेला रोजचा आहार एका स्वतंत्र डायरीमध्ये लिहून ठेवावा म्हणजे संपूर्ण आठवड्यात आपण किती चांगला आहार घेतला अथवा आहार घेताना आपले कोठे चुकले, ते आपल्याला समजू शकते आणि आपण परत तशी चूक शक्यतो करणार नाही.

खरं म्हटलं, तर येथे आपण चौरस आहाराबद्दल विचार केला. कोणत्याही वयात चौरस आहार अत्यंत महत्त्वाचा आहे. परंतु, आजकाल विशेषत: तरुण मुले-मुली आपले वजन अती नियंत्रणात ठेवण्यासाठी खूप कमी खातात. त्यापेक्षा उपाशी राहतात असे म्हटले तर योग्य ठरेल. सतत कमी आणि अयोग्य आहार घेतल्यामुळे तरुण वयातच हे तरुण-तरुणी कुपोषणाला बळी पडतात. कुपोषणामुळे त्यांना तरुण वयातच अशक्तपणा जाणवतो. उत्साह वाटत नाही. कोणत्याही कामासाठी स्टॅमिना राहत नाही. हिमोग्लोबिन कमी होते. चक्कर येते. अशा अनेक व्याधींना तोंड

द्यावे लागते.

आहाराचा विचार कोणत्याही टोकाला जाऊन करणे चुकीचेच ठरेल. म्हणूनच 'चौरस' आहाराला पर्याय नाही.

२. व्यायाम

'तुम्ही रोज व्यायाम करता का?' या प्रश्नाचे नव्वद टक्के वेळेस मिळालेले उत्तर आहे, 'वेळच मिळत नाही हो!' पण व्यायाम ही वेळ मिळण्याची नव्हे, तर वेळ काढण्याची गोष्ट आहे. पण व्यायामाच्या बाबतीत 'बैल गेला आणि झोपा केला' अशी अवस्था अनेक वेळेस होते. व्यायाम जेव्हा करायला पाहिजे, तेव्हा दुर्लक्ष होते आणि नंतर विचार करून उपयोग नसतो कारण वेळ निघून गेलेली असते.

सर्वसाधारणपणे आपल्याकडे व्यायामाबद्दल उदासीनता दिसून येते. लहान गावांतील मुला-मुलींचेच नाही तर बहुतेक सर्वांचेच व्यायामाकडे दुर्लक्ष होते.

तरुण वयात शरीर धडधाकट असते. तारुण्याची ताकद असते. त्यामुळे व्यायामाकडे दुर्लक्ष होते. परंतु, चाळिशी जवळ येत चालली की तोपर्यंत झालेली शरीराची झीज निरनिराळ्या स्वरूपांत डोके वर काढायला लागते. दुखणी मागे लागतात. थकवा जाणवू लागतो. वजन वाढते. मानसिक ताण वाढतात. आपली स्पर्धात्मकता कमी झाली आहे असे वाटते. तरुण राहावे आणि तरुण दिसावे यासाठी धडपड सुरू होते. आणि मग डॉक्टरांचा तो प्रश्न हमखास येतो, "तुम्ही व्यायाम करता की नाही?"

व्यायाम हे आपल्यावर लादलेले बंधन नाही. व्यायामाचे दडपणही वाटता कामा नये. व्यायामाचा कंटाळाही असू नये. व्यायामाची आवड, व्यायामाचा छंद, व्यायामाचा नाद असेही प्रत्येकाच्या बाबतीत शक्य नाही. परंतु, व्यायामाच्या बाबतीतले एक महत्त्वाचे सत्य आपण सर्वांनी स्वीकारले पाहिजे. **'आहाराप्रमाणे व्यायामाची आपल्या शरीराला गरज आहे.'** आपले आरोग्य चांगले राहावे आणि आपल्याला दीर्घायुष्य प्राप्त व्हावे, असे वाटत असेल तर व्यायामास दुसरा पर्याय नाही.

व्यायामाचे फायदे

१. शरीर स्वस्थ आणि तंदुरुस्त राहते.
२. आरोग्य सुधारते.
३. रक्ताभिसरण चांगले होते.
४. सांधे आणि स्नायू लवचीक राहतात.
५. कांती सतेज राहते.
६. पचनक्रिया सुधारते.
७. दिवसभर उत्साही वाटते.
८. ताकद, जोम, स्टॅमिना दीर्घकाळ टिकून राहतो.
९. वजन नियंत्रणात राहते.
१०. स्पर्धात्मकता कायम राहते.

व्यायाम कधी आणि कोणता करावा?

व्यायामासाठी निश्चित अशी वेळ कोणती, हे आपणच ठरवायचे. फक्त एकच पथ्य पाळावे. ते म्हणजे खाल्ल्यानंतर दोन तास व्यायाम करू नये. शक्यतो सकाळी व्यायाम करावा. त्यामुळे दिवसभर ताजेतवाने आणि उत्साही वाटते.

तसे बघायला गेले, तर बहुतेक सर्व जिम्नॅशियम्स किंवा व्यायामशाळा दिवसभर सुरू असतात. आपल्या कामांच्या वेळेप्रमाणे व्यायामाची वेळ ठरवावी. परंतु व्यायाम ठरावीक वेळेलाच करावा. म्हणजे त्याचा चांगला फायदा होतो.

अनेक वेळा आपल्याला जिम्नॅशियममध्ये जाऊन व्यायाम करणे शक्य होत नाही. अशा वेळेस रोज चार ते पाच किलोमीटर चालण्याचा व्यायाम करावा. चालण्यासारखा उत्कृष्ट व्यायाम नाही. चालणे, जॉगिंग करणे, पळायला जाणे, सायकलिंग करणे, दोरीवरच्या उड्या मारणे हे व्यायाम कधीही केले, तरी चालण्यासारखे आहे. हे व्यायामप्रकार पूर्वीपासून चालत आलेले आहेत आणि ते प्रभावी आहेत. चालण्या-पळण्यासारखा दुसरा पूर्वापार लोकप्रिय व्यायामप्रकार म्हणजे पोहणे. पूर्वी नदी, तलाव, विहीर, समुद्र अशा ठिकाणीच पोहण्याची संधी लोकांना मिळायची.

पण आता बहुतेक सर्व लहान-मोठ्या गावांत स्विमिंग पूल्स आहेत त्यामुळे पोहणे ही कलाही अवगत झाली आणि व्यायामही झाला. त्याचबरोबर आधुनिक उपचारशास्त्राप्रमाणे हायड्रोथेरपीसुद्धा झाली.

चालण्याचा व्यायाम केल्यानंतर घरच्याघरी योगासने केल्यास त्याचा खूपच फायदा होईल. सूर्यनमस्कार घालणे, दंड बैठका काढणे हे व्यायामप्रकारसुद्धा युवकांमध्ये प्रिय आहेत. ज्यांना शरीर कमवायचे आहे, त्यांना हे व्यायामप्रकार अत्यंत उपयुक्त आहेत.

विशेषत: शाळेत जे व्यायामप्रकार शिकवले जातात, त्यामध्ये भिंतीवर चढणे, मल्लखांब, डबलबार, सिंगलबार यांचीही उपयुक्तता कालातीत आहे. लांब उडी, उंच उडी यांचाही समावेश आपल्या व्यायामात करावा.

व्यायामासाठी खेळ आणि खेळातून व्यायाम

खेळांचा विचारही 'व्यायामप्रकार' म्हणून केला जातो. मैदानात खेळण्याच्या मैदानी खेळांचे प्रमुख्याने दोन भाग केले जातात. ते म्हणजे देशी खेळ आणि विदेशी खेळ. कबड्डी, खोखो, आट्यापाट्या, हुतूतू, लंगडी या देशी खेळांसाठी आवश्यक

ती खेळाडूंची संख्या असली म्हणजे पुरे. त्यासाठी कोणतेही खेळाचे साहित्य लागत नाही. टेनिस, टेबलटेनिस, बॅडमिंटन, व्हॉलीबॉल, थ्रोबॉल, बास्केटबॉल, फुटबॉल, क्रिकेट अशा विदेशी खेळांना थोड्याफार फरकाने खेळ-साहित्याची गरज असते. ते तुलनेने थोडे महागडेही असते. पण ज्यांना शक्य आहे, त्यांनी हे खेळही खेळण्यास हरकत नाही. या खेळांमधूनही भरपूर व्यायाम होतो.

सांघिक खेळ आणि क्षमता विकास

सांघिक खेळांनी व्यायाम तर होतोच; पण त्याचबरोबर होणारा अप्रत्यक्ष; पण मौल्यवान फायदा म्हणजे आपल्यामध्ये अतिशय महत्त्वाच्या क्षमतांचा विकास होतो. सांघिक खेळांमुळे विशेषकरून संघटना-बांधणी-कौशल्य, नेतृत्वक्षमता, निर्णयक्षमता, साहस, सहनशीलता, साहचर्याची भावना, सहकार आणि मदत करण्याची प्रवृत्ती, नियोजनक्षमता, ध्येय किंवा उद्दिष्ट ठरविण्याची क्षमता, यश-अपयश पचविण्याची प्रवृत्ती अशा अनेक कौशल्यांचा आणि क्षमतांचा विकास होतो.

नृत्य आणि व्यायाम

गेल्या काही वर्षांत नृत्याकडे व्यायामासाठी एक 'उपयुक्त कलाप्रकार' म्हणून बघितले जाऊ लागले आणि नृत्याकडे बघण्याचा तरुण मुला-मुलींचा दृष्टिकोनच बदलला. शरीरयष्टी चांगली टिकवायची असली (Maintaining Figure), स्टॅमिना

वाढवायचा असला, शरीराची लवचीकता वाढवायची असली, तर भारतीय शास्त्रोक्त नृत्यप्रकार आता महत्त्वाचे समजले जातात. त्याचप्रमाणे परदेशी नृत्यांच्या वर्गांनासुद्धा मोठ्या प्रमाणावर मागणी आहे. यातच 'ॲरोबिक्स' या व्यायामप्रकाराची भर पडली आहे.

ज्यांना पोहोण्याची कला अवगत आहे, त्यांच्यासाठी वॉटर गेम्सचे आकर्षण आहे.

अनेकदा असे म्हटले जाते, की आम्हाला शाळेला-कॉलेजला जायला, ऑफिसला जायला खूप चालावे लागते, सायकल चालवावी लागते. मग तोच व्यायाम खूप होतो. परत व्यायाम करण्याची गरज आहे का? व्यायामाच्या बाबतीत हा एक गैरसमज आहे. आपण आपल्या कामासाठी कितीही चाललो, पळालो, सायकल चालवली, तरी त्यामुळे आपली दमणूक होते. त्यामुळे कॅलरी खर्च होतील. वजनही कमी होईल. पण ते बँकेच्या बचत-खात्यातून पैसे काढण्यासारखे आहे. परंतु, पैसे काढण्याआधी खात्यात पैसे जमा करणे आवश्यक आहे. म्हणूनच व्यायाम करणे म्हणजे शरीरात ही ताकद किंवा ऊर्जा जमा करण्यासारखे आहे. रोज नियमित व्यायाम करणे ही आयुष्यभराची कमाई आहे.

३. झोप आणि विश्रांती

आहार आणि व्यायामाप्रमाणेच शरीराला आणखी एका गोष्टीची नितांत गरज असते, ती म्हणजे झोप आणि विश्रांती.

चोवीस तास घाण्याला जुंपलेल्या बैलाप्रमाणे काम केले, की कधी ना कधी अचानकपणे गाडी जशी ब्रेकडाऊन होते, तसे शरीरही ब्रेकडाऊन होते. मग तो ब्रेकडाऊन निरनिराळ्या स्वरूपांचा असतो. कधी मानसिक ताण-तणाव येतात. चिडचिड होते. उगीचच रागावले जाते. डोकेदुखी होते. ब्लडप्रेशर वाढते. तर कधी हार्ट ॲटॅकसुद्धा येतो. म्हणूनच झोप आणि विश्रांती घेणे अपरिहार्य आहे.

दोन कामांमध्ये विश्रांती ही कोणत्याही स्वरूपाची असू शकते. कामात बदल

करणे किंवा कामाच्या स्वरूपात बदल करणे ही सुद्धा विश्रांती असू शकते. काम संपल्यावर आपले एखादे आवडीचे काम करणे, एखादा छंद जोपासणे यामुळेसुद्धा विश्रांती मिळू शकते. काम करत असतानासुद्धा मेडिटेशन आणि रिलॅक्सेशन करून तसेच दीर्घ श्वास म्हणजेच डीप ब्रीदिंग करूनसुद्धा विश्रांती मिळू शकते.

विश्रांती मिळविण्याचा आणि शरीर तसेच मन ताजेतवाने आणि प्रसन्न करण्याचा सर्वांत उत्तम मार्ग म्हणजे रात्रीची झोप. रात्री शांत झोप झाल्यावर सकाळी प्रसन्न मनाने आपण नव्या दिवसाचे स्वागत करतो.

लहानपणी वाचलेली एक गोष्ट येथे मुद्दाम सांगावीशी वाटते. एकदा खूप त्रस्त होऊन एक राजा एका गुरूंकडे गेला. गुरूंनी राजाचे क्षेम विचारले. राजाने आपले दु:ख सांगितले. राजा म्हणाला, "भगवन्, काय करू? माझी प्रकृती चांगली नाही. काही केले तरी मला झोप येत नाही." गुरूंनी सर्व ऐकून घेतले आणि राजाला विचारले, "राजन, आपल्याला कधी घाम आला होता का?" राजाने त्याला कधीही घाम न आल्याबद्दल सांगितले. गुरू म्हणाले, "राजन, तुम्हाला घाम येणे अत्यंत आवश्यक आहे. तो समोर कातळ दिसतो आहे ना? आज दिवसभरात तुम्ही तो कातळ कोणाचीही मदत न घेता फोडायचा आहे. कातळाचे अगदी तुकडे-तुकडे झाले पाहिजेत."

राजा विचारात पडला. पण गुरूंची आज्ञा मानलीच पाहिजे. त्याने महत्प्रयासाने कातळ फोडायला सुरुवात केली. अंगातून घामाच्या धारा वाहू लागल्या. दिवसभर काम करून राजा अगदी थकून गेला. दिवस जसा संपला तसे राजाला कोणाशीही बोलण्याची ताकद राहिली नव्हती. त्याने पोटभर पाणी प्याले आणि तेथेच झाडाखाली एका दगडावर डोके ठेवले आणि डोळे मिटले. एका क्षणात त्याला झोप लागली. गुरू राजाकडे बघून प्रसन्नपणे हसले.

सकाळ झाल्यावर राजाला खडबडून जाग आली. गुरूने आपल्याला कोणता मंत्र दिला ते लक्षात आले. तात्पर्य, शारीरिक, बौद्धिक खूप काम केल्यावर छान झोप लागते.

'पण मन चिंती ते वैरी न चिंती' अशी एक म्हण आहे. जर कोणत्याही स्वरूपाची चिंता मनामध्ये असेल आणि शरीरही खूप थकलेले असेल, तरी अजिबात झोप येत नाही. अशा वेळी मेडिटेशन आणि शवासन यामुळे गाढ झोप येते.

एक प्रश्न हमखास विचारला जातो–तो म्हणजे, किती तास झोपले म्हणजे छान झोप झाली? शरीरप्रकृतीप्रमाणे प्रत्येकाची झोपेची आवश्यकता आणि गरज वेगवेगळी असते. वयोमानानुसारही झोपेची गरज निरनिराळी होते. त्यामुळे कोणी चार तास झोपही पुरते म्हणेल किंवा कोणाला आठ तास झोप लागेल. छान झोप झाली याचा

निकष एकच आणि तो म्हणजे झोपेतून उठल्यावर अतिशय उत्साही, ताजेतवाने, प्रसन्न म्हणजेच 'फ्रेश' वाटले पाहिजे.

कोणत्याही कारणाने जर झोप येत नसेल किंवा जर झोपेची तक्रार असेल, तर डॉक्टरांचा सल्ला घेणे योग्य ठरेल.

४. निर्व्यसन

आजच्या जगातली सगळ्यांत महत्त्वाची; पण तितकीच अवघड गोष्ट म्हणजे कोणतेही व्यसन नसणे. आपले आरोग्य जर उत्कृष्ट राखायचे असेल, दीर्घ आयुष्याची जर इच्छा असेल आणि शारीरिक क्षमता जर टिकवून ठेवायची असेल, तर

आपल्याला कोणतेही व्यसन नसावे.

सिनेमे, टीव्ही, मासिके आणि वर्तमानपत्रातल्या जाहिराती यांचा लहान वयापासूनच मनावर परिणाम होतो. अनेकदा श्रीमंत लोकांचे अनुकरण केले जाते, याला इंग्रजीत 'डेमॉन्स्ट्रेशन इफेक्ट' असे म्हणतात. परंतु, व्यसन न करणे, लागलेल्या व्यसनावर नियंत्रण आणणे आणि व्यसन सोडणे हे केवळ आपल्याच हातात असते. किंबहुना ते आपल्याच मनावर अवलंबून असते.

एकदा एक अत्यंत व्यसनी माणूस स्वामीजींकडे आला. त्याला दारूचे व्यसन होते. त्याने अत्यंत अजीजीने स्वामीजींना विनंती केली, "स्वामीजी, काय करू? मला दारू सोडायची आहे. मी खूप प्रयत्न केला; पण दारू सुटतच नाही. मला मार्गदर्शन करा." स्वामीजी हसले आणि म्हणाले, "आज मी गडबडीत आहे, उद्या संध्याकाळी पाच वाजता ये." तो माणूस दुसऱ्या दिवशी बरोबर संध्याकाळी पाच वाजता आला. त्याने आश्रमात स्वामीजींना खूप शोधले. सगळ्या भक्तांकडे चौकशी केली; पण स्वामीजी काही दिसेनात. शोधून-शोधून तो खूप दमला. 'कुठे गेले बरं म्हणून त्याची नजर वर गेली, तर त्याला स्वामीजी उंच एका खांबावर चढून बसलेले दिसले. तो स्वामीजींवर खूप रागावला. त्यांना खाली येण्याची विनंती करू

लागला. स्वामीजी मात्र खाली यायला तयार नव्हते. स्वामीजी म्हणाले, ''अरे, काय करू? मला खाली यायचे आहे; पण हा खांबच मला सोडत नाही. शेवटी कंटाळून तो माणूस म्हणाला, ''अहो स्वामीजी असे काय करताय, खांबाने तुम्हाला धरलेले नाही. तुम्हीच खांबाला धरलेले आहे. सोडा बरे त्या खांबाला आणि या खाली.'' तो असे म्हणाल्याबरोबर स्वामीजी चटकन खांबावरून घसरून खाली आले आणि म्हणाले, ''अरे, हेच तर उत्तर आहे तुझ्या समस्येचे. दारूने तुला धरलेलेच नाही. तूच दारूला धरलेले आहेस. सोड दारूला.''

याचा अर्थ असा, की कोणत्याही व्यसनाची सुरुवात स्वत:पासूनच होते आणि शेवटही आपण स्वत:च करतो. व्यसन सोडले नाही, तर व्यसनच आपला शेवट करते.

मी एकदा एका गुटखा कंपनीच्या मालकाची (नाव मुद्दामच देत नाही. कारण ते परत त्या कंपनीची जाहिरात केल्यासारखे होईल.) मुलाखत घेत होते. मी त्यांना प्रश्न विचारला की तुमचा सगळ्यांत आवडता किंवा फेवरेट गुटखा कोणता? त्यांच्या उत्तराने मला आश्चर्याचा धक्काच बसला. ते म्हणाले, '' छे छे, मी गुटखा कधीच खात नाही.'' माझे आश्चर्य न लपविता मी त्यांना विचारले, ''सगळ्या जगाला गुटखा खाऊ घालणारे तुम्ही, तुम्ही गुटखा खात नाही? मला वाटले की जेवतानाही तुम्ही गुटखा खात असणार. मग गुटख्याची फ्लेवर, टेस्ट चांगली जमली आहे हे तुम्हाला कसे समजते?'' ते गुटखासम्राट म्हणाले, ''अहो, त्याच्यासाठी मी टेस्टर्स ठेवले आहेत. म्हणजे माणसे नेमलेली आहेत. ते तो फार्म्युला टेस्ट करतात. बॅच टेस्ट करतात. त्यासाठी स्वत: गुटखा खाण्याची गरज नाही.'' म्हणजे प्रत्येक पाकिटावर अगदी लहान अक्षरांत वैधानिक इशारा देऊन जनजागृतीचे कामही झाले आणि व्यवसायापरी व्यवसायही झाला.

त्यावरूनच मला आणखी एक गोष्ट आठवली. एका कारखान्याला भेट द्यायला आम्ही गेलो होतो. त्या कारखान्यात विविध रंगांचे आणि आकारांचे दगड तयार केले जात. त्यातील काही दगड तर अगदी गहू, ज्वारी, मटकी, मूग अशा धान्ये आणि कडधान्यांसारखे दिसत होते. मी उत्सुकतेपोटी त्यांना विचारले, ''अहो, भेसळ करता येईल ना अशा दगडांनी? मग तुम्ही हे तयार तरी कशाला करता?'' ते म्हणाले, ''मी हे उत्पादन म्हणून करतो आहे. त्याचा वापर कोणी कसा करायचा हे त्यांनी ठरवायचे. डेकोरेशन साहित्य विकणारेही माझ्याकडून हे स्टोन्स घेऊन जातात.''

खरंच होतं त्यांचं म्हणणं! दारू, सिगारेट, गुटखा, तंबाखू अशी उत्पादने ज्यांना करावयाची आहेत, त्यांनी ती 'व्यवसाय' म्हणून केली, तरी या गोष्टींचा वापर करणाऱ्याला त्याचा फायदा-तोटा समजायला पाहिजे.

आज लहान-मोठ्या शहरांतील शाळा-कॉलेजांत जाणारी मुले आणि मुलीसुद्धा निरनिराळ्या व्यसनांना बळी पडलेल्या आढळतात. मोठ्या शहरांमध्ये तर दारू पिणे, सिगारेट ओढणे, गुटखा खाणे या गोष्टी म्हणजे स्टेटस सिम्बॉल किंवा आपण उच्च दर्जाचे श्रीमंत आहोत, हे दाखविण्याची पद्धत झालेली आहे. यामध्ये मुलीही मुलांच्या मागे नाहीत. रेव्ह पार्ट्या वर्तमानपत्रात गाजत असतातच. येथे समाजसुधारणा हा विषय नाही. पण तरुण वयात, आयुष्य म्हणजे काय हेही न

समजण्याच्या वयात जर अशी व्यसनाधीनता आली, तर त्याचा तुमच्या व्यक्तिमत्त्वावर तर परिणाम होतोच. तुमचे संस्कार, रीतीरिवाज याबद्दलही प्रश्नचिन्ह उमटते. परंतु सर्वांत महत्त्वाचे म्हणजे या व्यसनांचा परिणाम शेवटी तुमच्या आरोग्यावर होतो. शरीराची न भरून येणारी हानी होते. खोकला, दमा, अस्थमा, फुफ्फुसाचे रोग, टीबी, कॅन्सर, लिव्हरचे फंक्शन बिघडणे, मूत्राशयाचे विकार, रक्ताभिसरणाच्या समस्या अशा अनेक समस्यांना आणि रोगांना आयुष्यभर तोंड द्यावे लागते. अनेकदा उमेदीची वर्षे वाया जातात. मग ही सारी व्यसने 'At what cost?' असे म्हणावे लागते.

लहान वयात किंवा तरुण वयात मुला-मुलींमध्ये वाढणाऱ्या व्यसनाधीनतेचे प्रमाण वाढण्याचे दुसरे महत्त्वाचे कारण म्हणजे आपल्या कुटुंबव्यवस्थेची आणि सामाजिक परिस्थितीची दुरावस्था. विभक्त कुटुंबव्यवस्था, तीन नाही तर चार सदस्यांची मर्यादित संख्या आणि दुरावलेली नाती. विविध गरजांपोटी आई आणि वडील दिवसभर घराबाहेर, त्यांच्यामध्ये चालणाऱ्या कुरबुरी, भांडणे, मुलांकडे होणारे दुर्लक्ष, भावंडांमध्येही प्रेम-आपलेपणाची कमतरता, विश्वासार्हतेचा अभाव, शाळा-कॉलेजांतील चढाओढ, स्पर्धा, असुरक्षिततेची भावना आणि त्यापोटी येणारे नैराश्य. यामधूनच मुला-मुलींमध्ये वाढणारी अनैतिक सलगी, त्यातून निर्माण

होणाऱ्या समस्या, दारू सिगारेटपासून लागणारी व्यसने आणि व्यसनांतच सुख शोधण्याची मानसिकता यामुळे तरुण वयात मुला-मुलींमध्ये वाढणाऱ्या व्यसनाधीनतेची समस्या दिवसेंदिवस तीव्र होत चाललेली आहे.

कुटुंबव्यवस्थेची आणि सामाजिक परिस्थितीची दुरावस्था आणि त्यामुळे तयार होणारे भावनिक ताण-तणाव यांचा आपण स्वतंत्र विचार करणार आहोत. पण या सर्वांचा परिणाम मुला-मुलींमध्ये व्यसने वाढण्यात होतो, ही चिंतेची बाब आहे.

सर्व एसटी बसच्या ड्रायव्हरच्या सीटसमोर एक ओळ कायम लिहिलेली असते. 'मनावर ब्रेक उत्तम ब्रेक.' व्यसनांच्या बाबतीत ही ओळ आपल्या सर्वांना लागू पडते.

म्हणूनच 'निर्व्यसनी असणे' हे उत्तम व्यक्तिमत्त्वाचे लक्षण आहे.

मोबाइलचेही व्यसन

दारू, सिगरेट, गुटखा या व्यसनांप्रमाणेच आजकालच्या तरुण मुला-मुलींचे नवीन व्यसन आहे, मोबाइलवर बोलण्याचे. मोबाइल ही गरज म्हणून वापरण्याची वस्तू आहे. पण जेव्हा गरजेचे रूपांतर व्यसनात होते, तेव्हा ते घातक ठरते. आपला अत्यंत महत्त्वाचा वेळ आपण निष्कारण मोबाइलवर किती खर्च करतो, त्याचा आपण विचार करतो का? इतके ऐन वेळेला नियोजन करण्यासारखे रोज आपल्या आयुष्यात काय असते, की त्याच्यासाठी तासन्तास मोबाइलवर बोलण्यात वेळ खर्च करतो.

परवा एकदा मी सकाळीच फिरायला बाहेर पडले होते. वेळ सकाळी साडेसहा-सातची होती. माझे लक्ष पलीकडच्या फुटपाथवरून चालणाऱ्या दोन मुलींकडे गेले. दोघीही भरभर चालत होत्या. गळ्यात छोट्या पर्सेस अडकविलेल्या होत्या. दोन्ही कानांत इयर-फोन्स होते. मला वाटले दोघी गाणी किंवा म्युझिक ऐकत चालल्या आहेत. थोड्या वेळाने बघितले, तर सतत त्या काहीतरी बोलत आहेत आणि कदाचित एकमेकींशी बोलत आहेत की काय असे वाटले; पण त्या एकमेकींशी मारलेल्या नॉर्मल गप्पाही वाटेनात. सर्व शिष्टाचार बाजूला ठेवून मी त्यांच्याजवळ गेले आणि त्यांना काही विचारू लागले. प्रथम मी काय बोलते आहे, तेच त्यांना समजेना. कारण कानात इयर-फोन्स होते. मग एका मुलीने ते इयर-फोन्स काढले. मला काही उत्तर देण्याआधी ती किंचाळलीच. ते किंचाळणे ऐकल्यावर दुसऱ्या मुलीनेही तिचे इयरफोन्स काढले. ती पहिली मुलगी ओरडून दुसरीला म्हणत होती, ''अगं, आपण जोडीने वॉक घेतो आहोत ना? मग मोबाइलवर कशाला बोलतोय?'' मीही कपाळावर हात मारला आणि पुढे चालू लागले.

मध्यंतरी मी एका कंपनीमध्ये काही कामासाठी जात होते. कंपनीतर्फे स्टाफला मोबाइल दिले होते. कंपनीमध्ये जपानी मॅनेजमेंट अंगिकारलेली होती. जपानी वर्क कल्चरचा कोठेच पत्ता नाही; पण शेजारच्या टेबलावरील व्यक्तीशी बोलायचे, तरी स्टाफ मोबाइलवरून बोलायचा. कारण वेळ वाचवायचा. कशी होणार या कंपनीची प्रगती?

व्यसन टू-व्हीलरचे आणि स्पीडचे

तरुण पिढीच्या नवीन व्यसनांपैकीच आणखी एक व्यसन म्हणजे 'बाइक.'

कोणत्याही कारणासाठी जमिनीला पायच लावायचा नाही की काय, असे वाटण्याइतका त्या बाइकचा, टू-व्हीलरचा वापर मुला-मुलींमध्ये वाढला आहे. परत आवश्यकता किंवा गरजेची सीमा ओलांडून त्याचे व्यसन कधी होते ते तर लक्षात येत नाहीच, परंतु, बाइकचा वापर करता-करता स्पीडचेही व्यसन लागते. शास्त्रशुद्ध तंत्र माहीत नसताना बाइकचे खेळ खेळले जातात. अनेकदा ते जिवावर बेततात. याचा विचार आपण कधी करणार?

वरील सर्व विवेचनाचा विचार केल्यावर तुमच्या लक्षात येईल, की आपले आरोग्य चांगले ठेवण्यासाठी स्वतःच प्रयत्न करावा लागतो. आपण नेहमी एक म्हण वापरतो की 'घोड्याला पाण्यापर्यंत नेता येते; पण पाणी घोड्याने स्वतःच प्यायचे असते.' अगदी त्याचप्रमाणे, आपले शारीरिक व्यक्तिमत्त्व कसे असावे, आपण आपले संगोपन कसे करावे, नीटनेटके, टापटिपीत राहण्यासाठी काय करायचे त्याचा कृती-कार्यक्रम (Action Plan) आपला आपणच ठरवायचा असतो. आपणच आपली दिनचर्या ठरवायची असते. जेव्हा आपण एखादी गोष्ट मनावर घेतो, तेव्हा त्याच्याआड कोणीही येऊ शकत नाही. त्या गोष्टीची अंमलबजावणी शंभर टक्के होते.

कृती-कार्यक्रम ठरविण्यासाठी 'मार्गदर्शक' म्हणून एक प्रश्नावली तयार केलेली आहे. त्याची खरी-खरी उत्तरे लिहून काढा. ही उत्तरे कोणालाही दाखवायची नाही आहेत. हे आपण स्वतःसाठीच करतो आहोत. एकदा उत्तरे लिहून काढली, की तुम्हाला आपले शारीरिक व्यक्तिमत्त्व सुधारण्यासाठी कृती कार्यक्रम ठरविणे सोपे जाईल. त्याचप्रमाणे, उत्कृष्ट शारीरिक व्यक्तिमत्त्वाची वैशिष्ट्ये तुमच्या संदर्भासाठी दिलेली आहेत. मुद्दामच विरोधी अर्थाचे शब्दही दिलेले आहेत. त्यामुळे आपल्याला आपले शारीरिक व्यक्तिमत्त्व किती उत्कृष्ट करायचे आहे, ते समजेल.

शारीरिक व्यक्तिमत्त्व / प्रश्नावली

१. आपल्या शारीरिक व्यक्तिमत्त्वाची प्रमुख वैशिष्ट्ये कोणती, याचा तुम्ही जाणीवपूर्वक विचार केला आहे का? ही वैशिष्ट्ये कोणती?
२. आपण नेहमी स्वच्छ, नीटनेटके दिसावे यासाठी तुम्ही कोणते विशेष प्रयत्न करता?
३. तुम्ही आपली शारीरिक तपासणी करून घेतली आहे का?
४. तुमचा ब्लड-ग्रुप कोणता आहे हे तुम्हाला माहीत आहे का?
५. तुम्ही आपले डोळे नेत्रतज्ज्ञाकडून तपासून घेतले आहेत का? तुम्हाला चष्म्याचा नंबर आलेला आहे का? असल्यास तुम्ही चष्मा लावता का?
६. तुम्ही किती महिन्यांनी आपले दात तपासण्यासाठी डेंटिस्टकडे जाता? दातांची ट्रीटमेंट नियमित घेता का?
७. डोक्यात कोंडा झालेला नाही, हे तुम्ही काळजीपूर्वक बघता का?
८. तुम्ही स्वत:च्या कपड्यांबद्दल चोखंदळ आहात का?
९. आपल्याला कोणते रंग खुलून दिसतात याचा तुम्ही कधी विचार केला आहे का? कपड्यांची निवड करत असताना या रंगांचा विशेष वापर करता का?
१०. आपली उंची, जाडी आणि शरीराची ठेवण लक्षात घेऊन तुम्ही फॅशनची निवड करता का?
११. तुम्ही शिस्तप्रिय आहात का?
१२. घराबाहेरही आपण शिस्तीत असावे आणि त्याचा प्रभाव इतरांवर पडावा यासाठी तुम्ही कोणते विशेष प्रयत्न करता?
१३. तुम्ही उत्साही आहात का?
१४. काम/अभ्यास करत असताना तुम्हाला थकवा जाणवतो का?
१५. तुम्ही रोज कोणता व्यायाम करता? किती वेळ व्यायाम करता?
१६. व्यायाम केल्यावर तुम्हाला उत्साही वाटते का?
१७. तुम्ही तुमच्या रोजच्या आहाराची नोंद स्वतंत्र डायरीमध्ये करता का?
१८. त्यामुळे आहाराबद्दलची तुमची जागरूकता वाढली आहे का?
१९. तुम्ही तुमच्या वजनाची नोंद ठेवलेली आहे का?
२०. तुम्ही तुमचा रिकामा वेळ (Free Time) कसा घालवता?
२१. तुम्हाला कोणते छंद आहेत?
२२. तुम्हाला मित्र-मैत्रिणी आहेत का?
२३. 'आज मस्त काम झाले आणि आजचा दिवस मस्त आनंदात गेला,' असे आठवड्यातून किती वेळेला वाटते?
२४. शारीरिक ताण-तणावांमुळे वैताग आला आहे, असे आठवड्यातून किती

वेळेला वाटते?

२५. शांत झोप लागते का?

२६. रोज सकाळी उठल्यावर उत्साही वाटते का?

शारीरिक व्यक्तिमत्त्वाची गुणवैशिष्ट्ये

माझी ओळख अशी हवी

१. स्वच्छ, नीटनेटका, टापटिपीने राहणारा.

२. आकर्षक.

३. रुबाबदार.

४. प्रसन्न.

५. उमदा.

६. आनंदी.

७. आरोग्यसंपन्न.

८. उत्साही.

९. चैतन्यमय.

१०. क्रियाशील, कधीही न थकणारा.

११. शक्तिवान, सामर्थ्यसंपन्न.

१२. निर्व्यसनी.

माझी ओळख अशी नको

१. अस्वच्छ, अव्यवस्थित.

२. बावळट.

३. बेंगरूळ.

४. दुमुर्खलेला.

५. पडेल, पराजित.

६. उदास.

७. रोगट.

८. निरुत्साही.

९. अबोल, दुमुर्खलेला.

१०. निष्क्रिय, थकलेला, दमलेला.

११. अशक्त, शक्तिहीन, दुबळा.

१२. व्यसनी.

■

६

बौद्धिक व्यक्तिमत्त्वाची गुणवैशिष्ट्ये
Characteristics of an Intellectual Personality

परीक्षेमध्ये पहिला नंबर आलाच पाहिजे म्हणून कित्येक आई-वडील आपल्या जिवाचा आटापिटा करताना आपल्याला दिसतात. मुलांच्या शाळा-कॉलेजच्या वेळा सांभाळणे, सर्व विषयांसाठी आवश्यकता असो अथवा नसो–त्यांना ट्यूशन लावणे, वर्गात फळ्यावर लिहून दिलेला होमवर्क स्वत:च वहीत लिहून घेणे, सकाळी उठल्यापासून रात्री झोपेपर्यंत सतत त्यांना 'अभ्यास करा, अभ्यास करा' म्हणून ओरडत राहणे, मुलांचा वेळ वाचविण्यासाठी अगदी त्यांच्या तोंडात घास भरविण्यापर्यंत आई-वडील मुलांच्या पाठीमागे पळत असतात. मुलांना अभ्यासासाठी स्वतंत्र खोली, शाळा-कॉलेजात जाण्यासाठी टू-व्हीलर, जगात आपले मूल मागे पडायला नको म्हणून गरज नसली, तरी कॉम्प्युटर अशा सुविधाही अनेक पालक अगदी कर्ज काढूनसुद्धा आपल्या मुलांना देतात. अपात्री दान पडल्यासारखे मुलांना या वस्तूंचे कौतुक, अपूर्वाई वाटत नाही आणि मुले त्याचा नीट वापरही करत नाहीत.

इतके करूनही जर मुलांना चांगले मार्क मिळाले नाहीत, तर अनेकदा नैराश्यामुळे (Frustration) पालक मुलांना बोलतात, रागावतात ज्याचा नकारात्मक परिणाम मुलांच्या मनावर होतो. "एकदा पास होऊन वरच्या वर्गात गेलात म्हणजे सुटलो आम्ही!' ''परीक्षेत काय दिवे लावणार आहात ते दिसतेच आहे. आमच्याच पोटी असे नररत्न कसे जन्माला आले देवाला माहीत.'' ''या वेळेस फर्स्ट क्लास मिळाला नाही, तर तोंड दाखवायला येऊ नकोस.''

''गिळा आणि बसा अभ्यासाला. आम्ही आमचे कर्तव्य पार पाडतो. तुम्ही

तुमचे कर्तव्य पाळा'' ''तो शेजारचा दिन्या बघ, दर वर्षी पहिल्या पाचांत येतो. नाहीतर तू!'' ''मरमर मरून पैसे कमावतो आहे आणि तुमच्या फी भरतो आहे. पैसे काय झाडाला लागतात काय रे?'' अशा वाक्यांपासून ते ''चांगला पास झालास बाबा, पांग फेडलेस आमचे.'' अशा वाक्यांपर्यंत पालकांच्या विविध प्रतिक्रिया घरा-घरांतून उमटत असतात.

बौद्धिक व्यक्तिमत्त्व म्हटले, की चटकन मनात येणारा दुसरा शब्द म्हणजे ''बुद्ध्यांक (Intelligence Quotient).'' काही विशिष्ट निकषांच्या आधारे बुद्धिमापन करून घेतले जाते. त्यावरून बुद्ध्यांक ठरविला जातो. ज्याचा बुद्ध्यांक जास्त, तो 'हुशार' आणि ज्याचा बुद्ध्यांक कमी, तो 'ढ' असे समजले जाते.

या सर्वांवरून शाळा-कॉलेजचे शिक्षण, युनिव्हर्सिटीतून मिळणाऱ्या पदव्या आणि मिळणारी सर्टिफिकेट्स म्हणजेच बौद्धिक व्यक्तिमत्त्व असा सर्वसामान्य समज आपल्या समाजात पसरलेला आहे. कोणतीही व्यक्ती 'किती शिकली आहे' यावरून त्या व्यक्तीची विद्वत्ता मोजली जाते. पण केवळ शिक्षण आणि सर्टिफिकेट्स असणे म्हणजे एखाद्याला खूप बुद्धी आहे किंवा त्याचे बौद्धिक व्यक्तिमत्त्व उत्कृष्ट आहे, हा समज पूर्णपणे चुकीचा आहे.

शिक्षण आणि सर्टिफिकेट्स यापेक्षा बौद्धिक व्यक्तिमत्त्वाची कल्पना निराळी आहे आणि ती समजावून घेणे अत्यंत महत्त्वाचे आहे.

बौद्धिक व्यक्तिमत्त्व हा आपल्या व्यक्तिमत्त्वाचा एक अत्यंत महत्त्वाचा घटक आहे. बौद्धिक व्यक्तिमत्त्वाची जडणघडण, विकास, संपन्नता यांच्याविषयी आपण माहिती करून घेणार आहोत. बौद्धिक व्यक्तिमत्त्वाबद्दलही सर्वसामान्यांच्या मनात अनेक समजगैरसमज असतात. बौद्धिक व्यक्तिमत्त्व म्हटले म्हणजे बुद्धी, हुशारी, मिळविलेले मार्क आणि पदव्या हाच अर्थ घेतला जातो. तसेच बुद्धी आनुवंशिकतेने मिळालेली जन्मजात देणगी असते, असेच समजले जाते. त्यामुळे माणसांचे वर्गीकरण ढोबळमानाने 'ढ' 'मध्यम' आणि 'हुशार' अशा तीन गटांत केले जाते आणि एकदा आपली 'त्या' गटात नोंदणी झाली, की गट बदल केवळ अशक्य, असे मानले जाते. कारण जन्मजात ते बदलणार कसे?

म्हणूनच आपण ठामपणे हे लक्षात ठेवू या की, "Intelligence is heriditary but intellectual capacity can be trained, developed and increased." आपल्या बौद्धिक क्षमतांचा आपण विकास करू शकतो, त्या वाढवू शकतो, त्यासाठी नियोजनपूर्वक प्रयत्न करू शकतो. आपल्या बौद्धिक क्षमता कशा वाढविता येतील आणि बौद्धिक दृष्टीने आपली संपन्नता कशी वाढेल, याचा आपण आता विचार करणार आहोत.

१. आकलनक्षमता
(Perception)

To perceive is to understand. पण Understand म्हणजे केवळ 'समजणे' इतकाच मर्यादित अर्थ 'Perception' या शब्दाचा नाही. सर्वार्थाने समजणे आणि त्या गोष्टीचा किंवा त्या विषयाचा साधक-बाधक तपशिलाने विचार करून तो विषय समजावून घेण्याची क्षमता म्हणजे 'आकलनक्षमता'. यालाच 'ग्रहणक्षमता' असेही म्हणता येईल.

सर्वसामान्यपणे आपण अनेक गोष्टींचे आकलन ढोबळमानाने करतो. त्यामध्ये विशेष विचार आणि अभ्यास केलेला नसतो. हे आकलन प्रामुख्याने इतरांच्या अनुभवावर आधारित, आपल्या स्वतःच्या अनुभवावर आधारित आणि 'जे जसे दिसते, तसेच या दृष्टिकोनातून झालेले असते.

उदाहरणार्थ, समुद्राचे पाणी खारट असते, कावळा काळा असतो, हे आपले ठाम आकलन असते. त्यामध्ये शंका घेण्यासारखे काही असेल किंवा एखादा कावळा पांढरा असेल का, याचा चाकोरीबाहेर जाऊन आपण विचारही करत नाही.

एकदा एका शाळेत मी पाचवीच्या वर्गातील मुलांची आकलनक्षमतेची चाचणी घेतली. चाचणी अगदी सोपी होती. एका पक्ष्याच्या चित्राच्या शंभर कॉपीज काढून मी बरोबर घेतल्या होत्या. मुलांना रंगविण्याचे साहित्य आणण्याची पूर्वसूचना दिलेली होती. वर्गात गेल्यावर मी मुलांना त्या चित्राची प्रत्येकी एक कॉपी दिली आणि सांगितले की 'हा पोपट आहे. पाच मिनिटांत रंगवून पूर्ण करा.' मी ती मुले काय करत आहेत, त्याचे निरीक्षण करत होते. त्या मुलांनी पाच मिनिटांत तो पक्षी हिरव्या रंगाने रंगविला होता. त्याची चोच लाल रंगाची रंगविलेली होती. वर्गात पन्नास मुले होती. शिक्षकांच्या साहाय्याने मी ती चित्रे गोळा केली. त्यानंतर उरलेल्या पन्नास कॉपीज मुलांना वाटल्या आणि सांगितले की 'हा कावळा आहे. पाच मिनिटांत रंगवा.' आश्चर्य म्हणजे, सर्व मुलांनी तो पक्षी चोचीसकट काळ्या रंगाने रंगवून काढला. त्यातल्या एकाही मुलाने चित्र एकच आहे, कावळा आणि पोपट यामध्ये फरक असतो, मग चित्र 'एकच' कसे– असा एकही प्रश्न विचारला नाही. याला निरीक्षण आणि आकलनक्षमतेचा अभाव म्हणायचा की अंध आकलन (Blind Perception) म्हणायचे? ही आहे, जे आहे तसे स्वीकारण्याची वैचारिक प्रवृत्ती.

आता आणखी एक उदाहरण बघू या. एका दुकानासमोर खूप मोठी रांग लागलेली होती. दुकानासमोर एक बोर्ड होता. त्यावर लिहिलेले होते, 'दहा पैशांत दुधी-हलवा' दारावरच एक माणूस बसलेला होता. तो गिऱ्हाइकाकडून दहा पैसे घेत होता आणि त्या गिऱ्हाइकाला आत सोडत होता. दुसऱ्या दाराने ते गिऱ्हाईक बाहेर

पडले की पुढील गिऱ्हाईक आत जात असे. एक माणूस खूप वेळ रांगेत उभा होता. रांगेत वेळ लागला तरी चालेल; पण दुधी हलव्याची चव तरी चांगली आहे का आणि दहा पैशांत किती दुधी-हलवा देत आहेत, हे विचारण्यासाठी तो हळूच मागल्या दाराकडे गेला. बाहेर येणाऱ्या गिऱ्हाइकाकडे त्याने चौकशी केली. कपाळावर हात मारत ते गिऱ्हाईक म्हणाले, "अहो, कसला दहा पैशांत दुधी-हलवा? ते 'दहा पैशांत दुधी-भोपळ्याला हलवा' असे आहे. एक दुधी-भोपळा टांगून ठेवला आहे आतमध्ये."

यालाही निरीक्षण आणि आकलनक्षमतेचा अभाव आणि अंध आकलन (Blind Perception) म्हणायचे.

आता आणखी एक प्रयोग करून बघू या. पुढील आकृती बघा आणि या आकृतीत किती चौकोन आहेत ते सांगा.

आकृतीकडे बघितल्याबरोबर उत्तर मिळाले, सोळा चोकौन आहेत. परत एकदा नीट बघा आणि सांगा– असे म्हटल्यावर थोडे जास्त चौकोन दिसायला लागले ना? आता उत्तरे निरनिराळी यायला लागली.

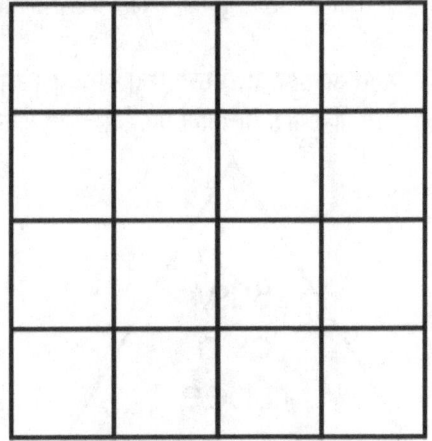

१. चार X चार लहान चौकोन = १६ चौकोन

२. सोळा चौकोनांना एकत्रित ठेवणारा मोठा चौकोन = १ चौकोन

३. चार चौकोनांचा मिळून होणारा एक याप्रमाणे = ९ चौकोन

४. सहा चौकोनांचा मिळून होणारा एक याप्रमाणे = ४ चौकोन

याप्रमाणे १६+१+९+४ = ३० चौकोन

या उदाहरणावरून आपल्याला असे लक्षात येते, की जर आपण विचारलेल्या प्रश्नाचा आणि उपलब्ध माहितीचा बारकाईने विचार केला, निरीक्षण केले तर आपली

आकलनक्षमता निश्चितच वाढते.

एका बूट बनविणाऱ्या कंपनीने मार्केटिंग डिपार्टमेंटचे आपले दोन अधिकारी दुर्गम, अविकसित अशा प्रदेशात पाठविले आणि तेथे आपल्या उत्पादनांना बाजारपेठ मिळते आहे का याचा अभ्यास करून अहवाल पाठवायला सांगितला. काही कालावधीनंतर दोघांनीही आपले अहवाल पाठविले. त्यातल्या एका अधिकाऱ्याने अहवालात लिहिले होते, की येथे आपले उत्पादन खपण्यास शून्य वाव (Zero Scope) आहे कारण येथे कुणालाही पायांत घालायची सवय नाही आणि तितकी त्यांची आर्थिक क्षमताही नाही.

दुसऱ्या अधिकाऱ्याने आपल्या अहवालात लिहिले होते, की येथे आपले उत्पादन खपण्यास शंभर टक्के वाव (100% Scope) आहे कारण येथे कुणीही पायांत घालत नाही. पण त्यांची आर्थिक क्षमता बघता आपल्या उत्पादनांमध्ये काही बदल करावेत. योग्य त्या जाहिरातीच्या जोरावर सर्व मार्केट आपल्याला मिळेल.

कंपनीने दुसऱ्या अधिकाऱ्याचा अहवाल ग्राह्य मानला आणि स्पर्धेमध्ये बाजी मारली. दुसऱ्या अधिकाऱ्याजवळ उच्च दर्जाची आकलनक्षमता होती.

आता आणखी एक उदाहरण घेऊ. पुढील त्रिकोणात काय लिहिलेले आहे, ते वाचा.

काय वाचलेत? **बिझी ॲज अ बी.** परत एकदा वाचा बरे! काय म्हणालात? 'बिझी ॲज अ अ बी.' मग पहिल्यांदा वाचताना एक 'अ' का बरे विसरला होतात?

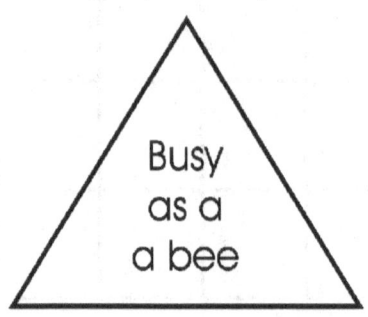

कारण बिझी ॲज अ बी ही फ्रेज आपण इतके वेळेला घोकली आहे, पाठ केली आहे, लिहिली आहे की आता फक्त **बिझी ॲज अ** म्हटल की पुढचे **बी** आपोआप, काहीही विचार न करता उच्चारले जाते. असेच आपल्याला अनेक गोष्टींची इतकी सवय झालेली असते की काही गोष्टी आपण गृहीतच धरतो. यालाही निरीक्षण आणि आकलनक्षमतेचा अभाव आणि अंध आकलन (Blind Perception) म्हणायचे.

या उदाहरणांवरून आकलनक्षमता वाढविणे किती महत्त्वाचे आहे, हे आपल्या लक्षात येईल.

आकलनक्षमता वाढविण्यासाठी काय करायचे?

१. प्रत्येक गोष्टीचे बारकाईने निरीक्षण करण्याची वृत्ती विकसित करावी.
२. कोणत्याही गोष्टीचे अंध आकलन करू नये.
३. प्रत्येक गोष्ट आणि विषय तपशिलात समजण्यासाठी त्याचा सर्वांगानी आणि विस्तृत विचार करणे आवश्यक आहे.
४. जिज्ञासा, कुतूहल, प्रश्न विचारणे यामुळे आकलनक्षमतेमध्ये वाढ होते.
५. निरनिराळ्या विषयांवर खूप वाचन करावे,
६. निरनिराळ्या विषयांवर विविध वक्त्यांची भाषणे ऐकावीत, रेडिओ, टीव्ही वरील कार्यक्रम बघावेत. त्यामुळेही आपल्याला निरनिराळ्या विषयांचे आकलन होण्यास मदत होते.
७. आपल्या अभ्यासासाठी आणि कामासाठी महत्त्वाच्या विषयांचे सखोल ज्ञान आणि आकलन होण्यासाठी त्या विषयातील तज्ज्ञ व्यक्ती, शिक्षक, प्राध्यापक यांचेबरोबर चर्चा करावी. आपली मते, विचार त्यांना सांगावेत. म्हणजे त्या विचारांची योग्यायोग्यताही आपल्याला समजते आणि समर्पक विचार आपल्या मनात रुजतात.
८. समर्पक विचार, मते वेगळ्या डायरीत किंवा रजिस्टरमध्ये लिहून ठेवावीत.
९. मराठी, इंग्रजी डिक्शनरी वाचावी. त्यामुळे शब्दांत स्पष्टता येते.

२. नवनिर्मितीची क्षमता, सृजनशीलता (Innovativeness, Creativity)

बुद्धिसंपन्न व्यक्ती सृजनशील असते. तिच्यामध्ये नवनिर्मितीची क्षमता असते. सर्वसामान्य व्यक्ती नेहमीच चाकोरीत राहणे पसंत करतात. त्यांचे विचारही तितकेच चाकोरीबद्ध असतात. त्यामुळे चाकोरीवर म्हणजे प्रस्थापित विचारांवरच ते प्रेम करतात. यामध्येच त्यांना सुरक्षितता वाटते. आपण इतरांबरोबर आहोत आणि इतर आपल्याबरोबर आहेत यामध्ये त्यांना आनंद असतो. परंतु, ज्यांचे बौद्धिक व्यक्तिमत्त्व संपन्न आहे अथवा ज्यांना आपल्या बौद्धिक व्यक्तिमत्त्वाचा विकास करून घ्यायचा आहे, ते थोडे चाकोरीबाहेरच राहतात, विचार करतात. ते सतत काहीतरी नवीन करण्याचा विचार करतात. प्रायोगिकता हा त्यांचा पिंड अथवा स्थायीभाव असतो. अगदी साहित्यिक भाषेत लिहायचं झालं, तर त्यांना सतत नवीन क्षितिजे खुणावत असतात. पण म्हणजे नक्की काय?

आतापर्यंत लागलेले विविध शोध आठवा. आपण काही उदाहरणे घेऊ.

१. ‘पृथ्वी गोल आहे’ या चाकोरीबद्ध विचाराला छेद देऊन ‘पृथ्वी अंडाकृती आहे’ हा विचार मांडायला, पुराव्यांनिशी सिद्ध करायला आणि प्रस्थापित करायला नवनिर्मितीची क्षमता, प्रयोगशीलता, सृजनक्षमता आणि उच्च दर्जाची आकलनक्षमता हे गुण महत्त्वाचे होते.

२. किटलीवरचे वाफेने उडणारे झाकण बघून वाफेच्या शक्तीचा शोध लावणे आणि वाफेच्या शक्तीवर आगगाडीचे इंजीन चालविण्याचा शोध लावणे यासाठी उच्च दर्जाची आकलनक्षमता आणि नवनिर्मितीची क्षमता महत्त्वाची आहे.

३. झाडावरून खाली पडणारे फळ बघून गुरुत्वाकर्षणाचा सिद्धांत मांडण्यासाठी प्रचंड आकलनक्षमता, सृजनक्षमता आणि नवनिर्मितीची क्षमता आवश्यक आहे. हे चाकोरीबद्ध जीवन जगणाऱ्या येरा-गबाळ्याचे काम नाही.

४. अणूचे विघटन होऊन किंवा करून त्यातून आण्विक ऊर्जा तयार करण्याचे आणि त्या ऊर्जेचे रूपांतर आण्विक शक्तीचा स्त्रोत (विधायक शक्ती) किंवा अणुबॉम्ब (विघातक शक्ती) यांमध्ये करण्याचे प्रचंड सामर्थ्य जगापुढे आणण्यासाठी तीव्र बुद्धिमत्ता म्हणजेच प्रचंड नवनिर्मितीची क्षमता, प्रयोगशीलता, सृजनक्षमता आणि उच्च दर्जाची आकलनक्षमता आवश्यक आहे.

५. सर्व गावात देवीची साथ पसरलेली असताना, गाई-गुरांना देवीची लागण झालेली असताना, त्या गाई-म्हशींचे दूध काढणाऱ्या गवळ्याला मात्र देवीची लागण झालेली नाही, या निरीक्षणातून केवळ आश्चर्यच न मानता त्यावर संशोधन करून जीवघेण्या रोगासाठी प्रतिकारक लस शोधून काढून सर्व प्राणिमात्रांवर कायमचे उपकार करत असताना त्या व्यक्तीजवळ प्रचंड नवनिर्मितीची क्षमता, प्रयोगशीलता, सृजनक्षमता आणि उच्च दर्जाची आकलनक्षमता आवश्यक आहे.

वरील उदाहरणांवरून नवनिर्मितीची क्षमता, प्रयोगशीलता आणि सृजनक्षमता या गुणांमुळे बुद्धी तीव्र, प्रगल्भ आणि धारदार (कदाचित ‘धारदार’ हा शब्दसुद्धा चाकोरीबाहेरचा वाटण्याचा संभव आहे.) बनण्यास किती आणि कसा उपयोग होतो, हे तुमच्या लक्षात आले असेलच.

आता थोडी आपल्या रोजच्या वापराच्या उत्पादनांच्या जाहिरातींची उदाहरणे बघू ज्यामध्ये नवनिर्मिती, सृजनशीलता, नाविन्य यांच्या जोरावर या उत्पादनांनी बाजारपेठेत साम्राज्य केले.

१. ‘टू मिनिट्स मिरॅकल’ म्हणून जाहिरात व्यवस्थापनशास्त्रात कायमचे स्थान ‘मॅगी नूडल्स’ या उत्पादनाने मिळविले. आधी नूडल्ससारखा पदार्थ तयार करणे आणि लहान मुलांचे मार्केट जिंकण्यासाठी गडबडीत असलेली, दमून

घरी आलेली आई आणि शाळेतून घरी आलेली भुकेजलेली मुले जाहिरातीत घेऊन 'दोन मिनिटांत' बनणारा चविष्ट पदार्थ म्हणून त्याची जाहिरात करणे. यामुळे हे उत्पादन बाजारात एकदम आघाडीवर गेले.

२. कपिल देव भारतीय संघाचे कॅप्टन होते. कपिल देव हा शब्द 'कप इल देव' असा लिहून आणि ती फेमस अमूल गर्ल काढून १९८३ च्या क्रिकेटच्या वर्ल्ड कपच्या वेळी जाहिरात महागुरू भरत दाभोळकरांनी अमूल बटरच्या प्रासंगिक जाहिरातीसाठी केलेली होर्डिंगवरची जाहिरात कोट्यावधी भारतीयांचे मन तर जिंकून गेलीच; पण त्या जाहिरातीने विश्वविजेतेपदाचा शुभसंकेत तर दिलाच; पण अमूल बटरसाठी चाहत्यांच्या मनात गौरव स्थानही मिळवले.

३. सिनेतारकांचा सौंदर्य साबण 'माझ्या सतेज कांतीचे रहस्य लक्स' म्हणून गेली पन्नास वर्षे जाहिरात करतच आहे. बीना रॉय, मधुबाला, मीनाकुमारी, वैजयंतीमाला, माला सिन्हा, पद्मिनी, नूतन, तनुजा, मुमताज, सिम्मी गरेवाल, झीनत अमन, रेखा, हेमा मालिनी, डिंपल, माधुरी दीक्षित, करिष्मा कपूर, ऐश्वर्या राय, करिना, कतरिना कैफ अशा सिनेतारकांच्या कित्येक पिढ्या या लक्स सौंदर्य साबणाने बघितल्या आणि आजही बघत आहे. लक्स सतत सतेज, सुंदर आणि तरुणही राहिला.

४. 'वॉशिंग पावडर निरमा' म्हणून पांढराशुभ्र फ्रॉक घातलेल्या, स्वत:भोवती गिरक्या घेणाऱ्या त्या मुलीच्या जाहिरातीने ग्रामीण भारतात साबणाच्या स्पर्धेत निरमा साबणाचा कित्येक वर्षे पहिला क्रमांक ठेवला. (अर्थात त्यासाठी कमी किंमत आणि चांगला दर्जा ही कारणेही होतीच.)

५. आणि सोबतीला 'आपलं' माणूस' म्हणून 'केसरी' ने विश्वभरारी घेतली. टूरिझम व्यवसायामध्ये 'आपलं माणूस' हा केसरीचा यु. एस. पी. ठरला.

या आणि अशा कित्येक जाहिरातींमध्ये हृदयापर्यंत जाऊन पोहोचणारा साद, संगीत, तरंग, चित्रं, रंग, रूपं ही त्या जाहिरातकर्त्यांची नवनिर्मितीची क्षमता, सृजनशीलता, प्रयोगशीलता, आकलनक्षमता दर्शविते. हे त्यांचे प्रचंड बौद्धिक सामर्थ्य आहे.

अशा शोधांची, जाहिरातींची किंवा आणखी काही नवीन प्रकारची उदाहरणे तुम्ही स्वत: संकलित करा. त्या संकलनामधीलही नवनिर्मिती तुम्हाला खूप आनंद देईल.

पण मग पुढचा प्रश्न म्हणजे आपल्या स्वत:मध्ये ही नवनिर्मितीची क्षमता सृजनशीलता, कल्पनाशक्ती आणण्यासाठी काय करायचे?

अगदी साधे-सरळ उत्तर म्हणजे चाकोरीबाहेर जायचे.

यासाठी एक उदाहरणच घेऊ

अगदी शालेय जीवनातच 'प्री स्कूल प्रिपरेशन' म्हणून दोन-अडीच वर्षांच्या मुलांना शाळेतच घातले जाते. या शाळांमध्येही मुलांना तेच अंक, तीच अक्षरे, तीच गाणी आणि तेच पाठांतर करून घेतले जाते. या छोट्या शाळेतही आपले मूल हुशार दिसावे म्हणून पालक घरी त्यांचा अभ्यास करून घेतात. छान केलंस तर चॉकलेट आणि चुकलं तर 'उद्या टीचर रागावतील बरं का?' अशी भीती त्या गोंडस चिमुरड्यांना घातली जाते. आपल्यापैकी बहुतेकांची चाकोरी येथेच सुरू होते.

पण काही शाळा, शाळाचालक, मुख्याध्यापक, शिक्षक थोडे वेगळे; थोडे निराळे आणि चाकोरीबाहेरचे असतात. ते या छोट्या मुलांनाही चाकोरीबाहेर काढतात. या शाळा पंचेंद्रियांच्या साहाय्याने मुलांना निरनिराळ्या वस्तूंचा, गोष्टींचा अनुभव घ्यायला शिकवतात. मग ती मुले आनंदाने अनुभव घेतात. त्यांची कल्पनाक्षमता, आकलन, सृजनशीलता, नवनिर्मितीची क्षमता, या सर्वांचे प्रकटीकरण आणि वर्णनही फार वेगळे, नवनवोन्मेष दर्शविणारे असते.

१. सुई-दोरा आणि फुले किंवा मोठे मणी ओवायला देऊन 'ओवणे' शिकवत असतानाच त्यांना 'सुई टोचणे' म्हणजे काय तेही समजते,

२. झिमझिम पाऊस आणि मुसळधार पाऊस यातला फरक त्यांना त्या पावसात खरे-खरे भिजूनच समजतो. फक्त 'ये रे ये रे पावसा' ही कविता पाठ करून नाही.

३. काही शाळा शाळेच्या आवारातच घोडा, गाय, म्हैस, बैल, शेळी, हत्ती असे प्राणी आणवतात. तर काही शाळा या छोट्या मुलांना घेऊन प्राणिसंग्रहालयात जातात आणि सर्व प्राणी दाखवतात. अगदी दिवसभर मुले प्राण्यांच्या सान्निध्यात असतात.

४. दीपोत्सव म्हणले की मुलांना त्याची कल्पना करता येत नाही. पुण्यातील काही शाळा मग मुलांना शनिवारवाड्याच्या पटांगणात काही प्रसंगांनी करण्यात आलेल्या दीपोत्सवासाठी घेऊन जातात.

लहान वय हे सृजनशील आणि चाकोरीबाहेरचा विचार करणारेच असते. त्याला फक्त तो विचार पुढे नेण्याची मोकळीक द्यावी लागते.

लहान मुलांच्या संस्कार शिबिरात एक शिबिरप्रमुख 'ताई' तिच्या वर्गातल्या चार ते पाच वयोगटातल्या मुलांना तहानेने व्याकुळ झालेल्या कावळ्याची गोष्ट सांगत होती. "पाणी तर रांजणात खोल होते. कावळ्याची चोच तिथपर्यंत पोहोचत नव्हती. मग पाणी वर आणण्यासाठी कावळ्याने एक युक्ती केली. जमिनीवर पडलेले छोटे छोटे दगड चोचीत घेऊन ते त्याने रांजणांत टाकायला सुरुवात केली.

कारण दगड टाकले की पाणी वर येणार.'' ताई पुढे काही सांगायच्या आधीच एक छोटा मुलगा ओरडला, ''अगं ताई, दगड कशाला पाण्यात टाकायचे? पोल्युशन (Pollution) होईल ना? आणि पाणी वर आणायचे तर स्ट्रॉ वापरायचा. सोपे आहे.'' ती ताई आश्चर्यचकित झाली. पण त्या वर्गाची निरीक्षक म्हणून काम करणाऱ्या मला मात्र त्या लहान मुलांच्या प्रचंड आकलनक्षमतेचे, सृजनक्षम मनाचे, नवनिर्माण करणाऱ्या मनाचे आव्हान फार ताकदीचे वाटले. ही मुले चाकोरीबद्ध विचारांची होऊ नयेत म्हणून आपण मात्र पारंपरिक गोष्टींच्या चाकोरीतून बाहेर आलेच पाहिजे.

जर लहानपणापासूनच मुलांना विविध गोष्टींचे ज्ञान व्हावे, असे आपल्याला वाटत असेल, तर मुलांना या गोष्टींची माहिती देण्यासाठी पालक किती पुढाकार घेतात, त्यांना किती 'Exposure' देतात हे महत्त्वाचे आहे.

मग त्यांच्या ''सगळे टायर काळेच का असतात?'', ''कासवाला सशाच्या पुढे जायचे असले, तर त्याला स्केटिंग शिकवायचे.'', ''फिश टँकमधून त्या माशांना बाहेर काढून एकदा टॉवेलने पुसले पाहिजे, नाहीतर माशांवर शेवाळे साठेल ना?'' अशा प्रश्नांना ''काय वेड्यासारखे बोलतोय हा. स्टुपिड.'' असे म्हणून आपली जबाबदारी झटकता येणार नाही.

मुलांना विषयाचे उत्कृष्ट ज्ञान होण्यासाठी मग पालकांचा पुढाकारही महत्त्वाचा आहे. मुलांना पाठ्यक्रमामध्ये जे विषय आहेत, त्यांची माहिती आपण स्वत: करून घेऊन, मुलांना त्या विषयांची अधिक माहिती देण्याचा प्रयत्न किती पालक करतात?

नवनिर्मितीची क्षमता, सृजनशीलता वाढविण्यासाठी काय करायचे?

१. प्रत्येक गोष्टीचे बारकाईने निरीक्षण करण्याची वृत्ती विकसित करावी.
२. प्रत्येक गोष्ट आणि विषय तपशिलात समजण्यासाठी त्याचा सर्वांगानी, निरनिराळ्या दृष्टिकोनांतून आणि विस्तृत विचार करणे आवश्यक आहे.
३. जिज्ञासा, कुतूहल, प्रश्न विचारणे यामुळे आकलनक्षमतेमध्ये वाढ होते.
४. आपली प्रयोगशीलता वाढवावी.
५. स्वत:ची अनुभवांची कक्षा वाढवावी.
६. निरनिराळ्या विषयांवर खूप वाचन करावे.
७. निरनिराळ्या विषयांवर विविध वक्त्यांची भाषणे ऐकावीत, रेडिओ, टीव्हीवरील कार्यक्रम बघावेत. त्यामुळेही आपल्याला निरनिराळ्या विषयांचे आकलन होण्यास मदत होते.
८. आपल्या अभ्यासासाठी आणि कामासाठी महत्त्वाच्या विषयांचे सखोल ज्ञान आणि आकलन होण्यासाठी त्या विषयातील तज्ज्ञ व्यक्ती, शिक्षक, प्राध्यापक

यांचेबरोबर चर्चा करावी. आपली मते, विचार त्यांना सांगावेत. म्हणजे त्या विचारांची योग्यायोग्यताही आपल्याला समजते. आणि समर्पक विचार आपल्या मनात रुजतात.

९. समर्पक विचार, मते वेगळ्या डायरीत किंवा रजिस्टरमध्ये लिहून ठेवावीत.

३. स्वयंप्रेरणा आणि सिद्धिप्रेरणा

बुद्धिमान व्यक्ती नेहमी स्वयंप्रेरित आणि विशेषत: सिद्धिप्रेरित असते. आता स्वयंप्रेरित आणि सिद्धिप्रेरित या शब्दांची किंबहुना कल्पनांची आपल्याला ओळख आणि माहिती असणे महत्त्वाचे आहे.

त्यासाठी आपण प्रथम 'प्रेरणा' या शब्दाचे आकलन करून घेऊ. प्रेरणा म्हणजे इंग्रजीमध्ये Motivation. प्रेरणा म्हणजे काहीतरी करण्याची, पुढे जाण्याची, वेगळे काहीतरी करण्याची इच्छा! प्रेरणा म्हणजे ध्येय, उद्दिष्ट डोळ्यांसमोर ठेवून ते साध्य करण्यासाठी कृती करण्याची इच्छा. खरं म्हटलं तर इच्छा या शब्दापेक्षा 'ऊर्मी' हा शब्द अधिक समर्पक आहे. ही प्रेरणा किंवा ऊर्मी स्वत:च्याच मनात तयार होणे आवश्यक आहे. आपला रोजच्या जीवनातला अनुभव असाच असतो. इतरांनी कितीही आणि काहीही सांगितले, तरी ती गोष्ट आपल्याला पटेपर्यंत आपण काही करत नाही. म्हणूनच **कोणतीही गोष्ट आपल्यला पटणे, ती करण्याची ऊर्मी आपल्या मनात दाटून येणे आणि मग ती कृती करण्यास आपण सिद्ध होणे यालाच 'स्वयंप्रेरणा' असे म्हणतात.**

प्रेरणा प्रमुख्याने तीन प्रकारची असते.

१. मान्यताप्रेरणा Affiliation Motive.
२. सत्ताप्रेरणा Power Motive.
३. सिद्धिप्रेरणा Achievement Motive.

या तीनही प्रकारच्या प्रेरणांचा अर्थ आपण समजावून घेऊ.

१. मान्यताप्रेरणा (Affiliation Motive)

Affiliation याचा अर्थ मान्यता देणे, संमती देणे असा आहे. ज्या व्यक्तींच्या मानसिकतेत मान्यता प्रेरणा मोठ्या प्रमाणात असते, त्या नेहमी आपल्या प्रत्येक

विचाराला, कृतीला दुसऱ्या व्यक्ती काही आक्षेप घेणार नाहीत ना किंवा मान्यता देतील ना, आपल्याला चांगले म्हणतील ना, याचाच विचार करत असतात आणि त्याचप्रमाणे कृती करतात. 'इतरेजना येन गतः सः पंथाः' असे या व्यक्तींबद्दल म्हटले पाहिजे. थोडक्यात चाकोरीबद्ध जीवन जगण्याकडे या व्यक्तींचा कल असतो. आपण सर्वांप्रमाणेच आहोत आणि सर्वांप्रमाणेच वागतो आहोत ही त्यांची मानसिकता असते. आणि यामध्ये त्यांना सुरक्षितही वाटत असते. चाकोरीबाहेर जाऊन कसलाही विचार, कृती, उच्चार ते कधीही करणार नाहीत. तो त्यांचा पिंडच नसतो. जगातील ९०% व्यक्तींची प्रेरणा मान्यताप्रेरणा असते. उदाहरणार्थ, मित्राने मोबाइल घेतला की ताबडतोब आपल्यालाही मोबाइल मिळालाच पाहिजे, शेजारी परदेशची टूर करून आले की कधी एकदा आपणही जातो आहोत असे वाटणे, मैत्रिणीने नवीन फॅशनचे ड्रेस शिवले म्हणजे आपणही शिवलेच पाहिजेत अशी सतत इतरांची बरोबरी करणे, इतरांसारखेच वागणे-राहणे म्हणजेच चाकोरीबद्ध राहणे.

२. सत्ताप्रेरणा
(Power Motive)

सत्ता प्रेरणा म्हणजे फक्त राजकीय सत्ता नाही. आपल्या आजूबाजूला वावरणाऱ्या, अनेक स्वरूपाची कामे करणाऱ्या विविध व्यक्तींमध्ये, नातेवाइकांमध्ये, मित्र-मैत्रिणींमध्ये सत्ता प्रेरणा आढळून येते. सतत आपण इतरांपेक्षा वेगळे दिसावे, असावे आणि इतरांनी आपले वेगळेपण आणि मोठेपण मान्य करावे, ही त्यांची नैसर्गिक प्रेरणा असते. इतरांपेक्षा आपण श्रेष्ठ आहोत, ही त्यांची भावना असते. इतरांना आपण मार्गदर्शन करावे आणि त्यांनी त्याप्रमाणे वागावे अशी त्यांची अपेक्षा असते. पण हा नेतृत्वगुण नसतो. फक्त 'येनकेन प्रकारेण' आपण इतरांपेक्षा वरचढ आहोत, इतकेच त्यांना दाखवायचे असते. जगातील ७% व्यक्तींची प्रेरणा सत्ताप्रेरणा असते.

३. सिद्धिप्रेरणा
(Achievement Motive)

सिद्धी म्हणजे यश. सिद्धिप्रेरणा म्हणजे यशस्वी होण्याची प्रेरणा. जे काम आपण करत आहोत, जी भूमिका आपण करत आहोत त्या कामात, त्या भूमिकेत आपण यशस्वी व्हावे, आपले काम चांगले व्हावे अशी त्यांची मनापासून इच्छा असते. यशस्वी होण्यासाठी ते आपले ध्येय निश्चित करतात. ध्येयापर्यंत पोहोचण्यासाठी आपण काय काम केले पाहिजे, कोणती कृती केली पाहिजे, त्याचा आराखडा

नियोजनपूर्वक ठरवितात. त्यासाठी आवश्यक ती साधनसामग्री जमवितात. मार्गात येणारे सर्व अडथळे बाजूला करून ते आपले ध्येय साध्य करतात. पण एक शिखर साध्य केल्यावर, म्हणजेच एक ध्येय साध्य करून ते थांबत नाहीत. त्यांना नवनवीन शिखरे जणू खुणावत असतात. ते सृजनशील असतात. त्यांना जणू नवनिर्मितीचा ध्यास असतो. ते सिद्धिप्रेरित असतात. जगातील ३% व्यक्तींची प्रेरणा सिद्धिप्रेरणा असते.

बुद्धिवान व्यक्ती स्वयं-प्रेरित (Self-Motivated) असतात. त्यांना नेहमीच यशस्वी व्हायचे असते. त्यांची प्रेरणा ही सिद्धिप्रेरणा असते.

४. ध्येय किंवा उद्दिष्ट निश्चित करणे

बौद्धिक व्यक्तिमत्त्वाच्या जडण-घडणीमध्ये कोणतेही काम करावयाचे असेल तर त्या कामातून आपल्याला काय साध्य करावयाचे आहे, कोणता परिणाम अपेक्षित आहे म्हणजेच कोणते ध्येय किंवा उद्दिष्ट साध्य करावयाचे आहे, हे ठरविले जाते. आपल्या बौद्धिक व्यक्तिमत्त्वाच्या जडण-घडणीमध्ये ध्येय किंवा उद्दिष्ट ठरविण्याची क्षमता आपल्याला स्वत:मध्ये विकसित करावी लागते. उद्दिष्ट ठरवले की आपल्या

विचारांना, प्रयत्नांना, नियोजनाला, कृतीला एक निश्चित दिशा मिळते.

अगदी सकाळी उठल्यापासून रात्री झोपेपर्यंतच्या आपल्या सर्व कृती किंवा कामे ठरावीक उद्दिष्टांनी किंवा अगदी साधा शब्द वापरायचा झाला तर हेतूंनी प्रेरित होऊनच केल्या जातात. उगाचच किंवा काहीही कारण नसताना आपण काहीच करत नाही. जर तुम्ही घरातल्या घरात उगीचच इकडे-तिकडे फिरत असलात, चकरा मारत असलात तर घरातली मोठी माणसे तुम्हाला नक्की विचारतील, "का रे रिकामटेकड्यासारखा उगीचच फेऱ्या मारतो आहेस? काय झाले?"

दर वर्षी एक जानेवारीला नववर्षाचा संकल्प करणारे अनेक जण आहेत. संकल्प म्हणजेसुद्धा एक प्रकारे आपले ध्येय किंवा उद्दिष्ट ठरविणे आहे. निरनिराळ्या व्यक्ती, निरनिराळ्या वेळी निरनिराळी उद्दिष्टे ठरवत असतात.

उद्दिष्ट म्हणजे नेमके काय?

'Goal is a statement of your dreams.' 'Goal is the status which you desire to achieve in a specific time period." 'जे आपल्या आयुष्यात घडावे अशी आपली मनोधारणा असते, ते नक्की घडावे यासाठी मन:पूर्वक केलेला निश्चय म्हणजे उद्दिष्ट' अशी सर्वसाधारणपणे उद्दिष्टाची व्याख्या केली जाते.

१. उद्दिष्टनिश्चितीमुळे सिद्धिप्रेरणा जागृत राहते,
२. एकदा उद्दिष्ट ठरविले म्हणजे आपल्याला नक्की काय साध्य करायचे आहे याबद्दल आपल्या विचारांमध्ये स्पष्टता येते.
३. उद्दिष्टपूर्ती ठरावीक वेळेतच करावयाची असते. त्यामुळे उद्दिष्ट ठरवित असताना ते कधी पूर्ण करावयाचे आहे ती कालमर्यादाही ठरवावी लागते,
४. एकदा उद्दिष्ट ठरविले की आपल्या प्रयत्नांवरही आपले नियंत्रण राहते. तसेच आपले प्रयत्न योग्य दिशेने चालले आहेत ना, याची खात्री करून घेता येते. प्रयत्नांना योग्य दिशा देता येते,
५. उद्दिष्ट ठरविले की कृती-कार्यक्रम किंवा कृती-आराखडा ठरविता येतो. अपेक्षित परिणामांबद्दल आपण आग्रही राहू शकतो.
६. उद्दिष्ट ठरविले की आपल्या कामात शिस्तबद्धता येते,
७. उद्दिष्टे ही नेहमीच आकड्यांमध्ये मोजता येतात,
८. आपले उद्दिष्ट आपण इतरांनाही देऊ शकतो,
९. उद्दिष्ट ठरविताना अतीमहत्त्वाकांक्षेने, अवाजवी आणि अती-उत्साहाने ठरवू नयेत. आपल्याला उद्दिष्टपूर्तता करायची असते. त्यामुळे उद्दिष्टे आपल्या आवाक्यातील, पूर्तता करता येतील अशीच असावीत, टप्प्या-टप्प्याने आपली उद्दिष्टे वाढवावीत,
१०. एकदा उद्दिष्ट ठरविले, की ती काळ्या दगडावरची रेघ झाली असे नाही. आपण आपले उद्दिष्ट बदलू शकतो. उद्दिष्ट बदलावे लागले तर त्यामध्ये कोणताही कमीपणा वाटण्याचे कारण नाही,
११. उद्दिष्टे वास्तव आणि खरी असतात,
१२. उद्दिष्टांची विभागणी आपण लहान लहान उप-उद्दिष्टांमध्ये करू शकतो त्यामुळे उद्दिष्टांची पूर्तता करणे सोपे जाते,
१३. उद्दिष्टांमुळे आपल्यामध्ये जे आंतरिक (Internal) आणि बाह्य (External)

बदल होतात, त्यांची परिणामकारकता आपल्याला मोजता येते.

एव्हरेस्ट शिखर सर करण्याच्या ध्येयाने प्रेरित झालेल्या एडमंड हिलरींना त्यांच्या एका मित्राने विचारले, "But why you want to be there?" एडमंड हिलरींनी एकाही क्षणाचा विलंब न लावता उत्तर दिले, "Beacause it is there." एव्हरेस्ट शिखर काबीज करणे आणि मोहीम यशस्वी करणे हे त्यांचे ध्येय होते. त्यासाठी कराव्या लागणाऱ्या कष्टांची त्यांना कल्पना होती. कष्टांची तयारीही होती. एव्हरेस्ट शिखर काबीज करणे हे एकमेव ध्येय होते.

''स्वराज्य हा माझा जन्मसिद्ध हक्क आहे आणि तो मी मिळवीनच.'' हे लोकमान्य टिळकांचे कणखर उद्‌गार त्यांच्या ध्येयाप्रती असलेल्या अविचल श्रद्धेचे प्रतीक आहेत.

''मी कधीही वैयक्तिक रेकॉर्डसाठी खेळलो नाही. संघाला जिंकून देण्यासाठी उत्कृष्ट खेळायचे या एकाच उद्दिष्टाने मी खेळलो. संघ जिंकला की मला आनंद होतो.'' मास्टरब्लास्टर सचिन तेंडुलकरचे हे शब्द आहेत.

सर्वसामान्य व्यक्तींनाही स्वत:च्या गाडीची हौस पुरविता येईल अशी अत्यंत कमी किमतीमध्ये गाडी बाजारपेठेत आणायची हे उद्दिष्ट टाटांनी एक लाख रुपयांत नॅनो गाडी विकसित करून साध्य केले. जेव्हा टाटांनी नॅनोची घोषणा केली, तेव्हा लोकांना ते अवास्तव वाटले होते.

'इक्बाल' हा श्रेयस तळपदेचा सिनेमा आपण सर्वांनी बघितला. एका लहान गावातला, शेतकरी कुटुंबातला हा मुलगा इंडियन क्रिकेट टीममध्ये आपली निवड झालीच पाहिजे आणि आपण कपिल देवसारखे उत्कृष्ट खेळायचे या उद्दिष्टाने प्रेरित होतो. मार्गात येणाऱ्या अनंत अडचणी आणि अडथळ्यांशी टक्कर देतो. अपार कष्ट करून आपले उद्दिष्ट साध्य करतो.

ही उदाहरणे आपल्या सर्वांच्या परिचयाची आहेत. आपल्या बाबतीत कोणती उदाहरणे घेता येतील?

दर वर्षी शाळा-कॉलेज सुरू झाल्यावर आपण ठरवतो की या वर्षी आपण खूप अभ्यास करायचा आणि मस्त मार्क मिळवायचे. अगदी फर्स्टक्लासमध्ये यायचे, डिस्टिंक्शन मिळवायचे असा संकल्पही काही जण करतात. मग शाळा-कॉलेज सुरू होते. आत्ता तर पोर्शन सुरू झाला आहे. आणखी थोडी लेक्चर्स झाली की मग बघू. अगदी आत्ताच लायब्ररी आणि अभ्यास सुरू केला, तर मित्र-मैत्रिणी चेष्टा करतील असे मनात येते. मग निरनिराळ्या असोसिएशन्सच्या निवडणुका येतात. त्यामध्ये 'एखादी निवडणूक आपणही लढवावी आणि एखादे पद आपल्यालाही मिळावे' ही मनातली इच्छा डोके वर काढते. मग निवडणुका, असोसिएशन्सचे उद्‌घाटनसमारंभ, कार्यक्रम यातच आलेली सहामाही परीक्षा 'जाऊ दे, सहामाही तर

आहे' म्हणून तितकीशी गांभीर्याने घेतली जात नाही. दिवाळी, वार्षिक स्नेहसंमेलन, टूर्नामेंट्स, बक्षीस समारंभ असे करत वार्षिक परीक्षेचे वारे वाहू लागतात आणि आठवण होते मस्त मार्क मिळवायच्या संकल्पाची. जर संपूर्ण वर्ष असे गेले असेल, तर उद्दिष्टपूर्ती होईल का? म्हणजेच उद्दिष्ट तर ठरविले; पण त्यासाठी योग्य ते नियोजन झाले नाही. त्या दिशेने प्रयत्न झाले नाहीत. त्या दिशेने कामही झाले नाही.

उत्कृष्ट शरीरसंपदा मिळवायची हा संकल्पही खूप जण करतात. आपण रोज व्यायाम करायचा, फिरायला जायचे, पोहायला जायचे असेही ठरविले जाते. सकाळी पाच वाजता उठण्यासाठी गजरही लावला जातो. पण उठायचा येतो कंटाळा. 'जाऊ दे. संध्याकाळी जाऊ फिरायला. नाहीतर उद्यापासून नक्की.' असे म्हणून आजचा संकल्प उद्यावर ढकलला जातो. मग तो 'उद्या' बऱ्याच जणांच्या आयुष्यात उगवतच नाही. मग कधीतरी एखादी जाहिरात करिनाची, कतरीनाची, अमीर खानची नाही तर अक्षयकुमारची बघितली जाते. आणि परत एकदा उद्दिष्ट ठरविले जाते, 'उद्या मात्र नक्की सुरुवात करायची.'

'आज मात्र आईला सरप्राइज द्यायचे. रोज घरातली कामे शीक आता म्हणून सारखी भुणभुण मागे लावते. आजपासून घर आवरण्याचे आणि भाजी निवडण्याचे काम आपणच करायचे.' संकल्प होतो. तो घरात आईला-आजीला सांगितलाही जातो. पण एखाद्या मैत्रिणीचा फोन येतो. संध्याकाळी जायचे का भटकायला? सगळा ग्रुप येतो आहे. मग जवळजवळ रोजच असे होते आणि केलेला संकल्प, ठरविलेले उद्दिष्ट तसेच राहते.

हे असे तुमच्याही बाबतीत होते का? अशी काही उदाहरणे तुम्हीही देऊ शकाल का? असतीलच काही उदाहरणे. पण असे का होते? म्हणजे आपण उद्दिष्ट ठरवितो पण त्याची पूर्तता होत नाही. खाली दिलेल्या शब्दांचा आपण विचार करू.

Desire	**तीव्र इच्छा.**
Determination	**दृढनिश्चयाने काम करणे.**
Discipline	**शिस्तबद्ध काम करणे.**
Dedication	**समर्पित भावाने काम करणे.**
Devotion	**श्रद्धेने काम करणे.**

आपण अनेकदा यातला जो पहिला टप्पा आहे, त्या टप्प्यावरच अडतो, अडखळतो किंवा थांबतो. फक्त तीव्र इच्छा असून त्याचा उपयोग होत नाही. पण त्या तीव्र इच्छेचे उद्दिष्टामध्ये रूपांतर होणे आणि उद्दिष्टपूर्तीसाठी नियोजनबद्ध काम करणे महत्त्वाचे आहे.

वरील परिच्छेदामध्ये उल्लेख केल्याप्रमाणे कोणत्याही कामासाठी उद्दिष्ट ठरवित असताना पुढील गोष्टींचा विचार आपण केला पाहिजे.

१. उद्दिष्ट हे आपण आपल्या स्वत:साठी ठरवत असतो. ते कुणालाही दाखविण्यासाठी, फुशारकी मारण्यासाठी ठरवत नसतो. त्यामुळे उद्दिष्ट ठरवत असताना ते नेहमी वास्तव असावे. आपल्या आवाक्यातील असावे. साध्य करता येण्याजोगे असावे. Low aim is crime. असे म्हटले जाते, त्याचप्रमाणे Very high aim is also crime. असेही म्हणावे, असे मला वाटते. उदाहरणार्थ, जर परीक्षेत नेहमी काठावर पास होत असू तर या वर्षी डिस्टिंक्शन मिळवेन असे उद्दिष्ट ठेवणे म्हणजे स्वत:कडूनच अवास्तव अपेक्षा ठेवण्यासारखे होईल. आणि जर उद्दिष्ट सफल झाले नाही तर आपण निष्कारण नाउमेद, नाराज होऊ. आपल्याला अपेक्षाभंगाचा मानसिक त्रास होईल. त्यामुळे उद्दिष्ट ठरवत असताना ते नेहमी वास्तवतेचे भान ठेवूनच ठरवावे. टप्प्या-टप्प्याने मिळालेले यश नेहमी निश्चित, कायमस्वरूपी, प्रेरणादायी आणि सर्वांनाच आनंद देणारे असते.

२. उद्दिष्ट ठरवत असताना आपल्या क्षमतांचा, आपल्यावरील इतर जबाबदाऱ्यांचा, आपल्याला उपलब्ध साधनसामग्रीचा आणि मुख्य म्हणजे आपल्याला उपलब्ध वेळेचा विचार करावा लागतो. या गोष्टींचा विचार जर केला नाही, तर परत उद्दिष्ट अवास्तव होईल. उदाहरणार्थ, एका मुलाची आर्थिक परिस्थिती अतिशय हलाखीची होती. त्याला त्याच्यावरील जबाबदाऱ्यांचे पूर्ण भान होते. तो अत्यंत हुशार होता. कष्टाळू होता. दिवसभर एका दुकानात काम करायचे, रात्रशाळेत शिकायचे आणि खूप मोठे व्हायचे, असे त्याने ठरवले. त्याप्रमाणे तो शिकला. दहावी पास झाल्यावर आय.टी आय मध्ये त्याने ऑटोमोबाइल इंजिनिअरिंगचा अभ्यासक्रम पूर्ण केला, एका गॅरेजमध्ये नोकरी केली. कामाचा अनुभव घेतला. हळूहळू थोडे भांडवल जमा केले. मग स्वत:चे गॅरेज केले आणि एक दिवस तो शहरातला एक प्रमुख व्यवसायिक झाला. स्वत:ची गाडी घेऊन फिरू लागला. त्याने आपल्या गॅरेजमध्ये आठ-दहा मुलांना रोजगारही दिला. हे कसे शक्य झाले? उद्दिष्ट ठरवत असताना त्याने सर्व गोष्टींचा विचार केला. टप्प्या-टप्प्याने आपले उद्दिष्ट साध्य केले.

३. उद्दिष्ट ठरवत असताना कुणाशीही आपली बरोबरी किंवा तुलना करू नये. स्पर्धा जरूर असावी. पण ती निखळ स्पर्धा असावी. बरोबरी किंवा तुलना केल्यामुळे निष्कारण आपल्याच मनाला त्रास होतो. बरोबरी किंवा तुलना नकारात्मक असते. स्पर्धा सकारात्मक असते.

४. उद्दिष्टसुद्धा सकारात्मक असावे. उद्दिष्टपूर्ती झाल्यावर जो परिणाम साध्य होणार आहे तो नेहमी सकारात्मक असावा. त्यामुळे आपल्याला तर आनंद मिळतोच; पण आपण इतरांनाही आनंद देऊ शकतो. त्यामुळे कुणाचा अपमान करणे, पाणउतारा करणे, अवमान करणे, कोणतीही गोष्ट साध्य करण्यासाठी चोरी, मारामारी, खून अशा मार्गांचा वापर करणे हे केवळ नकारात्मक नाही तर त्याज्य आहे. त्यामुळे उन्नत्ती होण्याऐवजी अधोगतीच होईल.

वरील सर्व गोष्टींचा विचार करून प्रत्येकाने काम करत असताना उद्दिष्ट-निश्चिती करावी.

५. नियोजनकौशल्य
(Planning Skills)

वरील परिच्छेदात वरचेवर आपण एक शब्द वापरला. तो म्हणजे नियोजनकौशल्य. नियोजनकुशलता हा बुद्धिमान व्यक्तींना मिळालेला वर आहे. सर्व बुद्धिमान व्यक्ती नियोजनकुशल असतातच असे नाही. कुशाग्र बुद्धीच्या व्यक्ती नियोजनात ढिसाळ असू शकतात. म्हणूनच जर बुद्धिवान व्यक्ती नियोजनकुशल असेल तर 'दुधात साखर' किंवा 'सोन्याहून पिवळे' अशी म्हण वापरायला हरकत नाही.

नियोजनकौशल्य हा एक फार मोठा विषय आहे आणि तो पटकन सांगून संपवता येणार नाही; हे मान्य आहे. पण या पुस्तकाचे उद्दिष्ट लक्षात घेता; थोडक्यात पण समर्पकपणे आपण नियोजनकौशल्य म्हणजे काय, ते समजावून घेऊ. नियोजनकौशल्याच्या महत्त्वाच्या पायऱ्या किंवा टप्पे पुढीलप्रमाणे आहेत.

नियोजनकौशल्य किंवा सिद्धियोजना

1. Goal Determination	ध्येय किंवा उद्दिष्ट ठरविणे.
2. Action Plan	कृती-कार्यक्रम किंवा आराखडा ठरविणे.
3. Goal Anticipation Positive Negative	ध्येयाबद्दलची भावना. सकारात्मक नकारात्मक.
4. Understanding of the Blocks 1. Internal Blocks 2. External Blocks	अडथळ्यांची योग्य माहिती करून घेणे. १. वैयक्तिक/अंतर्गत २. बाह्य वातावरणातील

5.	Feelings of others towards the Goal	इतर व्यक्तींच्या आपल्या ध्येयाबद्दलच्या भावना.
6.	Help	इतरांकडून मदत अथवा सहकार्य प्राप्त करणे.
7.	Achievement Theme	सर्व कामांत सिद्धिसूत्र असणे.

आता या सर्वांचा अर्थ समजावून घेऊ.

ध्येय किंवा उद्दिष्ट

यामध्ये प्रथम आपण आपले ध्येय किंवा उद्दिष्ट ठरवतो. म्हणून Goal Determination किंवा उद्दिष्ट ठरविणे ही पहिली पायरी किंवा पहिला टप्पा आहे.

कृती-कार्यक्रम किंवा आराखडा ठरविणे : एकदा उद्दिष्ट ठरविले की ते उद्दिष्ट साकार करण्यासाठी कृती-कार्यक्रम (Action Plan) ठरवायचा आहे. कृती कार्यक्रम म्हणजे आपले उद्दिष्ट साध्य करण्यासाठी जे काम आपल्याला करावयाचे आहे, जी कृती करावयाची आहे, त्याबद्दल आपणच सुस्पष्ट विचार करावयाचा. कामाचा आराखडा तयार करत असताना कामाचा प्राधान्यक्रम ठरवायचा.

ध्येयाबद्दलची भावना : हा विचार करत असताना आपल्या **उद्दिष्टांबद्दल नेहमी सकारात्मक भावना** ठेवायची. आपले उद्दिष्ट सफल होईल का होणार नाही अशी द्विधा मन:स्थिती होते आणि ते नैसर्गिक आहे. पण स्वत:वर आणि आपल्या कामावर श्रद्धा ठेवून उद्दिष्टाबद्दल सकारात्मक भावना ठेवायची. मनात नकारात्मक विचार येऊ द्यायचे नाहीत. आपले उद्दिष्ट सफल होणारच आणि ते सफल झालेच पाहिजे, या ठाम मानसिकतेतून कृती-कार्यक्रम ठरवायचा.

वैयक्तिक तसेच बाह्य वातावरणातील अडचणी किंवा अडथळे

आपण काहीही करावयाचे ठरविले, तरी आपल्या मार्गात अडचणी येणारच, हे गृहीतच धरले पाहिजे. मग डोळसपणे, त्रयस्थपणे आपण त्या अडचणींकडे पाहू शकतो. त्या अडचणींचे स्वरूप समजावून घेऊ शकतो. त्या अडचणींवर कशी मात करायची, ते ठरवू शकतो. सामान्यपणे या अडचणी दोन प्रकारच्या असतात. काही अडचणी Internal म्हणजे अंतर्गत किंवा आपल्या स्वत:शी निगडित असतात. म्हणूनच या अडचणींना 'वैयक्तिक स्वरूपाच्या अडचणी' असे म्हटले जाते. उदाहरणार्थ, ''परीक्षेची खूप तयारी केली. अगदी पहिला नंबर येणार याची खात्री होती; पण ऐन वेळेला खूप ताप आला, दुखणे लांबले आणि परीक्षेला बसता आले नाही.'' दुसरे उदाहरण बघू या. ''या वर्षी आंतरजिल्हा ५०० मीटर धावण्याच्या शर्यतीत सुवर्ण पदक मिळवायचे म्हणून खूप प्रॅक्टिस केली. व्यायाम, आहार

यावरही लक्ष केंद्रित केले. पण प्रॅक्टिस करताना पायात इतकी जोरदार लचक भरली की डॉक्टरांनी बेडरेस्ट घ्यायला सांगितले.'' या उदाहरणांमध्ये आपल्या लक्षात येईल, की परीक्षा झाली. इतर सर्व परीक्षेला बसले; पण वैयक्तिक अडचणींमुळे परीक्षेला बसता आले नाही. तसेच धावण्याची शर्यत झाली; पण वैयक्तिक अडचणींमुळे धावण्याच्या शर्यतीत भाग घेता आला नाही. अशा अनेक वैयक्तिक स्वरूपाच्या अडचणी असतात. अशा निरनिराळ्या प्रसंगांत तुम्ही अनुभवलेल्या किंवा गृहीत धरलेल्या अडचणी लिहून काढा. म्हणजे वैयक्तिक अडचणी समजावून घेणे किंवा त्यांची पूर्वकल्पना करण्यासाठी तुमचा दृष्टिकोन तयार होईल. एकदा ही सवय लागली, की त्या अडचणींवर मात करण्यासाठी कसे नियोजन करायचे याबद्दलही तुम्ही विचार करू शकता. आणि ही महत्त्वाची क्षमता तुमच्यामध्ये विकसित होऊ शकते.

अडचणी किंवा अडथळे जेव्हा स्वत:च्या नियंत्रणाबाहेरच्या असतात, तेव्हा त्यांना External किंवा Environmental म्हणजेच बाह्य स्वरूपाच्या किंवा बाह्य वातावरणातील अडचणी असे संबोधले जाते. आता वरील उदाहरणांचाच परत विचार करू. ''परीक्षेची खूप तयारी केली. अगदी पहिला नंबर येणार याची खात्री होती; पण पॉवर कट, घरातले लग्न आणि वडिलांचा झालेला ॲक्सिडेंट यामुळे घरात आईला मदत करण्यातच इतका वेळ गेला की त्याचा परिणाम पहिला नंबर न येण्यात झाला. पण काय करायचे, घरातील जबाबदारी घेणेही महत्त्वाचे होतेच. तरी आधी तयारी केल्यामुळे चांगले मार्क मिळाले. आता पुढल्या वर्षी परत पहिल्या नंबरसाठी तयारी करू.'' या वर्षी आंतरजिल्हा ५०० मीटर धावण्याच्या शर्यतीत सुवर्णपदक मिळवायचे म्हणून खूप प्रॅक्टिस केली. व्यायाम, आहार यावरही लक्ष केंद्रित केले. पण अचानक पडलेला मुसळधार पाऊस, त्यामुळे खचलेले रस्ते त्यामुळे संयोजकांनी संपूर्ण स्पर्धाच रद्द केली. आता या ठिकाणी आपली संपूर्ण तयारी होती; पण आपल्या नियंत्रणाबाहेरच्या बाह्य कारणांमुळे आपले उद्दिष्ट सफल झाले नाही.

बाह्य स्वरूपाच्या अडचणींवर किंवा बाह्य वातावरणातील अडचणींवर आपले विशेष नियंत्रण नसते. परंतु वैयक्तिक अडचणींवर आपले नियंत्रण असते. त्याचा काळजीपूर्वक विचार करावा.

इतर व्यक्तींच्या आपल्या ध्येयाबद्दलच्या भावना

आपण काहीही करायचे ठरविले, तरी आपल्या आजूबाजूच्या इतर व्यक्ती सतत आपल्याबद्दल किंवा आपल्या कामाबद्दल काही ना काही बोलत असतात. त्यांची मते व्यक्त करत असतात. या मतांचा आपल्या मनावर परिणाम होतो. अगदी

आपल्या मनावर परिणाम होण्यासाठीच ते बोलत असतात असे नाही; पण कळत-नकळत त्या बोलण्याचा आपल्या मनावर परिणाम होतोच. अनेकदा ही मते आपली टिंगल करणारी, चेष्टा करणारी असतात. कधी ती मते आपल्याला जणू आव्हान देतात. ही मते कधी शब्दांतून, कधी हावभावांतून तर कधी कृतींमधून व्यक्त होतात. यामधून नकारात्मक भावनाच अधिक वेळेला व्यक्त होतात. जणू आपल्याला नाराज, नाउमेद करण्यासाठीच या भावना व्यक्त केल्या जातात. फार क्वचित वेळेला आपल्याला प्रोत्साहन देण्यासाठी, आपली उमेद वाढविण्यासाठी काही जण त्यांची मते व्यक्त करत असतात. आपण आपले उद्दिष्ट सफल करण्यासाठी प्रयत्न करत आहोत, तर मग केवळ आपल्या उद्दिष्टांवरच आपले लक्ष केंद्रित करा.

यासाठी आपणच आपली मानसिकता विकसित करावी लागते. ती म्हणजे सकारात्मक मानसिकता. कोणी काहीही बोलले, तरी त्याकडे पूर्ण दुर्लक्ष करायचे नाही. ते ऐकून घ्यायचे. पण ते प्रथमदर्शनीच आपल्या मनापर्यंत जाऊन द्यायचे नाही. त्याला फिल्टर लावायचा. आपल्या मनावर त्या बोलण्याचा कोणताही परिणाम होण्याआधी त्या बोलण्यावर पटकन एक प्रक्रिया (Processing) करायची. ते बोलणे तपासून, पारखून घ्यायचे. बोलणाऱ्या व्यक्तीचा उद्देश समजावून घ्यायचा. म्हणजेच त्या बोलण्याकडे त्रयस्थपणे बघायचे. आयुष्यात यशस्वी होण्यासाठी दुसऱ्या व्यक्तीचे बोलणे तपासून, पारखून घ्यायची क्षमता आपल्याला विकसित करावीच लागते. पारखून, तपासून घेतल्यावर जर ते नकारात्मक आहे असे वाटले, तर ते तसेच्या तसे कानांवरून परत फिरले पाहिजे. ते मनापर्यंत पोहोचूनच द्यायचे नाही. आपल्या विचारप्रक्रियेमध्ये तर त्या बोलण्याचा प्रवेशच होऊन द्यायचा नाही. जणू मेंदूमध्ये **'प्रवेश निषिद्ध' किंवा 'No Entry'** असा बोर्डच लावून टाकायचा. याचाच अर्थ असा, की त्यांनी त्यांचे मत व्यक्त केले. हे त्यांचे मत आहे; पण ते काही आपले मत नाही त्यामुळे आपण त्याच्यावर विचार करून आपला वेळ फुकट घालवण्यात अर्थ नाही.

परंतु, जर त्या टीकेमध्ये, उपहासामध्ये, नकारात्मक भावनेमध्ये आपल्यामध्ये सुधारणा होण्यासाठी काही विचार व्यक्त झाले असले, तर मात्र त्या विचारांचा 'उपयक्त सूचना' म्हणून स्वीकार करा. यामध्ये सुद्धा तो विचार व्यक्त होत असताना किंवा ते मत व्यक्त करत असताना त्या व्यक्तीचे शब्द, ते उच्चारण्याची पद्धत, आवाज, हावभाव किंवा विचाराबरोबर व्यक्त झालेली भावना यांचा शिरकाव आपल्या मनात होऊ देऊ नये. येथे आपण **'विचार' आणि 'भावना'** यांच्यात जाणीवपूर्वक फरक केलेला आहे. आपल्याला नकारात्मक भावना महत्त्वाची नाही; पण सकारात्मक विचार मात्र नक्की महत्त्वाचा आहे. विचार आणि भावना यामध्ये गल्लत न करणे, विचार आणि भावना यांचे 'स्वतंत्र' अस्तित्व ओळखणे आणि मान्य करणे आणि

योग्य त्या विचारांचा स्वीकार करणे ही अत्यंत महत्त्वाची क्षमता आपण स्वत:मध्ये विकसित करून घेतली पाहिजे.

जेव्हा काही व्यक्ती आपल्याबाबत सकारात्मक भावना किंवा मते व्यक्त करतात, आपले कौतुक करतात, प्रशंसा करतात, तेव्हा ते आपल्याला आवडते. पण केवळ आपल्याबद्दल कोणीतरी काही चांगले बोलले म्हणून ते जसेच्या तसे स्वीकारण्याची गडबड करू नये. त्या सकारात्मक भावनांकडे किंवा मतांकडे सुद्धा तितक्याच डोळसपणे बघणे जरुरीचे असते. काही वेळा प्रशंसा, कौतुक आपल्याला हरभऱ्याच्या झाडावर चढविते. काही वेळा प्रशंसा करणारी व्यक्ती तिचा काही हेतू साध्य करण्याचा प्रयत्न करत असते. काही वेळा प्रशंसेमध्येही टिंगल-टवाळी दडलेली असते. त्यामुळे प्रशंसेतील **'विचार' आणि 'भावना'** यांच्यात जाणीवपूर्वक फरक करावा. आपल्यामध्ये सुधारणा होण्यासाठी काही विचार व्यक्त झाले असले तर त्या विचारांचा 'उपयक्त सूचना' म्हणून स्वीकार करावा. ती आपल्याला मिळालेली प्रेरणा असते. अशा विचारांमुळे चांगले काम करण्यासाठी आपल्याला स्फूर्ती मिळते.

या विवेचनावरून एक गोष्ट मात्र आपल्या लक्षात येईल, की आपण प्रत्येक ठिकाणी विचार आणि भावना यांचे स्वतंत्र अस्तित्व ओळखण्यास शिकलो. कोठेही भावनेच्या आहारी न जाता, योग्य भावना आणि योग्य विचारांचा स्वीकार करणे आणि त्यातून आपली प्रगती करण्याची क्षमता आता आपल्याला विकसित करावयाची आहे.

इतरांकडून मदत अथवा सहकार्य प्राप्त करणे

कोणतेही काम आपण एकट्याने करू शकत नाही. किंबहुना काम ही एकट्याने करावयाची गोष्टच नाही. प्रत्येक काम हे सांघिक कामच असते. त्यामुळे आपण आपले उद्दिष्ट ठरवले की ते यशस्वीरीत्या साध्य करण्यासाठी आपण ते काम कसे करणार आहोत, आपल्याला लागणारी साधनसामग्री (Resources) कोणती आणि त्याचबरोबर आपल्याला कोणा-कोणाची मदत (Help and Co-operation) लागणार आहे, याचाही विचार आपल्याला करावयाचा असतो. 'माझं मी सगळं बघून घेईन. मला कुणाची गरज नाही,' असे म्हणणारी व्यक्ती दांभिक असते. अशाच व्यक्तीला कदाचित मदतीची सर्वांत जास्त आवश्यकता असते.

मदत देणाऱ्या व्यक्ती अनेक असतात. मदत घेणाऱ्या व्यक्तीही अनेक असतात. पण एखाद्या कामासाठी मदत घ्यायची का, मदत कशासाठी घ्यायची आणि मदत कुणाकडून घ्यायची, हे मात्र आपण विचारपूर्वक ठरवावे लागते.

सर्व कामांत सिद्धिसूत्र असणे

सूत्र याचा अर्थ 'Theme' आपण नाटक-सिनेमा बघायला जाताना त्या नाटकाची सिनेमाची 'थीम' काय आहे असे विचारतो. तेव्हा थीम म्हणजे सूत्र किंवा धागा, ज्याच्याभोवती सर्व कथा किंवा घटना फिरत असतात. इथे तर आपण आपल्या आयुष्याचीच कथा तयार करत आहोत. तेव्हा त्याचे सूत्र तर अत्यंत काळजीपूर्वक, जाणीवपूर्वक, सर्व विचारांती ठरविलेले असले पाहिजे.

खरं म्हटले, तर आयुष्य संपत आले, तरी अनेक जणांना त्यांच्या आयुष्याचे सूत्र सापडलेले नसते. इथे तर अगदी लहान, तरुण वयात आपण आयुष्याच्या सूत्राबद्दल बोलत आहोत. जर आयुष्यात यशस्वी व्हायचे असेल, तर 'यशस्वी होणे' म्हणजेच 'सिद्धी प्राप्त करणे' हेच सूत्र असले पाहिजे. म्हणून आपण 'सिद्धिसूत्र' या शब्दाचा उपयोग करत आहोत.

सिद्धिसूत्र हे आयुष्याचे सूत्र ठरवून काम करणारी व्यक्ती आपल्या आयुष्याचे गणितच बदलून टाकते. त्यांच्या आयुष्यातील कामांचा प्राधान्यक्रम बदलतो. त्यांच्या वेळेचे नियोजन बदलते. त्यांचा त्यांच्या आयुष्याकडे बघण्याचा दृष्टिकोन बदलतो. कोणतेही काम किंवा कोणतीही गोष्ट करत असताना आपल्याला यशस्वी व्हायचे आहे, ही एकच गोष्ट त्यांच्या सदैव लक्षात राहते. तीच प्रेरणा ते स्वत:ला देत असतात.

या सर्व गोष्टींचा साकल्याने विचार होतो, तेव्हा त्याला 'नियोजनकौशल्य' असे म्हणतात.

६. पद्धतशीर काम
(Methodical and Systematic Work)

कोणतेही काम अतिशय संघटित (Organized) आणि पद्धतशीर रीतीने (Methodical) करणे हे उच्च दर्जाचे बौद्धिक व्यक्तिमत्त्व असलेल्या व्यक्तीचे महत्त्वाचे वैशिष्ट्य आहे. आता पद्धतशीर काम म्हणजे काय? पद्धतशीर, सुसंघटित कामामध्ये अनेक गोष्टी येतात.

१. कामाबद्दल संपूर्ण माहिती करून घेतली जाते.
२. कामाचा बारकाईने विचार केला जातो. कामाच्या सर्व तपशिलांची नोंद केली जाते.
३. काम उत्कृष्ट होण्यासाठी स्वत:च निकष ठरविले जातात.
४. नियोजित वेळेत ठरविलेल्या निकषांप्रमाणे काम पूर्ण केले जाते.
५. कोठेही गोंधळ, अव्यवस्थितपणा, पसारा, बेंगरूळपणा दिसत नाही.

६. काम बघितल्यावर फक्त प्रशंसा आणि कौतुक होते.

सर्वसामान्य व्यक्ती इतक्या तपशिलात जाऊन विचार करत नाहीत. त्यांचा कल काम उरकण्याकडे असतो. कामाचा दर्जा (Quality) आणि कामाचा शंभर टक्के परिणाम (Result) याबद्दल ते आग्रही नसतात. त्या कामामधून स्वत:ला शंभर टक्के आनंदही मिळाला पाहिजे, याबद्दलही ते आग्रही नसतात. असे काम इतरांनाही आनंद देऊ शकत नाही. ते कामचलाऊ अशा स्वरूपाचेच रहाते.

परंतु, सिद्धिप्रेरित व्यक्ती आपल्या कामाच्या दर्जाबद्दल आणि शंभर टक्के परिणामांबद्दल अत्यंत जागरूक असतात. प्रत्येक काम त्या पद्धतशीर आणि सुसंघटितपणे करतात.

"दारात रांगोळी जरी घातली तरी रांगोळीचा एक ठिपकाही वेडा-वाकडा येणार नाही की रंगाची एक चिमूट एकमेकांत मिसळणार नाही."

"हे पुस्तकांचं कपाट तुझंच हे न सांगतासुद्धा समजेल. प्रत्येक पुस्तकाला कव्हर, पुस्तकाला नंबर आणि मुख्य म्हणजे पुस्तक कधी घेतलं आहे ती तारीख सुद्धा पुस्तकावर घातलेली आहेस. परत त्या पुस्तकांचं वर्गीकरण करून ती कपाटात ठेवली आहेस. कित्ती छान!"

"हा निबंध बघितलात का? समास कसा सोडलाय, निबंधाचे शीर्षक कसे ठळक आणि मोठ्या अक्षरांत आकर्षकपणे लिहिले आहे, प्रत्येक परिच्छेदाची सुरुवात करताना समासापासून अगदी सारखे अंतर सोडलेले आहे, महत्त्वाचे शब्द आणि वर्णन निराळ्या रंगाने अधोरेखित केले आहे. निबंधाची सुरुवात, मध्य आणि शेवट किती परिणामकारक आहे. मुख्य म्हणजे भाषा ओघवती आहे. याला म्हणतात निबंध!"

"शाळेत जाताना त्याला बघावे. त्याचा युनिफॉर्म, बूट-मोजे अगदी स्वच्छ आणि नीटनेटके, रोज बुटांना पॉलिश. कंटाळत कसा नाही कोण जाणे? याची नखे कधी वाढलेली दिसणार नाहीत की केसांची बट कधी इकडची तिकडे होणार नाही. आणि इतकं करून सदा उत्साही."

"तिची पर्स जरा उघडून बघा. कशी छान ठेवलेली आहे. प्रत्येक गोष्ट सापडेल तुम्हाला पर्समध्ये आणि परत जागच्या जागी. नोटा ठेवायची पद्धत बघितलीत का? ही नोटा उलट्या ठेवते. म्हणजे हजार, पाचशे, शंभर, पन्नास, वीस, दहा अशा नोटा ठेवायच्या आणि हजाराची नोट आत आणि दहाची नोट बाहेर अशा त्या नोटांच्या घड्या घालायच्या. धांदलीत पैसे देताना कधीही नोटांची गडबड होणार नाही. कसं इतकं जमतं कोण जाणे?"

"अरे, एकदा तरी तुझ्या पेन्सिलीचे टोक मोडलेले आहे, पेनामधली शाई संपलेली आहे, खोडरबर घरी विसरलेले आहे किंवा पट्टी हरवलेली आहे अशी

सिच्युएशन आम्हाला ऐकायला मिळू देत की.''

तुम्हाला अशी काही उदाहरणे लिहिता येतील का? तुम्हाला तुमच्या स्वत:च्याबद्दल अशा काही गोष्टी लिहिता येतील का?

७. वस्तुनिष्ठ विचार करण्याचा दृष्टिकोन (Objective Attitude)

वस्तुनिष्ठ विचारपद्धती हे संपन्न बौद्धिक व्यक्तिमत्त्वाचे महत्त्वाचे वैशिष्ट्य आहे. सर्वसामान्यपणे वस्तुनिष्ठ आणि व्यक्तिनिष्ठ अशा प्रामुख्याने दोन विचारपद्धती किंवा दृष्टिकोन आहेत. वस्तुनिष्ठ विचारपद्धतीमध्ये कार्यकारण भाव महत्त्वाचा असतो. तर्कसंगत विचार केला जातो. परंपरा, रूढी, चालीरीती, भावना अशा गोष्टींना वस्तुनिष्ठ विचारपद्धतीमध्ये स्थान नसते. इतरांना काय वाटेल, याचाही विचार केला जात नाही. परंतु, व्यक्तिनिष्ठ विचारपद्धतीमध्ये मात्र इतरांचाच विचार अधिक केला जातो. तिथे भावनेला जास्त महत्त्व दिले जाते. यासाठी आपण एक उदाहरण घेऊ.

कागदाचा एक गोल अर्धा काळा आणि अर्धा पांढरा अशा दोन रंगांत रंगवून घेतला होता. एका ऑफिसमध्ये ही चाचणी घेतली होती. एक-एक करून ऑफिसमधील कर्मचाऱ्यांना केबिनमध्ये बोलाविले आणि तो गोल दाखविला. हे कोणते रंग आहेत त्याचे वर्णन करा, असे प्रत्येकाला सांगितले गेले. सर्वांत प्रथम त्यांच्या प्रतिसादांची नोंद केली. खरं म्हटलं तर उत्तर अत्यंत सोपं होतं; पण त्यांना त्याच्यात काही निराळा अर्थ आहे का, इतरांनी काय उत्तरे दिली असतील, आपले उत्तर बरोबर येईल का असे विचार मनात आले. अगदी साध्या प्रश्नाचे उत्तर त्यांनी खूप विचार करून दिले. त्यांची उत्तरे तीन प्रकारची होती.

१. काही जणांनी बारकाईने निरीक्षण केले. उत्तर डोळ्यांसमोर असतानाही त्यांनी अडखळत, चाचरत आम्हालाच प्रश्न विचारला, ''तुम्हाला काय वाटते?'' आणि शेवटी उत्तर दिले, ''अर्धा गोल थोडा पांढरट आहे आणि अर्धा गोल थोडा काळपट आहे'' आणि पुढे विचारले, ''बरोबर आहे ना?'' या व्यक्तींना इतक्या सोप्या प्रश्नांत काही खुबी आहे का, काही चकवा आहे का असाही विचार मनात आला. त्या उत्तर देताना गोंधळल्या. त्यामुळे थोडे चाचरतच त्यांनी उत्तर दिले.

२. काही जणांनी निरीक्षण केले आणि उत्तर दिले, ''त्यात काय? पांढरा म्हणा नाहीतर काळा म्हणा. थोडा काळा रंग पांढऱ्यावर ओढला तर सगळेच काळे दिसेल आणि तसेच थोडा पांढरा रंग काळ्यावर ओढला तर सगळेच पांढरे दिसेल.'' या व्यक्तीसुद्धा थोड्या गोंधळलेल्याच होत्या; पण आपल्याला नीट समजलेले आहे, हे

दाखवत त्यांनी थोडे अधिक आत्मविश्वासाने उत्तर दिले.

३. काही जणांनी निरीक्षण केले आणि उत्तर दिले, ''गोल अर्धा काळा आणि अर्धा पांढरा आहे.''

ही तीन बौद्धिक व्यक्तिमत्त्वे आहेत. प्रथम वर्गातील व्यक्ती या चाकोरीबद्ध विचार करणाऱ्या आणि जीवन जगणाऱ्या, इतरांना काय वाटेल याचा विचार करणाऱ्या (Affiliation motive), दुसऱ्यापुढे माघार घेणाऱ्या, शरणागत प्रवृत्तीच्या (Submissive nature) आणि व्यक्तिसापेक्ष (Subjective) होत्या. त्यामुळे त्यांनी ''तुम्हाला काय वाटते? बरोबर आहे ना?'' असे विचारले. दुसऱ्या वर्गातील व्यक्ती अती आत्मविश्वास (Overconfidence) सत्ताप्रेरणा असलेल्या (Power motive) आणि स्व-केंद्रित होत्या. त्यामुळे त्यांनी 'आपलेच मत खरे' असे समजून धडाकेबाज उत्तर दिले. परंतु, तिसऱ्या वर्गातील व्यक्ती मात्र वस्तुनिष्ठ विचार करणाऱ्या (Objective), योग्य मत ठामपणे मांडणाऱ्या (Assertive) होत्या. त्यांनी आपले मत आत्मविश्वासाने मांडले.

८. सकारात्मक आणि आशावादी
(Positive and Optimistic)

संपन्न बौद्धिक व्यक्तिमत्त्व असलेली व्यक्ती सकारात्मक आणि आशावादी असते. कठीण तसेच प्रतिकूल परिस्थितीवर मात करून यश मिळविण्यासाठी बुद्धिवान व्यक्ती सदैव प्रयत्नशील असतात. 'यशाने त्या हुरळून जात नाहीत आणि अपयशाने खचून जात नाहीत.'

सकारात्मक आणि आशावादी असणे ही बौद्धिक तसेच भावनिक स्थिती आहे. फक्त बौद्धिकतेचे लेबल त्याच्यावर लावण्यात अर्थ नाही.

आता सकारात्मक आणि आशावादी असे शब्द एकत्र आले, की ताबडतोब अर्धा ग्लास पाण्याने भरलेला आहे की अर्धा ग्लास रिकामा आहे हे उदाहरण तुमच्या मनात आलेच असेल. पारंपरिकरीत्या 'अर्धा ग्लास भरलेला आहे' हे उत्तर 'बरोबर' समजले जाते. पण एका ट्रेनिंग-प्रोग्रॅममध्ये एका प्रशिक्षणार्थीने चकित करणारे उत्तर दिले आणि सांगितले, की 'पूर्ण ग्लास भरलेला आहे. अर्धा ग्लास पाण्याने आणि अर्धा ग्लास हवेने भरलेला आहे.' मला हे उत्तर जास्त 'सकारात्मक' आणि 'आशावादी' वाटले.

एकदा आमच्याच बाबतीत घडलेली एक घटना मुद्दाम सांगावीशी वाटते. त्या वेळी आम्ही एका नव्या घरात राहायला गेलो होतो. हा गव्हर्नमेंटतर्फे मिळालेला खूप मोठा फ्लॅट होता. छान घर मिळाले म्हणून आम्ही सारेच खूष होतो. पण काही

महिन्यातच जीवघेण्या संकटांची एक मालिकाच आमच्या घरात चालू झाली. परंतु, न खचून जाता जे उपाय आणि उपचार करायचे ते सर्व करत गेलो. सुमारे दीड वर्षाने आम्ही आमच्या स्वत:च्या वास्तूत राहायला आलो आणि हळूहळू ही संकटेही गेली. घरात आनंद झाला. "त्या घराची वास्तूच कशी होती कोण जाणे; पण तिथे असताना भयंकर संकटे आली." असे उद्गार मी काढले. त्या वेळी माझी आई माझ्याकडे आलेली होती. तिने ते ऐकले आणि लगेच म्हणाली, "उगीच त्या वास्तूला दोष देऊ नका. ती वास्तूच फलदायी होती म्हणून तुम्ही सर्व संकटांतून सहीसलामत वाचलात. तुमची भरभराट झाली. त्या वास्तूच्या आशीर्वादामुळेच तुमची ही नवीन वास्तू झाली. उलट नमस्कारच करा त्या वास्तूला." त्याक्षणी मी एकदम इतकी दचकले आणि अक्षरश: भानावर आले. किती चुकीचा विचार करत होते मी. भावनेच्या पोटी क्षणभर तरी का होईना, माझ्या विचारात आलेली नकारात्मकता आईच्या विचारातील सकारात्मकतेने दूर केली.

जपानी व्यवस्थापन पद्धतीचा उगमही झालेला नव्हता, त्या काळातली ही एक घटना आवर्जून सांगावीशी वाटते. तेव्हा आम्ही शाळेत होतो. त्या वेळी टाक आणि दौत घेऊन शाळेत जात असत. त्यातही एका पैशात शाईच्या पावडरीची पूड मिळायची. ती पूड दौतीत घालून त्यात पाणी घालून शाई तयार केली जायची. शाळेला जायला निघताना माझ्या लक्षात आले, की शाई संपलेली आहे. मी जरा मोठ्या आवाजात दुसऱ्या खोलीत असलेल्या माझ्या भावाला ओरडूनच सांगितले की "प्रकाश, शाई संपली आहे." माझी आजी तेथेच बसली होती. तिने दटावून मला विचारले, "काय बोललीस पुन्हा बोल!" "अगं, शाई संपली आहे असे सांगितले." "पुन्हा असे बोलू नको. शाई आणायची आहे असे म्हणावे." आजीने मला सुनावले. शाळेच्या गडबडीत मी जरा घुश्शातच तिला म्हणाले, "शाई संपली आहे आणि शाई आणायची आहे यात काय फरक आहे गं?" आजीने मनोभावे हात जोडून नमस्कार केला आणि म्हणाली, "अगं, घरात वास्तुदेवता राहते. तू हे संपलंय ते संपलंय म्हण, तुझ्या आयुष्यातले सगळे संपतच जाईल. काही मिळायचे नाही. पण हे आणायचं आहे ते आणायचं आहे असे म्हण, तुला ते मिळतच जाईल."

आज इतक्या वर्षांनी जेव्हा आजीचे ते बोलणे आठवते, तेव्हा वाटते, 'ही सकारात्मकताच तर होती तिच्या विचारांतली. एकाही अक्षराची तोंडओळख नसलेल्या आणि कोणत्याही व्यवस्थापनशास्त्राचे धडे न गिरवलेल्या माझ्या आजीच्या विचारांतली ही सकारात्मकता होती.' आणि आता जपानी मॅनेजमेंट स्टाईल आपण शिकतो आणि शिकवतो.

सकारात्मकतेचा उगम कोठून होतो?

Positive Believing	**सकारात्मक श्रद्धा**
Positive Thinking	**सकारात्मक विचार**
Positive Action	**सकारात्मक कृती**
Positive Results	**सकारात्मक परिणाम**

म्हणजेच सकारात्मक विचार हे सकारात्मक श्रद्धेतून उगम पावतात. श्रद्धा ही आपली भावना किंवा मूलभूत धारणा (Fundamental Belief) आहे. श्रद्धेला आपण 'भावनिक धारणा' असेही म्हणू शकतो. परंतु, एकदा ही सकारात्मक श्रद्धेची धारणा मनात रुजली की विचार आणि कृती नेहमीच सकारात्मक होतात. सकारात्मक श्रद्धा जोपासण्याची आणि सकारात्मक विचार करण्याची सवय एकदा आपल्याला लागली की ती आयुष्यभर लागते. त्यातूनच सकारात्मक बौद्धिक व्यक्तिमत्त्वाची जडण-घडण होते.

९. वेळेचे नियोजन
(Time Planning)

आयुष्यात ज्याला यशस्वी व्हायचे असते, ती व्यक्ती आपल्या वेळेचे 'नियोजन' करते. वेळेचे नियोजन करणे हे फार मोठे कौशल्य आहे. सर्वसामान्य व्यक्तींना कदाचित वेळेचे महत्त्व समजणार नाही; पण सिद्धिप्रेरित व्यक्ती मात्र आपल्या वेळेला अतिशय महत्त्व देतात. कॉलेजमधील काही मुले कॉलेजच्या कट्ट्यावर बसून गप्पा मारत होती. जाता-जाता मी त्यांना सहज विचारले, "काय रे, लेक्चर नाही का? इथे का बसला आहात?" त्यातील एक जण उभा राहून म्हणाला, "काही नाही मॅडम, जस्ट थोडा टाइमपास." सकाळी साडेआठ वाजता टाइमपास? मी चमकलेच. त्यांना सांगावेसे वाटले, "You can not pass time. Time passes you by."

वेळ कोणासाठीच थांबत नसतो. तो आपल्या गतीनेच पुढे-पुढे सरकत असतो. फक्त 'आपण ती गती समजावून घेतो की नाही' हा महत्त्वाचा प्रश्न आहे. 'घटका जाती, पळेही जाती, तास वाजे ठणाणा' असे श्रीसमर्थांनी म्हणलेले आहे. या घटका, पळे, तास हे वेळ मोजायची परिमाणे आहेत. आपण सेकंद, मिनिटे, तास याप्रमाणे वेळ मोजतो. वर्ष, महिने, पंधरवडा, आठवडा याप्रमाणेही वेळ मोजला जातो. वेळ ही आपल्याला उपलब्ध असलेल्या साधनसामुग्रीमधील सर्वांत मौल्यवान साधनसामग्री आहे. एकदा वेळ निघून गेली की परत कधीच येत नाही, हे त्रिकालाबाधित सत्य आहे. तो दिवस, ती सकाळ आपल्या आयुष्यातून कायमची निघून गेलेली असते. 'काल, आज, उद्या' असे वेळेचे परिमाण आहे. काल हा भूतकाळ आहे. आपल्या आयष्यातून तो वेळ कायमचा लोप पावलेला आहे. 'रात

गयी, बात गयी' असे म्हणतात, तसे काल हा कालच आहे. त्यात आपण काहीही बदल करू शकत नाही. उद्या हे भविष्य आहे. 'उद्या येईल न येईल' असे म्हणून भविष्याची अनिश्चितता दाखविली जाते. "कल किसने देखा" असेही म्हणले जाते. म्हणूनच केवळ आजचा दिवस आपल्या हातात आहे. "कल करे सो आज कर, आज करे सो अब" असे म्हणून जणू आपल्याला संत कबीरांनी कार्यप्रवृत्त केलेले आहे.

उद्याची अनिश्चितता असली, तरी आपण वेळेचे नियोजन करत असताना उद्या म्हणजे भविष्य गृहीत धरतोच. वेळेचे नियोजन करायचे म्हणजे काय करायचे? आपण ते सोप्या पद्धतीने समजावून घेऊ.

इंग्रजीत असे म्हटले जाते की, "We can not create time, we can not destroy time, we can only manage it." आपल्याला खूप काम आहे. दिवसाचे चोवीस तास सुद्धा पुरत नाहीत असे आपण म्हणतो. जर रोज आणखी चार तास मिळाले तर बरे होईल, अशी भावना अनेकदा आपल्या मनात येते. पण म्हणून चार तास काही वाढणार नाहीत. तसेच, काही वेळा वेळ जाता जात नाही. पण म्हणून वेळ चटकन संपणारही नाही. कालचक्र आपल्या गतीनेच फिरत राहणार. आपल्याला आपल्या नियोजित कामासाठी भरपूर वेळ मिळावा म्हणून आपण फक्त एकच गोष्ट करायची असते आणि ती म्हणजे आपल्या वेळेचे नियोजन

करणे. वेळेचे नियोजन करायचे म्हणजे वेळेचा उपयोग कशासाठी होतो आहे आणि तो कसा होणे अपेक्षित आहे, याचा विचार करणे अपेक्षित आहे.

वेळ वाया घालवणारे घटक (Time Wasters) समजावून घ्या

वेळेचे नियोजन करताना करावयाची पहिली गोष्ट म्हणजे आपला वेळ वाया घालवणारे घटक शोधून काढायचे. आपण आपला वेळ अनेक कारणांमुळे वाया घालवत असतो. आपला वेळ वाया जातो आहे– याची आपल्याला जाणीवही नसते. पण वेळ असा वाया घालविल्यामुळे आपले महत्त्वाचे काम करायला वेळ उपलब्ध नसतो. आपला वेळ वाया जातो आहे आणि वेळेचे नियोजन होत नाही, हे दर्शविणारे काही निदर्शक असतात. त्यामुळे वेळेच्या अपव्ययाबाबत पहिली धोक्याची घंटा वाजते. यापैकी काही निदर्शक माहितीसाठी येथे दिलेले आहेत.

१. क्षुल्लक गोष्टींना अती महत्त्व देणे आणि महत्त्वाच्या गोष्टी रेंगाळत ठेवणे.
२. काम संपतच नाही अशी अवस्था येणे.
३. सदैव कामाची अर्धवट तयारी असणे त्यामुळे कामाचा दर्जा घसरणे.
४. कामात सारख्या चुका होणे.
५. सतत थकवा जाणवणे.
६. काम साचून राहणे.
७. सतत लोक आपल्यावर अन्याय करत आहेत आणि कामाच्या ओझ्याखाली आपण भरडले जात आहोत असे वाटणे.
८. धोरणात्मक निर्णय घेऊन नियोजनबद्ध काम करण्यापेक्षा येईल, तसे काम करणे.
९. कामाचा विचार करायलाही फुरसत नाही अशी अवस्था होणे.
१०. कोणतेही उद्दिष्ट पूर्ण न होणे.
११. आपत्ती निवारण करतो आहोत या भूमिकेतून काम करत रहाणे.
१२. कधीही कामाची प्रशंसा, कौतुक न होणे.

होते का अशी परिस्थिती तुमची? यातील एक किंवा काही गोष्टी जर तुमच्या बाबतीत होत असतील, तर तुमच्यासाठी लाल दिवा लागला आहे किंवा धोक्याची घंटा वाजायला लागली आहे, असे लक्षात घ्या.

कोणत्या कारणांमुळे आपला वेळ वाया जातो? उदाहरण म्हणून येथे काही वेळ वाया घालवणारे घटक लिहिलेले आहेत.

१. कोणतेही ध्येय, उद्दिष्ट डोळ्यांसमोर न ठेवता बसून राहणे, गावभर फिरत राहणे, घरातच छताकडे बघत बसून राहणे.

२. कामाचे महत्त्व नसणे, कोणतेही काम होईल, बघू, आज नाही झाले तर उद्या करू, म्हणून काहीही काम न करता निष्क्रियतेने सर्व दिवस घालवणे.

३. आपल्याला खूप कामे आहेत आणि आपण खूप गडबडीत आहोत असे इतरांना भासविणे; पण प्रत्यक्षात काहीही काम न करता फक्त गावात फिरत राहणे.

४. कामाचा प्राधान्यक्रम ठरविता न येणे, जसे येईल तसे आणि जसे जमेल तसे काहीतरी करत राहणे.

५. नियोजनकौशल्याचा अभाव.

६. मित्र-मैत्रिणींबरोबर गप्पा मारत बसणे.

७. मोबाइलवर, फोनवर गप्पा मारत बसणे.

८. टीव्हीवर, कॉम्प्युटरवर गेम्स खेळत बसणे.

९. दिवास्वप्ने बघणे.

१०. आळशीपणा, सुस्तपणा, कंटाळा.

११. अनाहूतपणे, न ठरविता आलेले पाहुणे त्यामुळे वेळ वाया जाणे.

१२. निर्णय घेण्याचे कौशल्य नसल्यामुळे काम करता न येणे.

१३. काम करण्यासाठी आवश्यक साधनसामग्रीचा अभाव.

१४. एकाच वेळी अनेक कामे करण्याचा प्रयत्न करणे.

१५. चुकीच्या माणसांना कामे सांगणे किंवा त्यांच्याकडून मदतीची अपेक्षा करणे.

१६. कोणालाही कशासाठीही 'नाही' म्हणण्याची, नकार देण्याची असमर्थता.

१७. मनात विचारांचा गोंधळ असणे.

१८. व्यसनाधीनता.

आता या उदाहरणांवरून तुमचा वेळ कोणत्या गोष्टींमध्ये वाया जातो, ते तुम्हाला शोधून काढता येईल. तुमचा वेळ वाया घालविणाऱ्या अशा सर्व गोष्टींची यादी तयार करा. त्यावर विचार करा. आपला वेळ वाया घालविणाऱ्या गोष्टी कशा टाळता येतील, ते ठरवा.

वेळ कसा वाया जातो ते एकदा लक्षात आले म्हणजे वेळ कसा वाचविता येईल ते समजते. त्यामुळे वेळेचे नियोजन करणे शक्य होते. वेळेचे नियोजन करण्याचे टप्पे पुढीलप्रमाणे आहेत.

१. सुरुवातीला अगदी आठवड्याचे नियोजन करा. नियोजनासाठी आठवड्यातला कोणताही एक दिवस ठरवा. संपूर्ण आठवड्यात आपल्याला कोणती कामे करावयाची आहेत, ती सर्व लहान-मोठी कामे लिहून काढा. यामध्ये फोन करणे, नाटक-सिनेमे बघणे, कॉम्प्युटरवर काम करण्यासाठी लागणारा वेळ, नातेवाईक, मित्र-मैत्रिणी यांच्या गाठी-भेटी, लग्न, वाढदिवस अशा कार्यक्रमांची

आलेली आमंत्रणे आणि जर आपण त्या कार्यक्रमांना जाणार असलो, तर त्यासाठी आवश्यक वेळ अशा स्वरूपाच्या गोष्टींचाही समावेश करावा. कारण या गोष्टींसाठीही भरपूर वेळ द्यावा लागतो. त्याचप्रमाणे कामांची यादी करत असताना आपली दैनंदिन कामेसुद्धा गृहीत धरावीत.

२. दैनंदिन कामे व या इतर कामांच्या पूर्ततेसाठी अंदाजे किती वेळ लागेल, ते लिहून काढा.

३. कामांची वर्गवारी करा. दैनंदिन कामे बाजूला काढा. कारण काही झाले तरी ही दैनंदिन कामे आपल्याला करावीच लागतात. उरलेल्या कामांपैकी काही कामे महत्त्वाची असतात. काही कामे तातडीने करावयाची असतात. काही कामे पूर्ण केल्याशिवाय त्या कामावर आधारित इतर कामे आपल्याला करता येत नाहीत तर काही कामे आपण इतरांना सांगूनही करून घेऊ शकतो. या सर्व गोष्टींचा विचार करून कामांची प्राधान्यक्रमाप्रमाणे वर्गवारी करता येते.

४. दैनंदिन कामांसाठी किती वेळ लागेल आणि ही कामे कोणत्या वेळी करणे आवश्यक आहे, ते निश्चित करा.

५. आता हा वेळ सोडून उपलब्ध वेळ इतर सर्व कामांना तुम्ही कसा देणार, ते ठरवा. त्याप्रमाणे कामांचे नियोजन करा.

६. एकदा अशी कामे करायची सवय लागली म्हणजे उपलब्ध वेळेत खूप कामे करता येतातच; पण कामांचा दर्जाही चांगला ठेवण्यात आपण यशस्वी होतो.

७. आपण वेळेचे नियोजन करतो आहोत म्हणजे आपल्या कामांचे नियोजन करतो आहोत. त्यामुळे वेळेचे नियोजन म्हणजे काहीतरी भयंकर प्रकार आहे, असे समजू नका. वेळेच्या नियोजनाचे कोणतेही टेन्शन घेऊ नका. तसेच आता जरासुद्धा इकडचे इकडे करणे शक्य नाही. आता घाण्याला जुंपलेल्या बैलासारखे काम करावे लागणार, अशी भीती मनात बाळगू नका. उलट, वेळेचे नियोजन केल्यामुळे तुम्हाला खूप मोकळा वेळ मिळू शकतो. इंग्रजीत म्हणूनच सांगितले जाते, की "A lazy man has no time for anything but a busy man has time for everything." वेळेचे योग्य व्यवस्थापन केल्यामुळे तुम्हाला तुमचे छंद जोपासण्यासाठीही भरपूर वेळ मिळू शकेल.

वर उल्लेखिलेल्या सर्व बौद्धिक गुणवैशिष्ट्यांचा जर विचार केला, तर या सर्व क्षमता, कौशल्ये स्वतःमध्ये बाणविण्यासाठी, स्वतःमध्ये विकसित करण्यासाठी खूप वेळ लागणार आहे. त्यावर बराच विचार करावा लागणार आहे. आई-वडील आणि शिक्षकांचे साहाय्य त्याच्यासाठी घ्यावे लागणार आहे.

सर्वच गुणवैशिष्ट्यांचा एकाच वेळी विचार करता येणार नाही. त्यापैकी आपल्यामध्ये कोणती गुणवैशिष्ट्ये कमी-अधिक प्रमाणात आहेत, याचा अभ्यास

करावा लागेल. कोणती गुणवैशिष्ट्ये प्रथम विकसित करायची, याचा प्राधान्यक्रमही ठरवावा लागेल. योजनाबद्धरीत्या जर प्रयत्न केले, तरच आपल्या प्रयत्नांना यश मिळू शकेल.

∎

७

बौद्धिक व्यक्तिमत्त्वाचा विकास
Development of an Intellectual Personality

बौद्धिक व्यक्तिमत्त्वाची गुणवैशिष्ट्ये विकसित कशी करावयाची, त्याचा विचार अतिशय महत्त्वाचा आहे. ही गुणवैशिष्ट्ये प्रयत्नपूर्वक विकसित करायची म्हणजे नक्की काय करायचे? आपण येथे त्यातील काही महत्त्वाच्या गोष्टींचा विचार करू.

१. वाचन
(Reading)

वाचनाने आपल्याला बहुश्रुतता येते. अनेक गोष्टींचे ज्ञान आणि माहिती होते. निरनिराळ्या विषयांचे पैलू आपल्याला समजतात. विचारवंतांची मते समजतात.

विषयांचे योग्य आकलन होते. आपल्या मनातील अनेक शंकांची, समज गैरसमजांची उत्तरे आपल्याला मिळतात. आपल्याला आपलीही मते तयार करता येतात. आपले विचार प्रगल्भ होतात. आवश्यक असेल, तेथे आपली मते आणि विचार मांडता येतात. वाचनाने आपली बौद्धिक प्रगती होते. आपली एक आगळी-वेगळी बौद्धिक प्रतिमा (Image) तयार होते.

अनेकदा 'आजकाल नवीन काय वाचताय?' असे सर्वसामान्यपणे कुणाला विचारले तर 'अहो वेळच कुठे आहे वाचत बसायला. रोजचे वर्तमानपत्रसुद्धा नीट वाचून होत नाही. हेडिंग्ज वाचली म्हणजे झाले.' अशी ठरावीक साच्याची उत्तरे मिळतात. पण ही झाली सर्वसामान्य व्यक्तीची प्रतिक्रिया. आपण वेळेचे नियोजन कसे करायचे ते बघितलेलेच आहे. त्यात म्हटल्याप्रमाणे "A busy man finds time for everything." त्यामुळे तुम्ही जर हाच प्रश्न असामान्य होऊ इच्छिणाऱ्या म्हणजे यशस्वी होऊ इच्छिणाऱ्या आणि यशस्वी झालेल्या व्यक्तींना विचारलात, तर ते तुम्हाला अगदी उत्साहाने ते वाचत असलेली पुस्तके, कवितासंग्रह, त्यांचे आवडते लेखक, ही पुस्तके आणि लेखक का वाचायचे, याबद्दल तुम्हाला भरभरून सांगतील. खूप माहिती देतील. त्यांच्याजवळ 'वेळ पुरत नाही' ही सबब नसते. ते वाचनासाठी वेळ काढतात. किंबहुना वाचनासाठी वेळ राखून ठेवतात.

काय वाचायचे?

खरंच काय वाचायचे हा एक मोठाच प्रश्न असतो. लहान वयात तर आई-वडील आणि शिक्षक जे सांगतील किंवा जी पुस्तके देतील, तीच पुस्तके वाचली जातात. पण थोडे मोठे झाल्यावर काय वाचायचे ही सर्वस्वी आपली निवड असते. त्यामुळे काय वाचायचे हे आपणच ठरवायचे आहे. वाचण्यासारखे इतके आहे आणि जे वाचू ते कमीच म्हणून जे मिळेल ते वाचावे, असे म्हणता येईल. तरीही काय वाचायचे, हे ठरवू या.

आता आपण बघितले आहे, की आपल्या प्रत्येक कृतीसाठी किंवा आपण करत असलेल्या प्रत्येक कामासाठी निश्चित उद्दिष्ट असते. म्हणजेच आपण हे काम किंवा कृती का करणार आहोत, त्यातून आपल्याला काय साध्य करायचे आहे हे आपण प्रथम ठरवितो. आता अगदी वाचन जरी करायचे असले, तरी ते कशासाठी याचा आपणच विचार करायचा. एकदा उद्दिष्ट ठरले की काय वाचायचे हे नक्की करता येईल.

'तूच तुझ्या जीवनाचा शिल्पकार'

वाचनाचा प्रभाव आपल्या विचारांवर पडतो. विचारांमुळे आपल्या जीवनाला

दिशा मिळते. त्यामुळे विचार उत्कृष्ट, आदर्श आणि परिपक्व होण्यासाठीच आपण लेखकांची आणि पुस्तकांची निवड करावयाची आहे. Man is known by the books he reads. असे म्हटले, तर चुकीचे ठरणार नाही.

आपल्याला कोणत्या विषयांची माहिती करून घ्यावयाची आहे किंवा असावी? येथे काही मार्गदर्शक विषय मांडले आहेत.

अ. आपला देश

१. आपल्या देशाची माहिती : यामध्ये देशाचा इतिहास, भौगोलिक रचना, प्रत्येक राज्याचे वैशिष्ट्य, प्रत्येक राज्यातील महत्त्वाच्या शहरांची माहिती आणि वैशिष्ट्ये,
२. आपल्या देशाची सांस्कृतिक परंपरा : आपल्या देशातील प्रत्येक राज्यातील निरनिराळ्या लोकरीती, परंपरा, सण, उत्सव साजरे करण्याच्या पद्धती, पारंपरिक कपडे, दागिने, खाद्यपदार्थ, इत्यादी,
३. आपल्या देशातील महत्त्वाच्या व्यक्तींची चरित्रे आणि माहिती,
४. आपल्या देशाची शेती आणि औद्योगिक माहिती,
५. आपल्या देशाची राजकीय माहिती : लोकशाही आणि सरकारची स्थापना, निवडणुकांची पद्धत, राष्ट्र, राज्य आणि स्थानिक शासकीय यंत्रणा,
६. आपल्या देशातील खेळ, मनोरंजन, नाटक, सिनेमा, कलावंत यांच्याबद्दलची माहिती,
७. आपल्या देशातील पर्यटनस्थळे.

ही यादी प्रातिनिधिक आहे. यामध्ये तुम्ही स्वत:सुद्धा खूप गोष्टींची भर घालू शकाल. आज आपण जागतिकीकरणाबद्दल बोलतो. आपल्याकडे येणाऱ्या परदेशी विद्यार्थ्यांची संख्या दिवसेंदिवस वाढते आहे. आपणही देश-विदेशांत प्रवासासाठी, शिक्षणासाठी, नोकरी-व्यवसायासाठी जातो. परदेशातील लोकांना भारताबद्दल खूप कुतूहल आहे. अगदी शाहरुख खान, अभिताभ बच्चन, ऐश्वर्या रॉय, सचिन तेंडुलकर, सोनिया गांधी ते राहुल गांधींपर्यंत आणि ताजमहल, तिरुपती, गोवा अशा गोष्टींचेही परदेशी लोकांना कुतूहल वाटते. केनिया, इजिप्त, फ्रान्स, इटली, ब्रिटन, युरोपमधील इतर अनेक लहान-मोठ्या देशांत जेव्हा मी प्रवासासाठी, कामासाठी गेले तेव्हा ही नावे घेऊन आणि त्याच्यापुढे 'इंडिया' म्हणून परदेशी लोकांनी भारताबद्दल आपुलकी दर्शविली होती. आपल्याला ते भारताबद्दल प्रश्न विचारतात. मग आपल्याच देशाची आपल्याला माहिती नाही, असे कसे चालेल?

आ. जगाबद्दलची माहिती

आपल्या दैनंदिन व्यवहारात, कामकाजात तसेच अभ्यासात जगातील निरनिराळ्या देशांची माहिती आवश्यक असते. पु.ल. देशपांडेंपासून ते मीना प्रभूंपर्यंत अनेक लेखकांनी निरनिराळ्या देशांची अप्रतिम प्रवासवर्णने लिहिलेली आहेत. ती त्या लेखकांची आपल्याला दिलेली देणगी आहे. ही प्रवासवर्णने वाचूनही आपल्याला ते देश प्रत्यक्ष बघितल्याचा आनंद होतो. त्यामुळे प्रवासवर्णने जरूर वाचावीत. त्याचप्रमाणे नॅशनल जिऑग्राफिकसारखी फार सुंदर मॅगेझिन्स असतात, त्यांचेही वाचन करावे. इंटरनेटवर तर साऱ्या जगाचा दरवाजाच जणू आपल्यासाठी खुला आहे. हवा तो विषय आणि हवी ती माहिती एका क्षणात आपल्याला उपलब्ध असते. परीक्षेचा अभ्यास म्हणून वाचत बसले, तर खचितच कंटाळा येतो आणि काय वाचले ते लक्षातही राहत नाही. पण आवड म्हणून, छंद म्हणून जर वाचले, तर सर्व तपशील आपल्या लक्षात राहतोच; पण त्याचबरोबर मनाला आनंदही मिळतो.

इ. विज्ञान आणि तंत्रज्ञानाबद्दलची माहिती

'सूर्य उगवला की दिवस सुरू झाला आणि मावळला की रात्र'या आपल्या अक्षरश: रहाट-गाडग्याच्या दैनंदिन आयुष्यात रोजच्या जीवनाशी निगडित नसलेले; पण अत्यंत महत्त्वाचे, चमत्कार मानता येतील असे विज्ञान आणि तंत्रज्ञानातील अनेक विषय असतात, जे आपल्या विषेश वाचनात येत नाहीत. पण त्यांची आपल्याला माहिती असणे तितकेच महत्त्वाचे असते. सामान्यज्ञान म्हणूनही या विषयांची गोडी आणि महत्त्व खूप मोठे आहे. निरनिराळे शोध, शास्त्रज्ञ, त्या शोधांच्या सुरस, चमत्कारिक वाटतील अशा गोष्टी आपल्याला नक्कीच माहीत हव्यात.

आपल्या दैनंदिन आयुष्यात आपण अनेक लहान-मोठी हत्यारे, मशिन्स, गॅजेट्स वापरत असतो. अगदी बॉल पॉइंट पेनपासून टेलिफोन, मोबाइलपर्यंत काय-काय वापरतो आपण? लाकडापासून ते नायलॉन, रबर, प्लॅस्टिक, फायबर ऑप्टिक्सपर्यंत निरनिराळी मटेरियल्स आपण वापरतो. आज कुंभाराच्या चाकापासून ते आकाशात झेपावणाऱ्या अवकाशयानापर्यंत आपल्याला कुतूहल वाटते. वीज कशी होते, पाऊस कसा पडतो, धान्य कसे उगवते हे आदिमानवाला पडलेले प्रश्न! पण आजही अशा अनेक गोष्टी आहेत की त्या कशा घडतात, याचे आपल्याला कुतूहल असते. मग या सर्वांबद्दल वाचणे, माहिती करून घेणे तितकेच महत्त्वाचे आहे.

माझा एक मित्र वैमानिक आहे. कित्येक हजार तास विमान चालविण्याचा (Flying Hours) त्याला अनुभव आहे. त्या दिवशी एअरपोर्टजवळ आम्ही उभे

होतो. इतक्यात एक विमान हवेत झेपावले. कुतूहलाने आम्ही दोघेही विमान बघत होतो. विमानाकडे बघत तो म्हणाला, "After so much flying, I really do not understand how this huge bloody thing flies!" "विमान चालविण्याच्या इतक्या अनुभवानंतर सुद्धा हे इतके प्रचंड मोठे विमान कसे उडते, ते मला समजत नाही. गंमत आहे ना?" असे तो म्हणाला. कुतूहल ही कधीही न संपणारी गोष्ट आहे.

कुतूहल, उत्सुकता, जिज्ञासा ही तर बौद्धिक व्यक्तिमत्त्वाची वैशिष्ट्ये आहेत. नवीन तंत्रज्ञानाची माहिती आपल्या व्यक्तिमत्त्व विकासासाठी अत्यंत महत्त्वाची आहे. वाचनातूनच याची माहिती करून घ्या.

ई. आध्यात्मिक आणि धार्मिक ग्रंथांचे वाचन

आध्यात्मिक आणि धार्मिक म्हटले, की नाके मुरडणारे खूप आहेत. अध्यात्म किंवा धर्म म्हणजे थोतांड आहे आणि आपण उच्चशिक्षित आहोत तर आपला अध्यात्माशी काही संबंध नाही अशी बऱ्याच जणांची समजूत असते. परंतु, जर आपल्या एकूणच व्यक्तीमत्त्वाला धारदारपणा (Sharpness), खोली (Depth), उत्तुंग उंची (Height), गांभीर्य (Seriousness), आणि श्रीमंती (Richness) यायची झाली तर मात्र आध्यात्मिक ग्रंथांचे वाचन अनिवार्य आहे. त्यामध्ये The Complete Works of Swami Vivekanand (द कम्प्लीट वर्क्स ऑफ स्वामी विवेकानंद) या पुस्तकाचे सर्व खंड असतील, रामायण, भगवत गीता असेल, ज्ञानेश्वरी असेल, स्वामी समर्थांचे मनाचे श्लोक आणि त्यावर आधारित इतर ग्रंथसंपदा असेल, स्वामी चिन्मयानंदांची ग्रंथसंपदा असेल किंवा ओशोंची पुस्तके असतील. अशी अनेक पुस्तके आणि ग्रंथ आहेत की त्यातील एखाद्या पुस्तकाच्या वाचनाने सुद्धा आयुष्यात संपूर्ण बदल होतो. अशी अनेक पुस्तके आणि ग्रंथ आहेत, ज्या सर्वांचा उल्लेख येथे शक्य नाही. ती तुम्हीच शोधून काढावीत. मिळवावीत. वाचावीत. त्यापरता दुसरा आनंद नाही.

या व्यतिरिक्त इतरही अनेक पुस्तके, कथासंग्रह, कादंबऱ्या, कवितासंग्रह, चरित्रे, वैज्ञानिक कथा असे विपुल साहित्य आपल्याला वाचावयास उपलब्ध आहे. आपण जसे विंडो शॉपिंग करतो, तसे सहज म्हणून कधीतरी पुस्तकांच्या दुकानांत जा. जुने-नवे लेखक, त्यांची पुस्तके यांचा परिचय करून घ्या. पुस्तकांच्या दुकानांत रमणे हा फार मोठा आनंद आहे.

वर्तमानपत्राचे वाचन करता का?

आपल्या ज्ञानात सदैव मोलाची भर घालण्यासाठी वर्तमानपत्रांचे वाचन हा

उत्कृष्ट मार्ग आहे. अगदी लहानपणापासूनच वर्तमानपत्रांचे वाचन करण्याची सवय मुलांना लागणे महत्त्वाचे आहे. मोठी माणसे सुद्धा अनेकदा वर्तमानपत्रातील ठळक बातम्या किंवा हेडिंग्ज वाचतात. काही लोक फक्त राशीभविष्य तर काही लोक खेळांचा कॉलम. परंतु, ज्ञानसंपादनासाठी जाणीवपूर्वक वर्तमानपत्रांचे वाचन करणे महत्त्वाचे आहे.

समजायला सोपे म्हणून अनेक जण मातृभाषेतील वर्तमानपत्रे वाचतात. महाराष्ट्रात आपण मराठी भाषेत छापलेली वर्तमानपत्रे वाचतो. पण त्याचबरोबर आपले इंग्रजी चांगले होण्यासाठी, सुधारण्यासाठी इंग्रजी वर्तमानपत्रे वाचावीत. इंग्रजी बोलतानाही या वर्तमानपत्रे वाचनाचा फायदा होतो. स्पर्धात्मक परीक्षांमध्ये 'ग्रूप डिस्कशन'ची तयारी करण्यासाठी वर्तमानपत्र वाचनाचा खूप उपयोग होतो.

इंग्रजी, मराठी वर्तमानपत्रे सार्वजनिक वाचनालयातही वाचायला मिळतात त्यामुळे जरी एखाद्याला वर्तमानपत्र विकत घेणे शक्य नसले, तरी वाचनालयात जाऊनही तुम्ही वाचन करू शकता. सर्वसामान्यपणे 'वर्तमानपत्र वाचायचे म्हणजे सकाळी अगदी चहाचा कप हातांत घेऊनच' अशी बहुतेकांची धारणा असते. पण आपल्या वाचनाचा उद्देश आपली माहिती आणि सामान्यज्ञान वाढविणे तसेच आपली भाषा समृद्ध करणे असा आहे. त्यामुळे सकाळी वाचनासाठी वेळ मिळाला नाही, तर संध्याकाळी वर्तमानपत्राचे वाचन केले तरी चालेल.

तुम्ही लायब्ररीचे सभासद आहात का?

हा तर सर्वांत महत्त्वाचा प्रश्न आहे. सगळीच पुस्तके आणि मासिके आपल्याला विकत घेता येत नाहीत. ती लायब्ररीमधून घेऊनच वाचायची असतात. त्यामुळे लायब्ररीचे सभासद होणे ही आपल्यासाठी एक महत्त्वाची सवय आहे. तुम्ही कोणकोणत्या लायब्ररीजचे सभासद आहात? शाळेत असताना शाळेची लायब्ररी, कॉलेजात असताना कॉलेजची लायब्ररी या लायब्ररीज तर आपल्याला कित्येक वर्षे वापरता येतात. घराशेजारी एखादे सार्वजनिक वाचनालय असते. मोठ्या शहरांमध्ये ब्रिटीश कौन्सिल किंवा यूसिसची लायब्ररी असते. अशा लायब्ररीजमध्ये थोडा वेळ जाऊन बसले, पुस्तके चाळली, तरीही मनाला आनंद होतो.

आपणच आपल्यासाठी एक लायब्ररी वापराचे कार्ड (Library Usage Card) तयार करू शकतो. आपण कोणते पुस्तक वाचले, त्यासंबंधी सर्व माहिती म्हणजे प्रामुख्याने लेखक, पुस्तकाचे नाव, पुस्तकाचा विषय– हे तपशील लिहून ठेवावेत म्हणजे ऐन वेळेला जर काही रेफरन्स म्हणजे संदर्भाची आवश्यकता असेल, तेव्हा तो संदर्भ आपल्याला मिळू शकतो.

इंटरनेटची दुनिया

आजच्या जमान्यात जर तुम्हाला कॉम्प्युटर येत नसेल, म्हणजे जर तुम्ही कॉम्प्युटर शिक्षित (Computer Literate) नसाल, तर जगाला पारखे झाल्यासारखे आहे. आमचे एक मित्र नेहमी म्हणतात, ''कॉम्प्युटर येत नाही म्हणजे जेवता येत नसल्यासारखे आहे.''

इंटरनेट म्हणजे अक्षरश: माहितीचे भांडार आहे. गुगल, याहू, विकीपिडिया ही सर्वांत उत्कृष्ट सर्च इंजिन्स आहेत. याचा उपयोग करून आपण सर्व प्रकारची माहिती, आकडेवारी, नकाशे जे तुम्हाला हवे असेल, ते सर्व काही मिळवू शकता. जगातल्या कानाकोपऱ्यातील कुठल्याही व्यक्तीशी ई-मेलद्वारे संपर्क करू शकता. चॅट करू शकता. व्हिडिओ कॉन्फरन्सिंग पण करू शकता. मूल जन्मल्यावर जसा त्याचा जन्मदाखला आपण घेतो, त्याचप्रमाणे मूल मोठे झाल्यावर म्हणजे अगदी सहा-सात वर्षांचे झाल्यापासून त्याला कॉम्प्युटर शिकवला जातो. आणि शिकवला पाहिजे. मूल आठ-दहा वर्षांचे झाल्यावर त्याला ई-मेलद्वारे संपर्क करणे शिकवायला पाहिजे. तेव्हा आपण कॉलेजात जायची सुद्धा वाट पहायची नाही. इंटरनेट वापरायला सुरुवात करायची. पण एक गोष्ट मात्र लक्षात ठेवायची. परत आपण आधी विचार केल्याप्रमाणे इंटरनेटच्या वापराचे उद्दिष्ट काय हे लक्षात ठेवायचे. आपल्या बौद्धिक विकासासाठी आपण इंटरनेट वापरणार आहोत. कॉम्प्युटर गेम्स खेळण्यासाठी, हीन आणि अभिरुचीला सोडून कोणतेही काम करण्यासाठी, आपला वेळ फुकट घालविण्यासाठी आपण कॉम्प्युटरचा उपयोग करायचा नाही.

डिक्शनरीचे वाचन

डिक्शनरीचा उपयोग फक्त अर्थ बघण्यासाठी असतो किंवा एखादा नवीन शब्द शोधण्यासाठी असतो. होय ना? मग डिक्शनरीचे वाचन कसले करायचे? डिक्शनरी हे शब्दभांडार आहे. तो शब्दांचा संग्रह आहे. तो एक फार मोठा संदर्भग्रंथ आहे. मग डिक्शनरीचे वाचन करायलाच पाहिजे. आपल्याला शब्दांच्या माध्यमातून जर समर्पकपणे आपले विचार आणि भावना व्यक्त करायच्या झाल्या, शब्दांवर प्रभुत्व मिळवायचे झाले तसेच आपली मराठी, इंग्रजीसह कोणतीही भाषा ओघवती आणि विकसित करायची झाली, तर डिक्शनरीचे वाचन करायची सवय आपल्याला लावून घेतलीच पाहिजे.

माझे एक ज्येष्ठ सहकारी आहेत. एकदा गप्पा मारत बसलो असताना ते म्हणाले, ''माझ्याकडे सत्तर प्रकारच्या डिक्शनरी आहेत.'' ''अरे, तुमचे इंग्रजी इतके कच्चे आहे का?'' मी गमतीने म्हणाले. आम्ही सर्वच जण खूप हसलो. पण

त्यांच्याबद्दल मला प्रचंड आदर आहे. इंग्रजीतला कोणताही शब्द अडला, एखादे स्पेलिंग अडले की फक्त फोन फिरवायचा. इन्स्टंट म्हणजे तत्क्षणी उत्तर तयार. डिक्शनरी वाचनाचा नादच आहे त्यांना.

सरळ, समजायला सोपी म्हणून सोहनींची इंग्रजीतून मराठी (English Into Marathi) ही डिक्शनरी सर्वमान्य आहे. अलीकडेच 'चाऊस डिक्शनरी' निघालेली आहे. ऑक्सफर्डची इंग्रजीतून इंग्रजी ही डिक्शनरी तर पारंपरिकरीत्या वापरली जाते. डिक्शनरी कोणतीही असो; पण घरात एक डिक्शनरी हवीच आणि डिक्शनरी वाचनाचा नाद तुम्हाला लागलाच पाहिजे.

२. लिखाण आणि लेखनकौशल्य
(Writing Skills)

आपल्या बौद्धिक व्यक्तिमत्त्व विकासाचे एक महत्त्वाचे वैशिष्ट्य म्हणजे लेखनकौशल्य. तुम्ही किती लिहिता? लिहिता का काही? इंग्रजीमध्ये 'Writing makes a man perfect.' असे म्हणले जाते. त्यामुळे शाळा-कॉलेजांत असल्यापासून ते नंतर मोठे झाल्यावर सुद्धा आपल्याला लिहिण्याचा सराव हवाच. लेखन हे

इतरांशी संवाद (Communication) साधण्याचे महत्त्वाचे साधन आहे. रामदास स्वामी, तुकाराम महाराज, स्वामी विवेकानंद, लोकमान्य टिळक, आगरकर, महात्मा गांधी, जवाहरलाल नेहरू, डॉ. बाबासाहेब आंबेडकर, राम मनोहर लोहिया, आचार्य अत्रे या आणि अशा अनेक विचारवंतांनी आपली लेखणी ही 'सामाजिक परिवर्तनाचे साधन' म्हणून वापरली.

आपण आपले लेखनकौशल्य विकसित करण्यासाठी काय करतो?
१. चांगले लिखाण वाचले पाहिजे.

२. चांगल्या विचारांचा, शब्दांचा, मांडणीचा सतत विचार केला पाहिजे.
३. लिहित असताना मनाची एकाग्रता महत्त्वाची आहे.
४. सतत निरनिराळ्या प्रकारच्या लिखाणांचा सराव केला पाहिजे.
५. पत्रलेखनाचा सराव केला पाहिजे.

कोणत्याही स्वरूपाचे जरी लेखन करावयाचे असले, तरी ते उत्कृष्ट दर्जाचे होण्यासाठी आपण त्या लेखनातून वाचणाऱ्याशी संवाद साधतो आहोत, बोलतो आहोत ही भावना तयार झाली पाहिजे. वाचणाऱ्याच्या मनाला (अंतरंगाला हा शब्द थोडा कृत्रिम वाटतो म्हणून इथे लिहिला नाही.) ते लेखन जाऊन भिडले पाहिजे. वाचणाऱ्याला सुद्धा ते आपलेच विचार आहेत, असे वाटले पाहिजे.

आजकाल हातात कोणी पेन घेऊन बसले आहे आणि पत्रलेखन चालले आहे हे दृश्य फार क्वचित पाहायला मिळते. एक तर फोन आणि मोबाइलचा वापर इतका पराकोटीचा वाढला आहे, की पत्रलेखनाची आवश्यकता भासतच नाही. त्यातच भर पडली आहे ती ई-मेलची. पण ई-मेल जरी करायची, तरी भाषेचेच माध्यम वापरावे लागते. त्यामुळे आपली भाषा आणि लेखनकौशल्य चांगले झालेच पाहिजे.

३. संवादकौशल्य
(Communication Skills)

आयुष्यात यशस्वी होण्यासाठी जी काही महत्त्वाची कौशल्ये आवश्यक असतात,

त्यामध्ये संभाषण किंवा संवादकौशल्य अत्यंत महत्त्वाचे आहे. त्यामुळे लहानपणापासूनच आपले संवादकौशल्य विकसित करण्यावर लक्ष केंद्रित केले पाहिजे. मोठे झाल्यावर स्पर्धा परीक्षांमध्ये, नोकरीसाठी इंटरव्ह्यू देत असताना, विशेषत: महाराष्ट्रीयन मुले संवादकौशल्यामध्येच तरबेज नसल्यामुळे मागे पडतात, असे दिसून येते. लहानपणापासूनच संवादकौशल्याचा पाया भक्कम केला पाहिजे.

केवळ संवादकौशल्य हा एका स्वतंत्र पुस्तकाचा विषय होईल. परंतु, येथे थोडक्यात; पण सर्व मुद्यांचा विचार केलेला आहे.

संवादकौशल्याचे वर्गीकरण

दुसऱ्या व्यक्तीबरोबर संवाद साधण्याची आवश्यकता मनुष्याला आदिमानव काळापासूनच होती. त्या काळात शब्द आणि भाषा नव्हती. परंतु, चित्रविचित्र आवाज, चीत्कार, ओरडणे, टाळ्या वाजवणे, अंगविक्षेप, हातांची-पायांची हालचाल, बोटांनी निरनिराळ्या खाणाखुणा करणे, चेहऱ्यावरील हावभाव, डोळ्यांची उघडझाप आणि हालचाल अशा विविध माध्यमांतून आदिमानव दुसऱ्यांबरोबर संवाद साधत होता. आता आपण या सर्व हालचालींना 'देहबोली' असा शब्द वापरतो. जसजसे शब्द आणि भाषा विकसित होत गेली, त्याप्रमाणे संवाद साधण्यात सहजता, सोपेपणा, सारखेपणा, समर्पकता आणि सौंदर्य आले.

म्हणूनच संवादकौशल्याचे प्रामुख्याने दोन भागांत वर्गीकरण केले जाते.

१. शाब्दिक म्हणजे शब्दांच्या माध्यमातून साधलेला संवाद.
   (Verbal Communication)

२. नि:शब्द म्हणजे शब्दांचा वापर न करता साधलेला संवाद
   (Non-verbal Communication)

आता संवादकौशल्याचे हे दोन्ही भाग आणखी तपशिलात समजावून घेऊ.

१. शाब्दिक संवाद

यालाच 'तोंडी संवाद' किंवा 'बोलणे' असेही म्हणतात. उत्कृष्ट शाब्दिक संवाद साधण्यासाठी पुढील गोष्टींवर भर दिला पाहिजे.

१. आवाज (Voice).
२. आवाजाचा दर्जा, स्तर आणि चढ-उतार (Tone).
३. शब्द (Words).
४. उच्चार (Accents).
५. बोलण्याची गती (Speed).

आता Voice म्हणजे आपला आवाज. आपला आवाज आपण स्वत: कधी

बारकाईने ऐकला आहे का? रेडिओवर, टीव्हीवर काम करायचे असेल तर ऑडिशन टेस्ट म्हणजे आवाजाची चाचणी द्यावी लागते. त्याचप्रमाणे आपणच आपला आवाज ऐकायचा. शक्य झाले, तर आपले बोलणे टेप करून घ्यायचे. ते ऐकले म्हणजे आपला आवाज कसा आहे, ते आपल्या लक्षात येईल. मग आवाज सुधारणे गरजेचे असल्यास त्याप्रमाणे प्रयत्न करता येतील.

चांगला आवाज म्हणजे काय?

१. आवाज फार मोठा, ओरडून बोलत असल्यासारखा, कर्कश नसावा. तसेच अगदी हळू, तोंडात विरल्यासारखा किंवा पुटपुटल्यासारखाही नसावा. समोरच्या माणसाला नीट ऐकू जाईल इतपत मोठा असावा. काही जणांचा आवाज तीव्र, धारदार असतो. ते साधं म्हणून बोलायला गेले, तरी अक्षरशः कानात ड्रिल मशीन चालविल्यासारखे वाटते. काही जणांचा आवाज घोगरा तसेच बसका असतो. आवाज खूप मोठा, खूप लहान तसेच तीव्र असला, तर थोड्याच वेळात ऐकणाऱ्याला कंटाळा येतो. आपल्या आवाजाची माहिती आपल्यालाच नीट होण्यासाठी आपणच एका ठिकाणी बसून पुस्तकाचे, नाटकाचे वाचन करायचे. मनातल्या मनात नाही. जणू आपण दुसऱ्याला काही समजावून सांगतो आहोत अशा आविर्भावात प्रकट वाचायचे. आता प्रकट या शब्दाला अडखळलात ना? प्रकट म्हणजे मोठ्यांदा; पण खूप मोठ्या आवाजात नाही. त्यामुळे आपण आपला आवाज सुधारू शकतो.

२. आपला आवाज ही तर निसर्गाने आपल्याला दिलेली देणगी आहे. मग तो सुधारायचा कसा? सर्वांनाच लता मंगेशकर आणि महंमद रफीसारखा आवाज कसा मिळू शकेल? पण आपला आवाज इतरांवर आपल्या व्यक्तिमत्त्वाची कायमची छाप पाडतो. अमिताभ बच्चनला ऑल इंडिया रेडिओवर आवाज चांगला नाही म्हणून नोकरी नाकारलेली होती; पण नंतर त्याच आवाजाने त्याला सिनेसृष्टीचा बादशहा बनविले. बिनाका गीतमालेतील अमीन सयानींचा जादूभरा आवाज ऐकणे ही आम्ही कॉलेजात असताना आम्हाला पर्वणी होती. "मेरे साथ और जोरसे बोलो, जय हिंद" हा इंदिराजी गांधींचा कानात कायम साठवला गेलेला आवाज आजही अंगावर रोमांच उभे करतो. "इस बार आरपारकी लडाई होगी" हे वाक्य फक्त अटलबिहारी बाजपेयींचेच आणि हे शब्द ज्या 'मुलायम कणखर' आवाजात यायचे, तो आवाजही फक्त त्यांचाच. लता मंगेशकर, रफी, इंदिराजी, बाजपेयीजी यांच्या बोलण्याचीच नाही तर त्यांच्या आवाजाची कॉपी करण्याचा प्रयत्न खूप जणांनी केला. पण कॉपी पकडली गेली. या 'ओरिजिनल' आवाजांनी जे जिंकले, ते कायमचेच. मग,

आपण आपल्या आवाजासाठी, आवाजाचा दर्जा सुधारण्यासाठी काही करू शकतो का?

३. आपल्या आवाजाचा दर्जा सुधारण्यासाठी आजकाल व्हॉइस कल्चर डेव्हलपमेंट (Voice Culture Development) म्हणून प्रशिक्षण कार्यक्रम घेतात. तसा एखादा कार्यक्रम करायला हरकत नाही. पण लहान गावांतील मुलांना असा कार्यक्रम मिळेलच असे नाही. मग काय करायचे? काही महिने आपल्या दैनंदिन कार्यक्रमातला थोडा वेळ यासाठी राखून ठेवावा लागेल. वर्तमानपत्र, कथा-कादंबरीचे पुस्तक, नाटकाचे पुस्तक घेऊन मोठ्याने त्याचे वाचन करायचे. आवाजातील चढ-उतार, आवाजातील कंपने, मृदुता, कणखरपणा, भावना, संवादाचे उद्दिष्ट, ऐकणाऱ्यावर काय परिणाम साधायचा आहे, याची स्पष्ट कल्पना, या सर्वांचा विचार करून वाचन करायचे. म्हणजेच जाणीवपूर्वक वाचायचे. आपले वाचन आपणच ऐकत वाचायचे. मग नेहमी बोलतांनाही जाणीवपूर्वक तसेच चढ-उतार, कंपने, भावना, उद्दिष्ट लक्षात घेऊन बोलायचे. पण हे जाणीवपूर्वक बोलत असताना कोठेही कृत्रिमता येणार नाही, याची काळजी घेणे जरुरीचे आहे. अशी सारखी प्रॅक्टिस केली की हळूहळू प्रॅक्टिस न करताही आपण छानच बोलायला लागतो.

४. बोलत असताना आपण निरनिराळ्या शब्दांचा वापर करत असतो. भाषा कोणतीही असो; पण त्या भाषेतील समर्पक शब्दांची निवड आपल्याला सहजपणे करता आली पाहिजे. समर्पक म्हणजे अलंकारिक किंवा कृत्रिम नाही. आपले शब्द ऐकणाऱ्याला अगदी खरे, सच्चे वाटले पाहिजेत. शब्दांनी योग्य अर्थ सांगितला पाहिजे. जी भावना सांगणाऱ्याच्या मनात आहे, तीच भावना ऐकणाऱ्याच्या मनातही तयार झाली पाहिजे. शब्द सकारात्मक असावेत. शब्दांतून आपले संस्कार व्यक्त व्हावेत. शब्द दोन अर्थ व्यक्त करणारे नसावेत. आता शब्दांची काही उदाहरणे बघू या. मराठीत आपण चालणे असे म्हणतो. पण 'चाल चाल' म्हणून बाळाने टाकलेल्या प्रत्येक पावलाचे कौतुक होते. पोस्टमनची पायपीट असते, मजेने केलेली भटकंती असते. वधूपित्याचं उंबरे झिजवणं असतं. सकाळी व्यायामासाठी चालणे हे फिरणे असते. एखाद्याला हाकलवायचे असेल तर 'चालायला लाग' असे दरडावले जाते. सैनिक 'चाल' करून जातात. प्रत्येक ठिकाणी चालण्याचीच क्रिया आहे; पण कोणताही शब्द एकमेकांच्या ऐवजी वापरता येणार नाही. वधूपिता भटकंती करतो आहे आणि पोस्टमन चाल करून गेला असे म्हणता येणार नाही. आता आणखी काही उदाहरणे घेऊ. साऊथ अमेरिकेमध्ये 'नेसकॅफे' हे प्रॉडक्ट पूर्णपणे अपयशी ठरले कारण साऊथ अमेरिकेमध्ये नेसकॅफेचा अर्थ 'ही कॉफी नाही' असा होतो.

त्याचप्रमाणे साऊथ अमेरिकेमध्ये 'माझदा' या गाड्या बनविणाऱ्या कंपनीने आपली माझदा गाडी बाजारात आणली. पण ती फारशी चालली नाही कारण साऊथ अमेरिकेमध्ये माझदाला 'ला पुता' म्हणजे 'सार्वजनिक (वापराची) स्त्री' असे समजले जाते त्यामुळे माझदा पूर्णपणे अपयशी ठरली. (Mazda was called 'La Puta' which means 'lady of the public') अनेक जण संध्याकाळच्या खाण्यालासुद्धा 'ब्रेकफास्ट' असे म्हणतात. आता लक्षात आले का, शब्दांचा महिमा किती थोर असतो ते! त्यामुळे शब्दांची निवड करत असताना काळजीपूर्वकच करायला पाहिजे.

५. शब्दांच्या निवडीप्रमाणेच शब्दांच्या उच्चारालाही अत्यंत महत्त्व आहे. त्यामुळे आपण शब्दांचा उच्चार कसा करतो, इकडेही बारकाईने लक्ष देणे महत्त्वाचे आहे. आपण फोनवर 'हॅलो' हा शब्द उच्चारतो. नुसता त्या हॅलोंचा जरी अभ्यास केलात, तरी शब्दांच्या उच्चाराचे माहात्म्य समजून येईल. काही हॅलो प्रश्नार्थक असतात. काही 'हॅलो' त्रासिक असतात. तुम्ही उगाचच आत्ता फोन केलात याची जाणीव करून देतात. काही हॅलो चिडवणारे असतात. 'केलात ना शेवटी फोन. माहीतच होतं ते' असा अर्थ जाणवून देतात. काही हॅलो अगदी मैत्रीचा संदेश घेऊन येतात. "काय रे, काय करतो आहेस?" असे वाक्य त्याच्यात दडलेले असते. काही 'हॅलो' प्रेमात आकंठ बुडालेले असतात. त्या हॅलोमध्येच 'तुझी खूप आठवण आली' ही भावना व्यक्त केली जाते. काही 'हॅलो' अधिकार दर्शवितात. असा आपण उच्चारलेला प्रत्येक शब्द ऐकणाऱ्याच्या मनात एक अर्थ आणि एक भावना तयार करतो. दोन शब्दांच्या मध्ये आपण किंचित थांबतो. त्याला 'पॉझ घेणे' असे म्हणतात. तो पॉझ जर योग्य ठिकाणी घेतला नाही, तरी अर्थ बदलतो. एका अभिनेत्याला भेटण्यासाठी खूप लोक जमले होते. त्याने आपल्या सेक्रेटरीला सांगितले, "रोको मत, आने दो." सेक्रेटरीने बाहेर जाऊन सिक्युरिटी अधिकाऱ्याला सांगितले, "रोको, मत आने दो." म्हणजे 'रोको मत' नंतर घेतलेला पॉझ आणि 'रोको' नंतर घेतलेला पॉझ यामुळे संपूर्ण वाक्याचा अर्थच बदलला. याचाच अर्थ असा की बोलत असताना शब्दातील, वाक्यातील स्वल्पविराम, अर्धविराम, प्रश्नचिन्ह, पूर्णविराम यांचाही विचार करावा लागतो आणि करावा.

६. आपण बोलत असताना आपण भरभर बोलतो, की सावकाश बोलतो, यावरही आपल्या बोलण्याची छाप इतरांवर किती पडते ते अवलंबून असते. दोन्ही प्रकारचे बोलणे ऐकणाऱ्यासाठी थोडे अवघड; पण आपल्यासाठी मात्र घातकच ठरते. ऐकत असताना ऐकणाऱ्याला बोलण्याकडे लक्ष केंद्रित करावे लागते. कारण ते समजणे आवश्यक आहे. याला 'Concentration Span' म्हणजे

'लक्षपूर्वक ऐकण्याचा किंवा एकाग्रता करण्याचा कालावधी' असे म्हणतात. हा कालावधी तसा मर्यादितच असतो. त्यामुळे ऐकणाऱ्याचे लक्ष खिळवून ठेवण्यासाठी आपल्या बोलण्याची गती आपल्याला ठरवावी लागते. कधी त्या गतीत फरक करावा लागतो. कधी आवाजात चढ-उतार करावा लागतो.

७. बोलत असताना त्या शब्दांमधून आपली भावना व्यक्त होणे अत्यंत महत्त्वाचे असते. चेहेरा कोरडा ठणठणीत ठेवून, आवाजात कोणतीही चढ-उतार न करता जर कोणी साध्या सरळ आवाजात 'मला खूप आनंद झाला आहे,' 'मला खूप राग आला आहे,' 'माझे तुझ्यावर प्रेम आहे' अशी वाक्ये म्हणली तर त्याचा ऐकणाऱ्याच्या मनावर कोणताही परिणाम होणार नाही. त्यामुळे शब्दांमधून भावनेची अभिव्यक्ती झालीच पाहिजे.

वर उल्लेखिलेल्या सर्व गोष्टींचा विचार करून प्रयत्नपूर्वक आपल्या बोलण्यात आपण बदल करू शकतो.

येथे एक उदाहरण आवर्जून द्यावेसे वाटते. एकदा मी बाजारात वांगी आणण्यासाठी गेले होते. मुंबईत सर्वांना 'भैय्या' असेच म्हणतात. समोरच बसलेल्या भाजीवाल्याकडे वांगी होती म्हणून मी त्याला विचारले, "भैय्या, बैंगन कैसे दिये?" त्याने सांगितले, "पाँच रुपये पाव दिये।" इतक्यात पलीकडेच बसलेल्या भाजीवाल्याने मला बोलावले. तो म्हणाला, "मॅडम, इधर आइये ना, बैंगन नही, बर्फी है।" खरे म्हटले तर माझे त्याच्याकडे लक्षही नव्हते. पण त्याचे मात्र माझ्याकडे लक्ष असणार. इतर कोणत्याही भाजीचा भाव न विचारता मी फक्त वांग्याचाच भाव विचारला होता. त्याचे ते 'बैंगन नही बर्फी आहे' हे वाक्य मनापर्यंत जाऊन पोहोचले. त्याने मालाच्या दर्जाबद्दल विश्वास दिला. मी तिकडे गेले. आता 'वांगी नसून ती बर्फी आहे' असे तो म्हणत होता, तेव्हा "कितनेमे दिये?" असे साहजिकच मी त्याला विचारले. माझ्याकडे हसून बघत तो म्हणाला, "आपसे क्या जादा लेना है, बझारमें चल रहा है वही!" म्हणजे हासुद्धा पाच रुपये पाव किलोच विकत होता. पण त्याने चटकन गिऱ्हाइकाला किती महत्त्व दिले. "बरं, ठीक आहे. अर्धा किलो द्या." असे मी सांगितले आणि वांगी वेचायसाठी वाकले. "रुक जाईये, मै हूँ ना. आपको अच्छाही देता हूँ." म्हणून त्याने वांगी वेचायला सुरूवात केली. तोही विश्वास त्याने मला दिला. वांगी घेण्यासाठी मी एका हाताने पैसे पुढे केले, तर हातातली प्लास्टिकची पिशवी रुबाबात झटकून तो वांग्यांबरोबरच थोड्या हिरव्या मिरच्याही पिशवीत टाकत होता. "अरे भैय्या, मिरची नहीं चाहिये" असे मी म्हणायला लागले तेवढ्यात तो म्हणाला, "लीजिये, मै जो दे रहा हूँ।" म्हणजे त्याने मला मिरच्या भेट म्हणून दिल्या. असे काही केले, की ग्राहक खुष ही ग्राहकाची मानसिकताही त्याला जणू माहीत होती. मला हसायलाच आले. त्यालाही माहीत होते, आज त्याने एक

गिऱ्हाईक कायमचे पटविले होते. मी जेव्हा बाजारात जाते, तेव्हा तो दुरून बघत असतो. मी तेथेच जाते. दर वेळी तेच उत्साहाने स्वागत, मिरची-कोथिंबीर-आल्याची तीच भेट आणि "कुछभी लीजिये, आपकाही है" हे ठाम आश्वासन. संवादकौशल्याचे हे 'चालते-बोलते' उदाहरण आहे.

२. नि:शब्द संवाद

ज्या संवाद प्रकारात शब्दांचा माध्यम म्हणून वापर केला जात नाही, त्याला 'नि:शब्द संवाद' असे म्हणतात. जर शब्दांचा उपयोग नसेल, तर अभिव्यक्ती कशी करायची? नि:शब्द संवादासाठी पुढील घटकांचा विशेष विचार केला जातो.

१. डोळे.
२. चेहऱ्यावरील हावभाव.
३. मान, खांदे यांची ठेवण.
४. हातांची, बोटांची हालचाल.
५. उभे राहण्याची, बसण्याची पद्धत.
६. पायांची हालचाल.

या सर्वांना एकत्रितरीत्या **'देहबोली'** असे म्हटले जाते. आता या सर्व घटकांचा थोडा तपशिलात विचार करू.

१. डोळे हा माणसाच्या 'मनाचा आरसा' आहे असे म्हणतात. डोळ्यांवरून माणसाची परीक्षा होते. एकवेळ 'शब्द फसवतील; पण डोळे फसविणार नाहीत' असेही म्हटले जाते. याचाच अर्थ असा की आपले डोळे हे संवाद साधण्याचे एक प्रभावी माध्यम आहे. अगदी आरशासमोर उभे राहून डोळ्यांच्या हालचाली आणि डोळ्यांतील भाव तुमचे तुम्हीच निरखून बघा. आनंद, आश्चर्य, तिरस्कार, ममता, प्रेम, दया असे अनेक भाव डोळे व्यक्त करू शकतात. पापण्यांची फडफड हुरहुर दाखवते, मन गोठून गेले असेल, तर पापण्या स्तब्ध होतात. नृत्यमुद्रांमध्ये भाव दर्शविण्यासाठी भिवयांची हालचाल तर प्रामुख्याने वापरली जाते. संवादकौशल्यामध्ये म्हणूनच डोळ्यांना अनन्यसाधारण महत्त्व आहे. ऐकणाऱ्याच्या नजरेकडे बघत बोलणे किंवा 'Eye to eye contact' हे अत्यंत महत्त्वाचे आहे.
२. चेहरा बोलका असतो. साहित्यामध्ये तर जास्तीजास्त उपमा चेहऱ्याचे वर्णन करण्यासाठीच वापरल्या गेल्या आहेत.
३. 'ताठ मानेनं जग' आणि 'आता झाली ना मान खाली?' ही वाक्यं ऐकली, की आपल्याला मानेचे महत्त्व लक्षात येते. तुम्ही मान खाली घालून जर बोलायला लागलात, तर तुम्ही ऐकणाऱ्याच्या नजरेला नजर देऊ शकत नाही. त्याचा अर्थ

तुमच्या मनात काही खोटं आहे, पाप आहे, तुम्ही काही लपविण्याचा प्रयत्न करता आहात, असा त्याचा अर्थ होतो. मान वर करून बोलायला लागलात, तर तुमची हनुवटी, नजर वर जाते. बोलणाऱ्याकडे तुमचे लक्षच नसते. ते औद्धत्याचे लक्षण मानले जाते. तुम्ही निष्काळजी आहात, इतरांची तुम्हाला पर्वा नाही, असा त्याचा अर्थ होतो. हा संवाद कौशल्याचा नियमच आहे की बोलत असताना ज्यांच्याशी बोलतो, त्यांच्याकडे बघून बोलावे. बोलत असताना नैसर्गिकरीत्याच आपली मान, डोळे, नजर त्या दिशेने स्थिरावतात. त्याला इंग्रजीमध्ये 'Eye to eye contact' असे म्हणतात. असे बोलणे खूप परिणामकारक ठरते.

४. आपले खांदे आणि खांद्यांची स्थिती म्हणजे Position हा आपल्या देहबोलीचा महत्त्वाचा भाग आहे. मानेच्या दिशेने सरळ रेषेत असलेले खांदे आत्मविश्वास दर्शवितात. खांदे छातीच्या बाजूने खाली झुकलेले असले, तर आत्मविश्वासाची कमतरता, खजीलपणा, शरणागती, दोष, गुन्हेगारपणा किंवा Guilt दर्शवतात. खांदे पाठीच्या बाजूने मागे वळलेले असले तर फाजील आत्मविश्वास, उद्धटपणा, बेफिकीरवृत्ती दिसते. खांदे उडविणे ही आपली जबाबदारी झटकण्याची किंवा आपल्याला त्या विषयाची काहीही माहिती नसल्याचे सांगण्याची कृती आहे. ही आपली देहबोली असते. आपल्या देहबोलीतून आपण इतरांना आपल्याबद्दल माहिती देत असतो. संदेश देत असतो. हा कसला संदेश किंवा कोणती माहिती द्यायची, ते आपणच ठरवायचे असते.

५. हातांचा, बोटांचा उपयोग संवादाचे माध्यम म्हणून नेहमीच केला जातो. 'हाताची घडी, तोंडावर बोट' म्हटले की लहान मुलांनाही त्याचा अर्थ समजतो. हाताची मूठ टेबलावर आपटली, तर निग्रह, ठामपणे सांगणे, प्रश्न विचारणे, असे अर्थ प्रकट होतात. पण मुठी वळल्या, तर क्रोध दिसून येतो. दोन्ही हातांनी टाळी वाजते. हाताचा पंजा दुसऱ्या व्यक्तीच्या पाठीवर ठेवून शाबासकीची थाप देता येते; पण तीच थाप थोड्या निराळ्या पद्धतीने मारली तर तो धपाटा होतो. हाताचा पंजा दुसऱ्याकडे बघून हलविला तर 'टा-टा, बाय-बाय' असा निरोप घेतला जातो. पण हाताचा पंजा पसरून नुसताच हात वर केला, तर ते अभिवादन किंवा नमस्कार असा अर्थ होतो. दुसऱ्या व्यक्तीकडे बघून त्याच्या दिशेने जर एक पंजा किंवा दोन्ही पंजे हलविले, तर तो नकार होतो. पण तसेच पंजे न हलविता स्थिर ठेवले तर 'थांबा' असा अर्थ होतो. हातात हात घेऊन मैत्रीचे हस्तांदोलन केले जाते. पण असाच हातात हात घेऊन खेचला, तर दुसऱ्याला खाली पाडता येते. हाताचा पंजा पसरून, बोटे हलवून दुसऱ्याला बोलावता येते तर तीच कृती थोडे नाक उडवून केली तर दुसऱ्याला वाकुल्याही

दाखवता येतात. दोन्ही पंज्यात चेहरा धरून बसलात, तर ती विचारवंताची मुद्रा होते किंवा चिंताक्रांत व्यक्तीची मुद्राही होते. शेकहॅण्ड म्हणजे हस्तांदोलन करण्याचेही एक शास्त्र आहे. जर तुम्ही बरोबरीच्या व्यक्तीशी शेकहॅण्ड करत असाल, तर तुमच्या हाताचा पंजा दुसऱ्या व्यक्तीच्या हातात सरळ रेषेत द्यावा. जर तुम्ही तुमच्यापेक्षा ज्येष्ठ व्यक्तीशी शेकहॅण्ड करत असाल तर तुम्ही तुमचा हात तुमच्या शरीराला लागून पुढे कराल आणि तुमचा पंजा किंवा तळवा सुलटा पसराल आणि तसे करत असताना किंचित पुढे झुकाल. त्यामुळे दुसऱ्या व्यक्तीचा पंजा किंवा तळवा तुमच्या तळव्यावर ठेवला जाईल. यामुळे जणू काही तुम्ही त्या व्यक्तीला आदर देता. परंतु जर तुम्ही ज्येष्ठ असाल, तर तुमचा तळवा तुम्ही उलटा पसराल. तुमची बोटे पसरलेली असतील. तुम्ही ताठ उभे असाल आणि दुसऱ्या व्यक्तीचा हात हातात घ्याल. आता तुमचेही विचारचक्र चालू झाले ना? तुम्हीही अशी आणखी उदाहरणे गोळा करा. त्याचा स्वत:ची देहबोली परिणामकारक करण्यासाठी उपयोग करा.

६. आपला अंगठासुद्धा देहबोलीमध्ये महत्त्वाची भूमिका बजावतो. अंगठा दाखवणे, अंगठा तोंडात घालणे, अंगठा बहाद्दर हे शब्द जरी वाचले तरी देहबोली लक्षात आली ना? विशेषत: तुम्ही इंटरव्ह्यूला गेलात तर 'तुम्ही बसता कसे' इकडेही लक्ष दिले जाते. दोन्ही हातांची बोटे एकमेकांत गुंतवून, अंगठे वर उभे ताठ ठेवलेत, तर ते जेत्याचे लक्षण Winning Sign मानले जाते. पण अंगठे वाकवून किंवा मुडपून बोटांच्या आड दडवलेत, तर ते आत्मविश्वास नसल्याचे, घाबरटपणाचे तसेच आपण आतल्या गाठीचे असल्याचेही निदर्शक मानले जाते.

७. 'ताठ उभा राहा. पोक काढू नको.' हे वाक्य तर बहुतेकांनी लहानपणी ऐकलेले असते. पण मोठे झाल्यावर या वाक्याचा खरा अर्थ समजतो. आपल्या नुसत्या उभे राहण्यावरून आत्मविश्वास, रुबाबदारपणा, आक्रमकता, निराशा, जीत-हार, उत्साह, आनंद, दु:ख, उत्कंठा, गडबड, विरह, मीलन अशा अनेक भाव-भावना व्यक्त होतात. ते परिणामकारकरीत्या व्यक्त करण्यासाठी आपल्यालाच प्रयत्न करावा लागतो.

८. हातांप्रमाणे पायांची हालचालही देहबोलीमध्ये महत्त्वाची आहे. 'उंबऱ्यात पाय आडवे ठेवून बसू नको. लक्ष्मी यायची वेळ झाली आहे.' हे आपल्या आजीचे वाक्य ज्याने ऐकले असेल, ती व्यक्ती खरी भाग्यवान. पायावर पाय ठेवून बसणे हे रुबाबाचे लक्षण झाले. पण अकारण पाय हलविणे हा चावटपणा झाला. दुसऱ्याकडे पायाचा तळवा किंवा बुटाचा खालचा भाग करून बसणे हे त्याचा अपमान करण्यासारखे औद्धत्याचे लक्षण आहे. पायाच्या अंगठ्याने

जमीन उकरणे हे निराशेचे लक्षण आहे. पाय संपूर्ण मुडपून वज्रासनात बसता येणे हे आरोग्याचे लक्षण आहे. पायाचे अंगठे धरून उभे राहण्याची शिक्षा दिली जाते. उजव्या पायाच्या अंगठ्याने उंबऱ्यावरील माप ओलांडून नववधू गृहप्रवेश करते. अशी किती उदाहरणे द्यायची? देहबोलीतून एकाही शब्दाचा वापर न करता मनातील शेकडो नाही तर हजारो भावना अत्यंत प्रभावीपणे व्यक्त करता येतात. हे संवादकौशल्य अंगी बाणवणे ही यशाची महत्त्वाची पायरी आहे.

९. उत्कृष्ट संवादकौशल्यामध्ये शब्द आणि देहबोली यांचा मिलाफ झालेला असतो.

४. वक्तृत्वकौशल्य
(Elocution Skills)

संभाषणाप्रमाणेच वक्तृत्वकौशल्यही स्वतःमध्ये विकसित केले पाहिजे. ती एक कला आहे. सभाधीटपणा हा एक महत्त्वाचा गुण मानला जातो. सभेमध्ये परिणामकारक कसे बोलायचे, याचाही अभ्यास करावा लागतो कारण सर्वच जण जन्मजात वक्ते नसतात.

वक्तृत्वकौशल्य कसे विकसित करायचे?

१. संभाषणकौशल्य उत्कृष्ट असावे.
२. देहबोलीचा वापर उत्कृष्ट करता यावा.
३. आपण कोणत्या ठिकाणी, कोणत्या प्रसंगी बोलतो आहोत हे समजावून घ्यावे.
४. आपण कोणासाठी बोलणार आहोत, आपला श्रोतृवर्ग (Audience) कोण आहे, याची आधीच माहिती करून घ्यावी म्हणजे भाषणाची नीट तयारी करता येते.
५. एकूण कार्यक्रमपत्रिका काय आहे हे समजावून घ्यावे.
६. आपल्याला दिलेल्या वेळेआधी पोहोचावे.
७. बरेच वक्ते असले, तर आपल्या आधी कोण बोलणार आहे, आपल्यानंतर कोण बोलणार आहे, साधारणपणे किती वेळ बोलणार आहे, त्यांची बोलण्याची पद्धत कशी आहे, ते श्रोत्यांवर कसा प्रभाव टाकतात, श्रोत्यांमध्ये ते किती प्रिय आहेत या सर्वांचा विचार करणे अत्यंत आवश्यक असते.
८. संयोजकांच्या आणि श्रोत्यांच्या आपल्याकडून काय अपेक्षा असतील, याचाही विचार करावा.

९. आपल्याला किती वेळ देण्यात आलेला आहे, याचाही विचार करावा.
१०. आपल्याला श्रोत्यांच्या मनावर कोणता परिणाम करायचा आहे, आपल्या भाषणातील कोणते विचार श्रोत्यांनी कायम लक्षात ठेवावेत, हे ठरवावे व तशी भाषणाची तयारी करावी.
११. सुरुवातीला भाषण लिहून काढावे. त्यामुळे आपल्या भाषणात रटाळपणा, कंटाळवाणेपणा, तोच-तोचपणा येत नाही, याची खात्री करता येते.
१२. भाषण कधीही पाठ करू नये. नाहीतर एक शब्द विसरला तर संपूर्ण भाषण विसरते. भाषणाचे महत्त्वाचे मुद्दे लक्षात ठेवावेत.
१३. भाषण मुद्देसूद असावे.
१४. भाषण कधीही वाचून दाखवू नये.
१५. भाषण म्हणजे संवादच आहे; पण तो एका व्यक्तीने अनेक व्यक्तींशी साधलेला संवाद आहे. त्यामुळे श्रोत्यांनाही भाषणात समाविष्ट केले आहे, असे वाटणे महत्त्वाचे आहे तरच श्रोत्यांना आपल्या भाषणात रस वाटेल. श्रोत्यांचा प्रतिसाद महत्त्वाचाच आहे.
१६. भाषणात कोणाचीही वैयक्तिक निंदा, टिंगल-टवाळी, टीका करू नये. त्यामुळे क्षणिक लोकप्रियता मिळते; पण कायमची कटुता निर्माण होते,
१७. भाषणात आपल्याला पूर्ण करता येणार नाहीत अशी आश्वासने देऊ नयेत,
१८. भाषण श्रोत्यांच्या मनाला भिडणारे असावे त्यामुळे जड, अलंकारिक भाषा टाळावी. आपली भाषा नेहमीच साधी,सरळ, सोपी असावी.
१९. भाषणाची प्रत आयोजकांनी मागितली असली, तर ती आठवणीने बरोबर न्यावी व आयोजकांना द्यावी.
२०. कारण नसताना आपल्या भाषणाच्या प्रती काढून श्रोत्यांना वाटत बसू नये. त्यामुळे काही वेळा आयोजक अडचणीत येतात.
२१. भाषणानंतर दोन-चार दिवसांनी आयोजकांना धन्यवादाचे पत्र पाठवावे.

५. पाठांतर आणि बुद्धीला चालना देणारे खेळ

आपली बुद्धी अधिकाधिक कुशाग्र होण्यासाठी, बुद्धी सतत धारदार, तळपती राहण्यासाठी आपल्याला विशेष प्रयत्न करावे लागतात. इंग्रजीमध्ये 'Out of sight is out of mind.' असे म्हणतात. किंवा 'बुद्धीलाही गंज चढतो' असेही म्हणले जाते. एकूणच विसरण्याकडे आपला कल अधिक असतो. मग आपल्या बुद्धिमत्तेला कुशाग्र ठेवण्यासाठी काय करायचे?

१. निरनिराळ्या गोष्टींचे सतत पाठांतर करावे. पूर्वी रोज संध्याकाळी मुलांना

परवचा म्हणायला बसवायचे. यामध्ये अगदी बे एके बे पासून पावकी, निमकी, अडीचकीपर्यंत पाढे असायचे. शुभंकरोती, रामरक्षा, मारुतीस्तोत्र, साष्टांग नमन माझे, अशी स्तोत्रे असायची, मनाचे श्लोक असायचे. जवळजवळ दोन-अडीच तास हा परवचा चालायचा. 'राम' या शब्दाचा उच्चार जेव्हा 'रामा' व्हायला लागला आणि त्यात काही चूक आहे असे पालकांना वाटेनासे झाले, तेव्हापासून हळूहळू परवचा आणि त्या अनुषंगाने होणाऱ्या पाठांतराचे महत्त्व कमी होत गेले. पण परवचा हे पाठांतराचे अतिशय महत्त्वाचे माध्यम आहे. कॅलक्युलेटर आणि कॉम्प्युटरमुळे या पाठांतराचे महत्त्व कमी होऊ देऊ नये.

२. लॉजिक गेम्स खेळण्यासाठी पालकांनी मुलांना प्रवृत्त करावे तसेच मुलांनीही निरनिराळ्या लॉजिक गेम्समध्ये रस (Interest) वाढवावा. यामध्ये रोज वर्तमानपत्रांमध्ये येणारी शब्दकोडी, सुडोकू, काकुरो, स्पेलॅथॉन, लूप द लूप असे लॉजिक गेम्स खेळावेत. त्यामुळे तर्कशुद्ध विचार करण्याची आपली क्षमता वाढते.

३. विविध कॉम्प्युटर गेम्स तसेच व्हिडिओ गेम्स खेळल्यामुळे हात आणि डोळ्यांचा सुसूत्रित आणि जलदगतीने वापर करणे (Hand and Eye coordination), जलद प्रतिसाद देण्याची क्षमता (Speed of Response) आणि एकाग्रता (Concentration) वाढविण्यासाठी उपयोग होतो. परंतु, कॉम्प्युटर तसेच व्हिडिओ गेम्स खेळण्याचा नाद, अगदी व्यसनसुद्धा मुलांना लागू शकते, जे त्यांच्यासाठी घातक असते. त्यामुळे मुलांनी आणि पालकांनी कॉम्प्युटर गेम्स तसेच व्हिडिओ गेम्सचा योग्य उपयोग करावा.

४. माइंड मॅपिंग (Mind Mapping) ही एक महत्त्वाची पद्धत (Method) वापरून सुसूत्रपणे आणि स्पष्टपणे आपल्या विचारांची मांडणी करण्याची क्षमता आपल्यामध्ये विकसित होते. त्याचप्रमाणे कोणत्याही विषयाचा किंवा एखाद्या विषयातील कोणत्याही घटकाचा 'सर्वांगीण' विचार करण्याची सवय आपल्याला लागते. अशा पद्धतीने विचार केल्यामुळे अनुबंधित विचार (Structured Thoughts) मांडण्यास खूप उपयोग होतो. माइंड मॅपिंगवरती काही उपयक्त पुस्तके बाजारात उपलब्ध आहेत. त्यांचा मुद्दाम उपयोग करावा.

५. ब्रेन स्टॉर्मिंग (Brain Storming) म्हणजे एखादी कल्पना घेऊन त्याच्यावर कल्पना विकास (विलास नाही. कारण विलासात काल्पनिकता जास्त आणि सत्य कमी आढळते.) केला जातो. निरनिराळ्या कल्पना संकलित केल्या जातात. त्यामुळेही अनुबंधित विचार (Structured Thoughts) मांडण्याचा खूप उपयोग होतो.

६. बौद्धिक आणि वैचारिक विकासात निरनिराळ्या खेळांचा खूपच फायदा होतो. एकाग्रता, सतर्कता, मुद्याला धरून विचार करण्याची क्षमता, प्रतिसाद देण्याची गती, संपूर्ण शरीराचे ठरावीक उद्दिष्ट गाठण्यासाठी होणारे चलन-वलन, ठरावीक उद्दिष्ट गाठण्यासाठी शरीरातील ऊर्जेचा एकाग्रतेने करावयाचा उपयोग, प्रतिपक्षाच्या किंवा स्पर्धकाच्या क्षमतांचा योग्य अंदाज घेण्याची क्षमता, निर्णय घेण्याची क्षमता, नेतृत्व गुण अशा अनेकविध गुणांचा आणि क्षमतांचा विकास क्रिकेट, हॉकी, फूटबॉल, बॅडमिंटन, टेबलटेनिस, व्हॉलीबॉल अशा बॉल गेम्समधून तसेच हुतूतू, खोखो अशा खेळांमधून होतो. बुद्धिबळ, ब्रिज, कॅरम अशा बैठ्या खेळांमधूनही या गुणांचा विकास होतो. म्हणून खेळ खेळणे म्हणजे फक्त 'टाइम पास' आणि मनोरंजन असा दृष्टिकोन न ठेवता बौद्धिक विकास हा हेतूही महत्त्वाचा आहे.

७. अबॅकस या गणिताच्या चायनिज पद्धतीचा बोलबाला आजकाल बराच झाला आहे. अबॅकस म्हणजे गणिते करण्याचे साधन असते. अबॅकसचे क्लासेस आता सर्व लहान-मोठ्या शहरांमध्ये घेतले जातात. त्यामध्ये निरनिराळ्या परीक्षा असतात. चढत्या क्रमाने मुलांच्या गणिताच्या क्षमता यामुळे विकसित होतात. खेळांप्रमाणेच गायन, वादन, नृत्य अशा कलांमुळेही बौद्धिक क्षमतांच्या विकासाला मदत होते.

या सर्व गोष्टींचा आपण साकल्याने विचार केला असता तुमच्या लक्षात आले असेलच की आपल्याला आपल्या बौद्धिक क्षमतांचा निश्चितपणे विकास करता येतो. बुद्धी किंवा हुशारी ही जरी जन्मजात मिळाली नाही, तरी आपण नियोजनबद्ध प्रयत्न केला, तर आपण बुद्धिवान होऊ शकतो.

बौद्धिक व्यक्तिमत्त्व
प्रश्नावली

१. दर वर्षी तुम्ही तुमचा बायो-डेटा लिहून काढता का?
२. दर वर्षी आपल्या बायो-डेटाचा दर्जा चांगला व्हावा आणि आपल्या यशस्वी उपक्रमांची त्यामध्ये भर पडावी म्हणून तुम्ही विशेष प्रयत्नशील असता का?
३. तुमच्या आयुष्यातील तुमचे ध्येय कोणते?
४. हे ध्येय साध्य करण्यासाठी तुम्ही कोणते विशेष प्रयत्न करता?
५. तुम्हाला आयुष्यात कोण बनावेसे वाटते?
६. तुमच्या आदर्श व्यक्ती कोण? त्या आदर्श आहेत असे का वाटते? तसे

होण्यासाठी तुम्ही कोणते विशेष प्रयत्न करता?
७. तुम्ही तुमचा रिकामा वेळ कसा घालवता?
८. तुम्हाला छंद आहेत का? कोणते छंद आहेत?
९. तुम्ही कोणते खेळ खेळता?
१०. तुम्ही रोज वर्तमानपत्रे वाचता का? कोणती वर्तमानपत्रे वाचता?
११. वर्तमानपत्रातील कोणता मजकूर वाचायला तुम्हाला जास्त आवडते?
१२. तुम्हाला निरनिराळ्या प्रकारची कोडी सोडवायला आवडते का?
१३. तुम्ही लायब्ररीचे सभासद आहात? कोणत्या लायब्ररीचे?
१४. तुम्ही वाचलेल्या महत्त्वाच्या पुस्तकांची यादी केलेली आहे का?
१५. पुस्तकांची टिपणे काढून ठेवायची सवय तुम्हाला आहे का?
१६. पुस्तके विकत घेण्याची सवय तुम्हाला आहे का? सर्वसाधारणपणे दर वर्षी किती पुस्तके तुम्ही विकत घेता?
१७. तुम्हाला मासिके, जर्नल्स वाचायला आवडतात का?
१८. तुमच्या आवडीच्या पाच लेखकांची नावे सांगा. ते तुम्हाला का आवडतात?
१९. तुमच्या आवडीची दहा पुस्तके कोणती? ती तुम्हाला का आवडतात?
२०. तुम्हाला लिहायला आवडते का? तुम्ही स्वत: काही लिखाण केलेले आहे का?
२१. तुम्ही पत्रे लिहिता का?
२२. तुम्ही टीव्ही बघता का? कोणते कार्यक्रम तुम्हाला विशेष आवडतात?
२३. एखाद्या विषयावर आपली मते ठामपणे मांडावीत, असे तुम्हाला वाटते का? इतरांसमोर आपली मते मांडताना, तुम्हाला संकोच वाटतो का?
२४. इतरांसमोर आपली मते मांडण्यासाठी तुम्ही कोणते विशेष प्रयत्न करता? तुम्ही तुमची मते इतरांना पटवून देऊ शकता का?
२५. नवीन व्यक्तींमध्ये मिसळायला तुम्हाला आवडते का?
२६. नवीन व्यक्तींमध्ये एखादा विषय तुम्ही आत्मविश्वासाने मांडू शकता का?
२७. इतर व्यक्तींना तुम्ही तुमचे मत पटवून देऊ शकता का?
२८. इतर व्यक्तींच्या मतावर तुम्ही प्रभाव टाकू शकता का?
२९. दुसऱ्या व्यक्तीच्या बोलण्यातील महत्त्वाच्या चांगल्या गोष्टी तुम्ही आत्मसात करता का?

बौद्धिक व्यक्तिमत्त्वाची गुणवैशिष्ट्ये

माझी ओळख अशी हवी

१. हुशार.
२. उत्कृष्ट स्मृती.
३. बारकाईने निरीक्षण करण्याची सवय.
४. उच्च दर्जाची आकलनक्षमता.
५. संबंधित विषयाचे सखोल ज्ञान.
६. संबंधित विषयाची विस्तृत माहिती आणि जाणकारी.
७. ध्येयासक्त, सिद्धिप्रेरित.
८. नियोजनकुशल, नियोजनकौशल्य.
९. स्वयंप्रेरित, इतरांना प्रेरणा देणारा.
१०. स्वत:च्या कामाचे सकारात्मक आणि उत्कृष्ट परिणाम मिळविण्याबद्दल आग्रही.
११. पद्धतशीर काम करणारा.
१२. सुसंघटित कार्यप्रणाली.
१३. वस्तुनिष्ठ विचार करण्याची पद्धत.
१४. सकारात्मक आणि आशावादी.

माझी ओळख अशी नको

१. मठ्ठ.
२. विसराळू.
३. अव्यवस्थित.
४. ध्येयहीन.
५. ढोबळ मानाने विचार करणारा.
६. ढिसाळपणे काम करणारा.
७. नकारात्मक दृष्टिकोन.
८. व्यक्तिनिष्ठ विचार करणारा.
९. नशिबावर हवाला ठेवून काम करणारा.
१०. निराशावादी.

८

भावनिक व्यक्तिमत्त्व
Emotional Personality

भावनिक व्यक्तिमत्त्व हा आपल्या व्यक्तिमत्त्वाचा अत्यंत महत्त्वाचा घटक आहे. आपल्या समाजात भावनिक व्यक्तिमत्त्वाच्या जडण-घडणीकडे खरं म्हटलं, तर लहानपणापासून खूप लक्ष दिले जात नाही. परंतु, आता विविध क्षेत्रांत यशस्वी व्हायचे असेल; उच्च पदांवर काम करावयाचे असेल, तर आपल्याला आपल्या भाव-भावना, परस्परसंबंध, ताण-तणावांचे, मानसिक संघर्षाचे नियोजन आणि या सर्वांमधून स्पर्धात्मक वातावरणात सतत पुढे जाण्याची प्रेरणा अबाधित राखणे या सर्व क्षमतांचा विकास अत्यंत आवश्यक आहे. म्हणूनच भावनिक व्यक्तिमत्त्वाची जडण-घडण बळकट पायावर उभी असणे महत्त्वाचे आहे.

आपल्या सर्व भावना अमूर्त, अदृश्य (Invisible) असतात. त्या आपल्यापासून वेगळ्या करता येणार नाहीत. एखादी वस्तू जशी आपण इतरांना दाखवू शकतो; इतरांच्या हातात देऊ शकतो किंवा आपल्या हातात घेऊ शकतो, त्याप्रमाणे भावना वस्तूसारखी हातात घेऊन खचितच दाखवता येणार नाही. उदाहरणार्थ, हे बघ माझे प्रेम किंवा हा बघ माझा राग. परंतु, भावना व्यक्त करता येतात. भावनांची अभिव्यक्ती करता येते. भावनांचे प्रकटीकरण होते. आपल्या मनातील भावना इतरांना समजतात, तसेच इतरांच्या मनातील भावना आपण समजू शकतो. आपण पुस्तक वाचतो म्हणजे पुस्तकात छापलेले शब्द वाचतो. त्याचा अर्थ आपल्याला समजतो किंवा आपण समजावून घेतो. त्याचप्रमाणे आपल्या मनात क्षणोक्षणी निर्माण होणाऱ्या

भावना आपल्याला तत्क्षणी समजतात. आपल्याला एखादी गोष्ट आवडली किंवा आवडली नाही, तर तसा प्रतिसाद आपण देतो. आपले प्रेम, राग, लोभ, चीड, तिरस्कार, माया, ममता, इत्यादी सर्व भावना आपल्याला जाणवतात. समजतात. तसेच जर या भावना इतरांच्या मनात तयार झाल्या, तरीही आपल्याला समजतात. आणि खरं म्हटलं, तर समजावूनही घेता येतात आणि घेतल्या पाहिजेत. आपल्या मनात एखादी भावना तयार होते आहे, हे आपल्या लक्षात आले पाहिजे. किंबहुना ती क्षमता प्रयत्नपूर्वक आपण विकसित केली पाहिजे. मनात एखादी भावना तयार होते आहे. हे समजले की त्या भावनेचा अर्थही आपल्याला समजतो. त्यामुळे त्या भावनेच्या अभिव्यक्तीबाबत आपण जागरूक होतो. मनातल्या मनात त्या भावनेची प्रक्रिया (Processing) सुरू होते. मग त्या भावनेची अभिव्यक्ती कशी करायची, हे आपण ठरवू शकतो. त्या भावनेला कसा प्रतिसाद द्यायचा, हेही ठरवता येते. ज्या पद्धतीने आपण प्रतिसाद देतो त्यावरून आपल्या भावनिक व्यक्तिमत्त्वाचा दर्जा (Quality) ठरतो. आपण सकारात्मक पद्धतीने प्रतिसाद देऊ शकतो. येथे भावना थोपविणे, भावना दाबणे, भावना कृत्रिम पद्धतीने व्यक्त करणे असा अर्थ अभिप्रेत नाही. परंतु आपल्या मनात तयार होणाऱ्या भावनेची पूर्ण ओळख, माहिती करून घेऊन, त्या भावनेला आपल्याला कसा प्रतिसाद द्यायचा आहे, याचा विचार करून मनापासून सकारात्मक प्रतिसाद देण्याची तयारी आपण करू शकतो. मग नकारात्मक भावना जरी व्यक्त करायची असली, तरी ती सकारात्मक पद्धतीनेच व्यक्त करता येते. त्यामुळे 'भावनेच्या भरात' आपण तसे बोललो, वागलो असे होत नाही.

येथे आपण आपल्या भावनांचे सुयोग्य नियंत्रण आणि नियमन कसे करायचे, ते शिकतो. आता भावनांचे नियमन आणि नियंत्रण म्हणजे काय ते पाहू या. तुम्ही चौकात उभा असलेला ट्रॅफिक कंट्रोल करणारा पोलीस बघितला आहे का? चारही बाजूंच्या रस्त्यांवरून येणाऱ्या वाहनांचे नियंत्रण आणि नियमन तो करत असतो. जर ते केले नाही, तर वाहतूक व्यवस्था कोसळेल. गोंधळ माजेल. तसेच जर आपण आपल्या मनातील भावना ओळखल्या नाहीत, त्यांचे नियंत्रण आणि नियमन केले नाही, तर भावनांचा कल्लोळ माजेल. मनात येणारी प्रत्येक भावना सुटी-सुटी किंवा वेगवेगळी करून बघण्याची कला विकसित करता आली पाहिजे. त्यामुळे आपण आपले प्रतिसाद अधिक दर्जेदार करू शकतो. आपले भावनिक व्यक्तिमत्त्व अधिक कणखर करू शकतो. आपल्या मनात येणाऱ्या भावना कोणत्या प्रकारच्या आहेत, त्यांचे महत्त्व किती किंवा त्यांना किती महत्त्व द्यायचे, त्यांचा आपल्या आयुष्यावर किती आणि कसा परिणाम होणार आहे, याचा विचार करायला आपण शिकले पाहिजे. यालाच 'भावनांचे वर्गीकरण करणे', असे आपण म्हणतो.

भावनेच्या प्रक्रियेमध्ये भावनांचे वर्गीकरण करता येते

कोणतीही एखादी भावना आपण फार महत्त्व देण्याच्या योग्यतेची आहे का? या भावनेचा विचार करण्यात आपण फार वेळ घालवणे महत्त्वाचे आहे का? ही भावना आपल्या मनापर्यंत, मेंदूपर्यंत पोहोचू देण्याची आवश्यकता आहे का? याचाच प्रथम आपण विचार केला पाहिजे. हे लिहिता-लिहिताच पटकन एक उदाहरण आठवले. एक लहान मुलगा आपल्या आईकडे तक्रार घेऊन आला. "तो समोरचा मुलगा मला सारखा वेडावून दाखवतो आहे," कामाच्या गडबडीमध्ये असलेल्या आईने झटकन विचारले, "तुला रे कसे कळते तो वेडावतो आहे ते? तू त्याच्याकडे बघू नकोस म्हणजे झाले." आईने ती भावना, त्यामधून निर्माण होणारी समस्या आणि त्या भावनेची किंमत ओळखली आणि उत्तर दिले. आपल्या आयुष्यात अशा अनेक घटना, व्यक्ती, परिस्थिती येत असतात, त्या वेळी त्या-त्या प्रकारची भावना तयार होत असते. पण त्या भावना इतक्या क्षुल्लक आहेत हे समजावून घेण्याची क्षमता आपण विकसित केली, तर आपला बराच भावनिक गुंता कमी होईल.

आपल्या आयुष्यातील काही नाती, प्रसंग अल्पजीवी किंवा क्षणिक असतात. त्या वेळेपुरतेच त्यांना महत्त्व असते. त्या वेळी त्या व्यक्ती, ते प्रसंग, ती नाती खूप महत्त्वाची असतात. त्यांचा तसाच स्वीकार करण्याच्या भावनिक प्रक्रियेचे प्रशिक्षण आपण स्वतःला देणे महत्त्वाचे असते. उदाहरणार्थ, माझी एक मैत्रीण शाळेत शिक्षिका आहे. ती तिसऱ्या इयत्तेची वर्गशिक्षिका आहे. एक वर्षभर वर्गातली एक मुलगी तिला रोज म्हणजे रोज गुलाबाचे फूल देत असे. माझ्या मैत्रिणीला तिच्याबद्दल अत्यंत प्रेम वाटू लागले. ते इतके, की जणू ती त्या मुलीला आपली मुलगीच समजू लागली. मैत्रिणीच्या बोलण्यात सतत तिचा संदर्भ येत असे. त्या मुलीच्या भविष्यातील शिक्षणाबद्दलही जेव्हा ती बोलू लागली, तेव्हा गुलाबाच्या फुलाचे हे दुखणे होणार, हे माझ्या लक्षात आले. मी तिला सावध करायचाही प्रयत्न केला. ती मुलगी चौथीत गेली. आता ती तिच्या नवीन वर्गशिक्षिकेला फूल देऊ लागली. हातात फूल असताना माझी मैत्रीण भेटली, तरी फक्त ती मैत्रिणीकडे हसून बघत असे. या गोष्टीमुळे माझ्या मैत्रिणीला इतका त्रास झाला की त्यातून सावरायला चार-सहा महिने लागले. यात दोष कुणाचा? नक्कीच त्या मुलीचा नाही. माझ्या मैत्रिणीचाच दोष आहे की तिने भावनेची कालमर्यादा ओळखली नाही. आपलाच निष्कारण भावनिक गुंता करून घेतला. त्याचप्रमाणे हॉस्पिटलमध्ये काम करणाऱ्या डॉक्टर्स आणि नर्सेस, विमानात आपली काळजी घेणारी एअर होस्टेस, पंचतारांकित हॉटेल्समध्ये काम करणाऱ्या रिसेप्शनिस्ट किंवा आपल्या ऑफिसमध्ये काम करणारी मंडळी

आपल्याशी अत्यंत प्रेमाने वागतात. आत्मीयता, आदर, आपुलकी हा व्यवसायाचा एक अविभाज्य घटक असतो. तसे 'विशेष' प्रशिक्षण त्यांना दिलेले असते. परंतु जर आपण त्यातील व्यावसायिकता लक्षात घेतली नाही, तर अकारण भावनिक गुंता होतो. ही प्रासंगिक म्हणजे 'Functional Relationships' असतात. मग तो बसमध्ये आपल्याला तिकीट देणारा कंडक्टर असो किंवा सिनेमाचे तिकीट देणारा बुकिंग क्लार्क असो. या नात्यांचे अल्पजीवित्व लक्षात घेतले पाहिजे.

प्रसंग संपला की भावनेला ओहोटी लागते, हे तर एखादा अपवाद वगळता त्रिकालाबाधित सत्य आहे. मालतीबाईंनी आपल्या एका मैत्रिणीच्या मुलीचे लग्न ठरविले. मुलगी घटस्फोटित होती. तिचे लग्न हा फार मोठा प्रश्न होता. मालतीबाईंमुळे छान स्थळ मिळाले. मुलगी पसंत पडल्यापासून लग्न होऊन मुलगी सासरी जाईपर्यंत मुलीच्या आई-वडिलांनी प्रत्येक गोष्ट मालतीबाईंच्या सल्ल्याने केली. मालतीबाई त्या काळात त्या घरात फार महत्त्वाच्या झाल्या होत्या. लग्न झाले. नेहमीचे रुटीन चालू झाले. त्या घरात मालतीबाईंबद्दल कृतज्ञता जरूर राहिली; पण सदासर्वदा प्रत्येक गोष्टीत महत्त्व कसे मिळेल? मालतीबाई मात्र यामुळे थोड्या नाराज झाल्या. कदाचित मालतीबाईंनाच प्रसंगाची निरपेक्षता समजू शकली नाही.

भावना पूर्णपणे व्यक्तिसापेक्षही असते. एक तरुण मुलगा होता. एके दिवशी तो आपल्या मैत्रिणीला घेऊन एका हॉटेलमध्ये गेला. त्या हॉटेलमध्ये फक्त एकच टेबल आणि दोन खुर्च्या होत्या. त्यातल्या एका खुर्चीचा एक खिळा वरती आलेला होता. शिताफीने त्या मुलाने चांगली खुर्ची आपल्या मैत्रिणीला ठेवली आणि खिळा वर आलेल्या खुर्चीवर स्वत: बसला. पण दुसऱ्या दिवशी आपल्या बॉसबरोबर जेव्हा तो त्या हॉटेलात गेला आणि नेमके त्याच टेबलावर बसण्याची वेळ आली, तेव्हा तितक्याच शिताफीने त्याने चांगली खुर्ची पटकावली आणि खिळ्याची खुर्ची बॉसला दिली. मैत्रिणीला खिळा टोचू नये म्हणून त्याने काळजी घेतली. तिच्याबरोबर गप्पा मारत असताना त्याला त्या टोचक्या खिळ्याची जाणीवही झाली नाही. भावा-बहिणींमध्ये, नातेवाइकांमध्ये, मित्र-मैत्रिणींमध्ये, शेजाऱ्यापाजाऱ्यांमध्येही अशी भावनिक व्यक्तिसापेक्षता असते. काही व्यक्ती आपल्याला खूप जवळच्या वाटतात. त्यांचे आणि आपले 'ट्यूनिंग' मस्त जमलेले असते. सिनेमाच्या भाषेत बोलायचे झाले, तर 'बॉडी केमिस्ट्री' तयार झालेली असते. अशा व्यक्तींबरोबर आपले छान पटते. म्हणजे इतर व्यक्ती आपल्याला आवडत नाहीत, त्यांचे आणि आपले पटत नाही, असे नाही. भावनेच्या बाबतीत 'सब घोडे बारा टक्के' असे असत नाही. त्यातही तर तम भाव असतो. तो आपण समजून घेतला पाहिजे. त्याचा मनापासून स्वीकार केला पाहिजे. तो दुजाभाव आहे म्हणून नकारार्थी भावना मनात येऊन देऊ नये. मित्र-मैत्रिणींमध्ये काही जण आक्रमक (Possessive) स्वभावाचे असतात. तुम्ही इतरांशी

मैत्री केलीत, इतरांबरोबर अभ्यास केलात, इतरांबरोबर नाटका-सिनेमाला गेलात, तर त्यांना आवडत नाही. अगदी भांडणापर्यंत मजल जाते. भावनिक नात्यांमध्ये ही आक्रमकता नकारार्थीच ठरते.

काही भावना अत्यंत आदराने स्वीकारायच्या असतात. जोपासायच्या असतात. राष्ट्रध्वजाबद्दलची भावना आदराने जोपासायची असते. राष्ट्रपुरुषांच्या बाबतीतली भावना आदराने जोपासायची असते. आजी-आजोबा, आई-वडील, लहान-थोर असा भेद न करता सर्व नातेवाईक, शेजारी, घरात काम करणारे नोकर-चाकर, शिक्षक, सहकारी अशी अनेक नाती असतात, ती आपण कशी जोपासतो, त्यांचे संगोपन कसे करतो, विश्वासार्हता कशी वाढवतो, यावरही आपले भावनिक आरोग्य अवलंबून असते. ही नाती जोपासण्यासाठी आपल्याला द्यायचा असतो फक्त 'Quality Time.' म्हणजे सदासर्वकाळ या नात्यांसाठीच आपला पूर्ण वेळ देण्याची गरज नसते. पण जो काही वेळ आपण देऊ शकतो तो पूर्णपणे मनापासून द्यावा. ही व्यक्ती फक्त आपलीच आहे, कोणत्याही प्रसंगात ती आपल्याबरोबर असेल, कोणत्याही क्षणी आपण या व्यक्तीवर अवलंबून राहू शकतो, आपण एकमेकांचे आहोत ही 'बांधीलकी' (Sense of Belongingness) त्या नात्यांत जोपासली गेली पाहिजे.

भावना आणि भावनेची अभिव्यक्ती नेहमीच सहज-सुंदर, अकृत्रिम असावी. भावनेचा खरेपणा, सच्चाई, ओलावा, आपलेपणा इतरांना ताबडतोब समजतो. तेच भावनिक व्यक्तिमत्त्व उच्च दर्जाचे आहे. त्यामुळेच तर सुदाम्याचे पोहे भगवान श्रीकृष्णांना भावले.

एकदा आपल्या भावना आपल्याला समजायला लागल्या, ओळखता येऊ लागल्या, की त्यांचा प्रतिसादही कसा द्यायचा हे आपल्याला समजू शकते. आपल्याच प्रतिसादांवर आपलेच नियंत्रण राहील. आपले भावनिक व्यक्तिमत्त्व समृद्ध, संपन्न होईल. परंतु, सुनियंत्रित तसेच सुनियमित प्रतिसादांच्या अभावी ताण-तणावाची संघर्षमय स्थिती तयार होईल. आत्ता येथे हा परिच्छेद वाचत असताना तुम्हाला नक्कीच ही प्रक्रिया खूपच प्रदीर्घ आणि वेळखाऊ आहे असे वाटेल; पण एकदा का तुमच्या मनाला ती सवय लागली, की हा असा प्रतिसाद तुम्हाला तत्क्षणी देता येईल.

भावनिक व्यक्तिमत्त्व आनुवंशिक असते का?

'भावनेला दिला जाणारा प्रतिसाद आपण सुनियंत्रित तसेच सुनियमित करू शकतो' असे म्हटल्यावर लगेच विचारला जाणारा प्रश्न म्हणजे, 'माणसाचा स्वभाव,

भावनिक वैशिष्ट्ये आनुवंशिक असतात ना? मग हे आपल्या भावना ओळखणे, प्रतिसाद सुनियंत्रित करणे म्हणजे आपला स्वभाव बदलणेच झाले ना? ते कसे शक्य आहे?'

ठामपणे आपण सांगू शकतो, की जर आपण विचारपूर्वक आपल्या भावनांचे कंगोरे घासून-पुसून भावना सुनियंत्रित आणि सुनियमित केल्या; आपले प्रतिसाद जाणीवपूर्वक सकारात्मक करण्यास सुरुवात केली तर आपण आपला स्वभाव बदलू शकतो. शेवटी तो 'स्व' म्हणजे आपला, स्वत:चा 'भाव' आहे. आपला 'भाव' कसा असावा, तो इतरांना कसा प्रतीत व्हावा, त्यामुळे आपल्या भावनिक व्यक्तिमत्त्वाची ओळख इतरांना कशी व्हावी हे ठरविण्याचा अधिकार आणि निवड (Choice) केवळ आपली आहे. त्यामुळे आनुवंशिकतेने आलेले काही स्वभाव गुण सुद्धा आपण बदलू शकतो. आपण आपल्या भावनांची रचनात्मक बांधणी (Emotional Pattern) कशी आहे हे प्रथम समजावून घेतले, की आपल्याला आपली भावनिक शक्तिस्थाने आणि भावनिकदृष्ट्या कमकुवत स्थाने (Emotional Strengths and Weaknesses) कोणती हे समजू शकते. यामध्ये भावनिकदृष्ट्या कमकुवत स्थानांवरच आपल्याला जास्त लक्ष केंद्रित करावे लागते. केवळ आयुष्यात यशस्वी होण्यासाठी आणि व्यावसायिक यश संपादन करण्यासाठीच नाही तर प्रथमत: आपले भावनिक आरोग्य चांगले राहण्यासाठी, आपल्याला शांत, सुखी, समाधानी, आनंदी वाटण्यासाठी आपल्याला जाणीवपूर्वक आपली भावनिक शक्तिस्थाने वाढविली पाहिजेत, तसेच आपल्या भावनिकदृष्ट्या कमकुवत स्थानांवर मात करून त्यांचेही रूपांतर भावनिक शक्तिस्थानांमध्ये केले पाहिजे.

आपली भावनिक रचना समजावून घेण्यासाठी एका कागदावर तुमच्या प्रमुख भावना, भावनिक प्रतिसाद लिहून काढा. प्रमुख भावना म्हणजे वारंवार व्यक्त होणाऱ्या भावना. आता यासाठी खाली काही प्रतिनिधिक प्रश्न दिलेले आहेत. तुम्ही त्यांची उत्तरे लिहा.

प्रश्नावली

१. रोज सकाळी उठल्यावर 'चला नवीन दिवस उगवला. उत्साहाने त्याचे स्वागत करू.' या भावनेने उत्साहात तुम्ही कामाला सुरुवात करता का?
२. तुम्हाला तुमचे आई-वडील सतत सूचना करतात का? या सूचनांचा तुम्हाला राग येतो का?
३. प्रत्येक गोष्ट तुम्ही तुमच्या आई-वडिलांशी मोकळेपणाने बोलू शकता का?
४. तुम्हाला चटकन राग येतो का? तुम्हाला सतत एकाच प्रकारच्या गोष्टींचा राग येतो का?

५. तुम्हाला आयुष्यात काय साध्य केले असता खूप आनंद होईल आणि आपल्या आयुष्याचे सार्थक झाले, असे वाटेल?

६. इतरांनी तुम्हाला तुमच्या चुका दाखवून दिल्या तर राग येतो का? चुका दुरुस्त करण्यासाठी तुम्ही काय करता?

७. सतत आपण इतरांच्या मागे पडतो आहोत अशी भावना मनात येते का? आपल्यामध्ये काही कमतरता आहे असे वाटते का? तुम्हाला न्यूनगंड आहे का?

८. तुम्हाला सतत कोणत्या गोष्टींची भीती वाटते का? ही भीती तुम्ही इतरांना सांगितली आहे का? भीती जाण्यासाठी तुम्ही कोणते प्रयत्न केले?

९. एखाद्याचं दु:ख बघून तुम्हाला खूप वाईट वाटते का? त्या वेळी तुम्ही काय करता?

१०. स्वत:च्या कोणत्या आठवणींमध्ये तुम्ही रमता? कोणत्या आठवणी तुम्हाला त्रासदायक वाटतात?

११. काय केले असता किंवा काय झाले असता आपण 'जिंकलो' असे तुम्हाला वाटेल?

१२. आपण अगदी सुखी आहोत ही भावना येण्यासाठी तुम्हाला कोणत्या गोष्टींची आवश्यकता आहे?

१३. तुम्हाला अगदी एकटे राहायला आवडतं की सतत आजूबाजूला माणसे असावीत असे वाटते?

१४. कोणत्याही प्रसंगात विश्वासाने एकमेकांवर विसंबून राहावं अशी किती माणसे तुम्ही जोडलेली आहेत?

१५. भावनिक आरोग्य जोपासण्यासाठी तुम्ही विशेष काही प्रयत्न किंवा उपक्रम करता का?

आता यातील सर्व प्रश्नांची चर्चा आपल्याला करता येईल. परंतु पुस्तकाचे उद्दिष्ट लक्षात घेता काही प्रश्नांचा आपण विचार करू.

अगदी पहिलाच प्रश्न आहे की दिवसाची सुरुवात तुम्ही उत्साहाने करता का? "शी! वैताग आहे नुसता. आता उठा आणि लागा कामाला. कंटाळा आलाय नुसता." असे म्हणून तुम्ही उठलात तर नक्कीच तुमचा कंटाळा तुम्ही इतरांवर काढता. म्हणजे चिडचिड, रागावणे, धुसफूस, वैतागून बोलणे आणि स्वत:बरोबरच इतरांचाही मूड घालवणे अशी मालिकाच चालू होते. मग फक्त सकाळच नाही तर सर्व दिवसच फुकट जातो आणि रात्री आपणच म्हणतो, "सकाळी-सकाळी कोणाचे तोंड बघितले कोणास ठाऊक?" पण दिवसाची सुरुवात तर आपणच केली होती.

जर वरचेवर असे होत असेल, तर मात्र तो कंटाळा, वैताग का येतो ते शोधले पाहिजे. त्याची कारणे शोधली पाहिजेत. अगदी रात्रीचे जेवण उशिरा होते का, शांत झोप लागते का, दिवसभर करायचे काम आवडीचे आहे का, दिवसभर ज्या व्यक्तींबरोबर काम करतो त्यांच्याशी आपले पटते का, काही आजार आहे का, दुसरी काही चिंता-काळजी आहे का अशा अनेकविध कारणांनी सकाळी उठताना अ-प्रसन्न किंवा कंटाळवाणे होऊ शकते. दर वेळी अशा त्राग्याची कारणे आपल्या मनाशी, भावनेशीच जोडलेली असतात असे नाही. त्या वैतागाचा केंद्रबिंदू (Focus) आपल्या शरीराच्या, मनाच्या, भावनांच्याही बाहेर असू शकतो. ते कारण लक्षात आले, की त्याचा उपाय करता येईल. प्रतिसाद बदलता येईल.

मध्यंतरी प्रवासात एक पुस्तक माझ्या वाचनात आले होते. त्यातील एका परिच्छेदाचा सारांश पुढीलप्रमाणे आहे. लेखक म्हणतो, ''परमेश्वरा, तो कालच गेला. आज सकाळी मी उठलो आणि मला जाणवले की मी अजूनी जिवंत आहे. आणखी एक सुंदर सकाळ तू मला दिलेली आहेस. मला असं काही काम करण्याची बुद्धी आणि शक्ती दे की ज्यामुळे कमीतकमी शंभर वर्षे लोक मला विसरणार नाहीत.'' आपण आपल्या आयुष्याकडे, आपल्याला जो सुंदर वेळ मिळाला आहे, त्याच्याकडे कसे बघतो, मिळालेल्या वेळाचा छान उपयोग करण्यासाठी काय करतो असा विचार केला- करत गेलो, तर खचितच दुसऱ्या कोणालाही 'गुड मॉर्निंग' म्हणण्याऐवजी परमेश्वरालाच 'गुड मॉर्निंग' म्हणू. 'प्रभाते मनी राम चिंतीत जावा' पासून 'कराग्रे वसते लक्ष्मी, करमध्ये सरस्वती' पर्यंत या आपल्या प्रार्थना हेच तर सांगतात.

पुढे एक प्रश्न असा आहे की ''तुम्हाला आयुष्यात काय साध्य केले असता खूप आनंद होईल आणि आपल्या आयुष्याचे सार्थक झाले असे वाटेल?''माझ्या अनेक प्रशिक्षण-कार्यक्रमांमध्ये मी हा प्रश्न माझ्या प्रशिक्षणार्थींना विचारलेला आहे. त्याची ''पैसा, यश, प्रसिद्धी, जगप्रवास, अधिकार'' अशी ठरावीक उत्तरे येतात व आलेली आहेत. पण एका लहान गावातील कार्यक्रमामध्ये एका चौदा-पंधरा वर्षांच्या मुलाने दिलेले उत्तर ऐकून मी थक्क झाले. तेथे प्रचंड भावनिक उलथापालथ आहे, हे लक्षात आले. त्या मुलाशी नतंर स्वतंत्रपणे चर्चा केली. त्याचा भावनिक गुंता सोडविण्यास मदत केली. त्याचा भावनिक प्रतिसाद सकारात्मक करण्यास मदत केली. त्या मुलाचे उत्तर होते,''मोठे होऊन, पैसे कमवून मला माझ्या पायावर उभे राहायचे आहे. आईला मदत करायची आहे आणि बापाला त्याचे हात-पाय लुळे पडेपर्यंत मारायचा आहे.'' त्याचे हे शब्द इतक्या तीरासारखे आले, की मला जाणवले, की हे उत्तर मनात तयार होतेच आणि त्याआधी निदान काही वर्षे या उत्तराची पार्श्वभूमीका मनात तयार होत होती. लहानपणापासून बापाने आईला

मारलेले त्या कोवळ्या जिवाने बघितलेले होते, दारुड्या नवऱ्याचा संसार चालविण्यासाठी प्रामाणिकपणे काबाडकष्ट करणारी आई बघितलेली होती त्यामुळे आलेला हा तितकाच 'प्रामाणिक' प्रतिसाद होता.

असाच एक प्रश्न आहे, "तुम्हाला सतत कोणत्या गोष्टींची भीती वाटते का?" या प्रश्नाचे उत्तर शोधणे म्हणजे विहिरीचा तळ शोधण्यासारखेच आहे. एका विमानप्रवासात माझ्या शेजारी बसलेल्या सहप्रवाशाचा अनुभव बालमानसशास्त्रासाठी फार महत्त्वाचा आहे. विमान उड्डाणासाठी सज्ज झाल्यापासून ते विमानाचे उड्डाण (टेक ऑफ) या कालावधीत त्याने डोळे घट्ट मिटलेले होते. त्याचे सर्व शरीर ताठरलेले होते. त्याने हातांची घट्ट मूठ घातलेली होती आणि हात मांडीवर दाबून धरलेले होते. तो काहीतरी पुटपुटतही होता. टेक ऑफ पूर्ण झाल्यावर त्याने डोळे हळूच उघडले, सुटकेचा श्वास सोडला आणि थोडा ऐसपैस सैलावून बसला. मी त्याला "पहिल्यांदाच विमानप्रवास करता आहात का" असे विचारले. तो म्हणाला, "नाही हो, मी कामानिमित्त खूप विमानप्रवास करतो. पण दर वेळी मला अशी भीती वाटते." थोड्या वेळाने थांबून तो म्हणाला, "मी लहान असताना आम्ही गिरगावात राहत होतो. आमचे घर दहाव्या मजल्यावर होते. मी घरात काही खोडी काढली; चूक केली; आईला त्रास दिला, तर आई मला पायाला धरून गच्चीच्या बाहेर उलटा करत असे. तो खालचा रस्ता, ती माणसे, खोल खाली पडल्यावर आपले काय होईल म्हणून जिवाचा होणारा आकांत अजूनही मला नर्व्हस करतो."

रंग, उंची, खोली, आवाज, आकार, आकृती, वस्तू, प्रसंग अशा अनेक गोष्टींचा आपल्या मनावर परिणाम होत असतो. अनेक गोष्टींची भीती आपल्या मनात असू शकते. ही भीती कधी आणि कशी तयार झाली, हे आपल्याला अनेकदा आठवतही नाही. पण त्याचा आपल्या विचारांवर, कृतीवर, वागणुकीवर, परस्परसंबंधांवर परिणाम होतो. अशा वेळी चटकन एखाद्या चांगल्या मानसशास्त्रज्ञाकडे जाऊन उपचार घेणे, त्यांची मदत आणि मार्गदर्शन घेणे महत्त्वाचे आहे.

सकारात्मक आणि नकारात्मक प्रतिसाद

कोणत्याही प्रसंगास किंवा घटनेस आपण कसा प्रतिसाद देतो? प्रतिसाद सकारात्मक असतो की नकारात्मक असतो? अर्थात शंभर टक्के सकारात्मक (Positive) किंवा शंभर टक्के नकारात्मक (Negative) असे आपले प्रतिसाद कधीच नसतात. पण त्यामध्ये जास्त प्रमाण सकारात्मकतेचे आहे की नकारात्मकतेचे आहे, त्याचा आपण विचार करतो आहोत. येथे सकारात्मक आणि नकारात्मक यांमधला फरक आपण थोडक्यात समजावून घेऊ.

'सकारात्मक' या शब्दाचा समानार्थी शब्द आहे 'होकारात्मक'. आपण 'सकारात्मक' हाच शब्द वापरणार आहोत. आपल्या आयुष्यात येणाऱ्या प्रसंगांकडे सर्वसामान्य व्यक्ती कशा बघतात? काही चांगलं झालं, तर त्या आनंदी होतात, त्यांच्यामध्ये जिंकल्याची भावना तयार होते, स्वत:बद्दल प्रौढी वाटते, आपले 'नशीब' बलवत्तर आहे म्हणून नशिबाचाही हवाला दिला जातो आणि यापुढेही असेच यश मिळावे अशी स्वाभाविक अपेक्षा तयार होते. पण तीच घटना जर उलटी घडली, अपयश आले; तर त्या व्यक्ती अपयशाने खचून जातात, दु:खी होतात, नशिबाला दोष देतात, आपल्या आयुष्यात असेच घडणार म्हणून हतबल होतात.

परंतु, जी व्यक्ती भावनिकरीत्या कणखर आहे ती व्यक्ती **'यशाने हुरळून जाणार नाही आणि अपयशाने खचून जाणार नाही.'** हे वाक्य आपण याआधीच्या चर्चेतही वाचल्याचे तुम्हाला स्मरत असेल. असे कसे होऊ शकते? कारण ती व्यक्ती काही संत-महात्मा नसते. पण इतरांपेक्षा थोडी निराळी असते. ती व्यक्ती यश आणि अपयश तेवढ्याच ताकदीने पचविते.

जेव्हा ही व्यक्ती यशस्वी होते, तेव्हा यश मिळाल्याचा आनंद तर होतोच; पण आनंदोत्सव साजरा झाल्यावर परत-परत यशस्वी होण्यासाठी हे यश कसे मिळाले, यशाची कारणे कोणती, कोणत्या घटकांनी यश सोपे झाले याचा ती व्यक्ती सर्वांगीण विचार करते. परत यश मिळविण्यासाठी ती कारणे, ते घटक, ती परिस्थिती परत तशीच कशी तयार करता येईल; त्याची पुनरावृत्ती कशी करता येईल; याचा विचार करते आणि कायम प्रयत्नशील राहते. उदाहरणार्थ, परीक्षेत उत्कृष्ट यश मिळविण्यासाठी ज्या पद्धतीने अभ्यास केला, लेखनाचा सराव केला, वेळेचे नियोजन केले आणि अपेक्षित यश मिळाले ती पद्धत, अभ्यास, नियोजन दर वेळी तसेच करत गेले, तर यश हमखास मिळणारच. यशच पुढील यशाची प्रेरणा बनते.

त्याचप्रमाणे, एखाद्या गोष्टीत जर अपयश आले, तर क्षणभर वाईट निश्चितच वाटेल. पण सकारात्मक विचार करणारी व्यक्ती ती अपयशाची भावना झटकून टाकेल आणि अपयशाची कारणे वस्तुनिष्ठ पद्धतीने (Objectively) शोधून काढेल.

सर्वांना माहीत असलेले सचिन तेंडुलकरचेच उदाहरण घ्यायचे झाले, तर सचिनने प्रत्येक बॉलवर चौकार आणि षट्कार ठोकलेला नाही. प्रत्येक वेळी त्याने शतक ठोकलेले नाही. अनेकदा तो शून्यावर बाद झाला. त्याचे त्याला वाईटही वाटले असेल; पण तो नशिबाला दोष देत हात-पाय गाळून बसला नाही. त्याने परत-परत आपल्या खेळाचा अभ्यास केला. खेळातील दोष शोधून काढले. खेळ सुधारला आणि परत आपली एक उत्कृष्ट खेळी खेळण्यास सज्ज झाला. अपयश, त्यातून आलेली पराभवाची, दु:खाची भावना यावर आपण कशी मात करू शकतो

आणि पराभवातूनही कशी प्रेरणा मिळवू शकतो, त्यावरच आपली सकारात्मकता अवलंबून असते.

शेरपा तेनसिंग आणि एडवर्ड हिलरी यांची एव्हरेस्टची स्वारी कितीतरी वेळा अयशस्वी झाली; पण म्हणून खचून जाऊन त्यांनी मोहीम सोडून दिली नाही. 'अपयश ही पुढच्या यशाची पायरी आहे' असे म्हणत दर वेळी अपयशातूनही ते नवीन काहीतरी शिकले. मोहीम यशस्वी झाली. अपयशातही टिकून राहणारी ही सकारात्मकता महत्त्वाची आहे.

भावना हा शब्द उच्चारला की कोणत्या कोणत्या भावना आठवतात? आपण त्याची एक यादीच तयार करू या.

अ गट : राग, क्रोध, संताप, चीड, चिडचीड, दुःख, भय, भीती, शोक, उदासीनता, अवहेलना, तिरस्कार, अपमान, स्वार्थ, द्वेष, विश्वासघात, दुर्बलता, शंका, संभ्रम, दुराग्रह, पराभव, धिक्कार, खेद, खंत, विषण्णता, वासना, कपटीपणा,

ब गट : आनंद, सौख्य, सुख, प्रेम, माया, ममता, श्रद्धा, विश्वास, सहकार्य, मदत, संवेदनशीलता, संवेदनक्षमता, सहनशीलता, प्रेरणा, चैतन्य, निःस्वार्थ, सामर्थ्य, कणव, उत्सुकता, जिज्ञासा, कुतूहल, विवेक, विजय, जिद्द, त्याग, समर्पण, स्वीकार, गहिवर,

भावना लिहित असतानाच आपण त्यांचे वर्गीकरणही केले. **अ गटातील भावना नकारात्मक आहेत. ब गटातील भावना सकारात्मक आहेत.**

तुमच्याही आयुष्यात वरीलपैकी काही नकारात्मक, तसेच सकारात्मक भावना तुम्ही अनुभवल्या असतीलच. ते प्रसंग कोणते होते, ते तसे का घडले, त्या वेळी तुमची मानसिकता कशी होती, त्या प्रसंगांना तुम्ही कसा प्रतिसाद दिलात, ते डोळ्यांसमोर आणा. हा प्रतिसाद अधिक सकारात्मक करण्यासाठी आपण काय करू शकलो असतो, याचा विचार करा. अशा पद्धतीनेच आपण आपले भावनिक व्यक्तिमत्त्व अधिक सकारात्मक, संपन्न, समृद्ध करू शकतो.

सकारात्मक आणि नकारात्मक स्ट्रोक्स
(Positive and Negative Strokes)

भावनिक व्यक्तिमत्त्वाच्या जडण-घडणीत स्ट्रोक्स महत्त्वाची भूमिका बजावतात. प्रथम 'स्ट्रोक' या शब्दाचा अर्थ आपण समजावून घेऊ. स्ट्रोक म्हणजे थोपटणे, प्रतिसाद देणे, चालना किंवा प्रेरणा देणे. बारकाईने जर विचार केला तर आपण दिवसभरात शेकडो स्ट्रोक्स देत असतो तसेच आपल्यालाही शेकडो स्ट्रोक्स मिळत असतात. स्ट्रोक्स प्रामुख्याने तीन पद्धतींनी दिले आणि घेतले जातात.

१. शब्दांतून दिले जाणारे स्ट्रोक्स (Verbal Strokes),
२. हावभावातून, देहबोलीतून दिले जाणारे स्ट्रोक्स (Non-Verbal Strokes through expressions and body language)
३. कृतीतून दिले जाणारे स्ट्रोक्स (strokes Through Action).

यातील काही स्ट्रोक्स ठरवून, जाणीवपूर्वक दिलेले असतात. असे स्ट्रोक्स पूर्वनियोजित असतात. त्यांना 'Conditional Strokes' असे म्हणतात. या पूर्वनियोजित स्ट्रोक्सपासून होणारा परिणाम गृहीत धरलेला असतो. किंबहुना हा परिणाम साध्य करणे हेच या पूर्वनियोजित स्ट्रोक्सचे उद्दिष्ट असते.

'पूर्वनियोजित स्ट्रोक्स' किंवा 'Conditional Strokes' प्रामुख्याने तीन प्रकारचे असतात-

१. सकारात्मक पूर्वनियोजित स्ट्रोक्स (Positive Conditional Strokes)
२. नकारात्मक पूर्वनियोजित स्ट्रोक्स (Negative Conditional Strokes)
३. अनपेक्षित स्ट्रोक्स (Unexpected Strokes)

या स्ट्रोक्सची सवय आपल्याला अगदी लहानपणापासून झालेली असते. बाळ तान्हे असताना आई त्याला जवळ घेते. बाळ सतत आईच्या सहवासात असते. बाळाला आईच्या स्पर्शाची ओळख झालेली असते. आईचे थोपटणे बाळाला त्या स्पर्शातून समजते. आईचा आवाज बाळ ओळखते. (बाळाला तेव्हा 'आई' हे नाते माहीत नसते. पण स्पर्शातून, आवाजातून ती ओळख झालेली असते.) आईने बोलाविले की ते हसते. आईने थोपटले की ते झोपते. आईचा आवाज, आईचा स्पर्श यामध्ये त्याला सुरक्षित वाटते. अशा सुरक्षित, उबदार वातावरणाला इंग्रजीमध्ये 'कम्फर्ट झोन' (Comfort Zone) असे म्हणले जाते. पण अनोळखी आवाजाने ते दचकते. अनोळखी स्पर्शाने ते रडते. कारण त्याला सुरक्षित वाटत नाही.

आपल्या लहानपणापासून लागलेली ही स्ट्रोक्सची सवय आपल्या मोठेपणीही तशीच राहते. कारण मोठेपणीही सुरक्षिततेची गरज कायम राहते. जेव्हा आपल्याला सकारात्मक स्ट्रोक्स मिळतात, तेव्हा आपण आनंदित होतो. असे सकारात्मक स्ट्रोक्स देणाऱ्या व्यक्तीही आपल्याला आवडायला लागतात. जसजसे आपण वयाने मोठे होत जातो, तसतसे आपल्याला स्ट्रोक्स देणाऱ्या व्यक्तींची आणि प्रसंगांची संख्या वाढत जाते. सकारात्मक स्ट्रोक्स मिळणे ही आपली भावनिक गरज असते. लहानपणापासून ज्यांना सकारात्मक स्ट्रोक्स मिळालेले असतात, आजूबाजूला सकारात्मक वातावरण मिळालेले असते, त्यांचे व्यक्तिमत्त्व सकारात्मक होण्यास अनुकूल वातावरण तयार होते.

परंतु, काही वेळा दुर्दैवाने एखाद्याला नकारात्मक स्ट्रोक्स, नकारात्मक वातावरण

देणाऱ्या व्यक्तीच जास्त प्रमाणात भेटतात. त्यामुळे सतत नाराजी, अवहेलना, दुर्लक्ष, अपमान, दु:ख वाट्याला आल्यामुळे अशा व्यक्तींचे व्यक्तिमत्त्व नकारात्मक होते.

मनावर या सकारात्मक किंवा नकारात्मक स्ट्रोक्सचा लहानपणीच इतका खोलवर परिणाम झालेला असतो, की वाढत्या वयातही त्याचे परिणाम कळत-नकळत होतच राहतात. विशेषत: नकारात्मक स्ट्रोक्समुळे अनेक मुलांच्या मनात न्यूनगंडाची भावना बळावते. ती नंतरच्या आयुष्यातही दूर करणे फार कठीण होते.

शब्दातून दिले जाणारे स्ट्रोक्स (Verbal Strokes)

शब्द हे एकमेकांशी संवाद साधण्याचे, संबंध प्रस्थापित करायचे, नाते दृढ करायचे एक महत्त्वाचे माध्यम आहे. आपण जर सकारात्मक शब्दांचा, वाक्यांचा उपयोग केला, तर ऐकणाऱ्याच्या मनावर त्याचा सुखद परिणाम होतो. तुमच्याशी त्या व्यक्तीची वर्तणूक सकारात्मक होते. आपल्याला यशस्वी व्हायचे असेल, तर आपण जाणीवपूर्वक सकारात्मक शब्दांचा उपयोग करायला हवा. तसे वळण आपल्याला लागायला हवे. आता सकारात्मक शब्दांची काही उदाहरणे घेऊ.

१. सकाळी उठल्यावर घरातील सर्वांना अभिवादन करणे, 'गुड मॉर्निंग' म्हणणे,

२. कोणीही काहीही चांगले काम केले की त्याची प्रशंसा करणे, 'छान, उत्कृष्ट,' अशा अर्थाचे मराठी, हिंदी, इंग्रजी शब्द आपल्याला माहीत असतात. प्रशंसात्मक शब्द वापरायला विसरू नये.

३. आपल्यासाठी कोणी काही काम केले की त्याला धन्यवाद देणे, थँक्यू म्हणणे,

४. घरातील व्यक्तींची विचारपूस करणे, चौकशी करणे, त्यांना हवे-नको ते विचारणे,

५. शेजारी, मित्र-मैत्रिणी, नातेवाईक, सहकारी यांची विचारपूस करणे, चौकशी करणे, त्यांना हवे-नको ते विचारणे,

६. आपल्या संबंधातील सर्व व्यक्तींना त्यांच्या वाढदिवसाच्या शुभेच्छा देणे, इत्यादी.

असे अनेक प्रसंग आपण जाणीवपूर्वक लक्षात ठेवले आणि सकारात्मक शब्दांचा योग्य वेळी- योग्य ठिकाणी उपयोग केला, तर आपली स्वत:ची प्रतिमा चांगली होते आणि इतरांवर आपली चांगली छाप पडते. त्याचबरोबर त्या व्यक्तींबरोबर आपले घनिष्ठ संबंध तयार होतात.

सकारात्मक वागायलाच वेळ लागतो. नकारात्मक वागायला काही विचार

करावा लागत नाही. तो अविचारच असतो. इतरांवर सतत टीका करणे, निंदा करणे, दुसऱ्यांशी तुलना करून अपमान करणे, नकारात्मक सूचना करणे हे नकारात्मक शाब्दिक स्ट्रोक्स झाले. 'शहाणा आहेस' हा सकारात्मक स्ट्रोक झाला; पण **'च'** वर थोडा जोर देऊन 'शहाणाच आहेस' असे म्हटले, तर ते नकारात्मक झाले.

आता अभ्यास म्हणून तुम्ही रोजच्या बोलण्यातल्या सकारात्मक आणि नकारात्मक शब्दांची यादी तयार करा. म्हणजे हे शब्द, त्यांचे अर्थ, त्यांचा मनावर होणारा परिणाम याची जाणीव तुमच्या मनात तयार होईल. त्यातूनच योग्य शब्द वापरण्याची सवय तुम्हाला लागेल. इतरांच्या भावना तुमच्याकडून दुखावल्या जाणार नाहीत. सुखावल्या जातील.

हावभावांतून, देहबोलीतून दिले जाणारे स्ट्रोक्स (Non-Verbal Strokes Through Expressions and Body Language)

हावभावांतून, देहबोलीतून दिले जाणारे स्ट्रोक्स अत्यंत तीव्र आणि जलद परिणाम करतात. बौद्धिक व्यक्तिमत्त्वावर चर्चा करत असताना आपण संवादकौशल्यात देहबोली म्हणजे काय आणि देहबोलीचा परिणामकारक उपयोग कसा करायचा, हे बघितलेले आहे. ते सर्व इथे लिहून पुनरोक्ती करण्याची आवश्यकता नाही.

येथे लक्षात ठेवण्याची महत्त्वाची गोष्ट म्हणजे आपली देहबोली आपल्या शब्दांना अधिक अर्थवाही करण्यासाठी कणखर आधार (Strong Support) आणि साहाय्य करते. काही वेळा तर शब्दही जे व्यक्त करू शकत नाहीत, ते देहबोली करते. खालील वाक्यांत वर्णन केलेली देहबोली, हावभाव फक्त करून बघा आणि शब्दही न बोलता तुम्ही काय सांगितलेत, ते लक्षात घ्या.

१. कपाळाला आठ्या घाला आणि डोळे बारीक करून बघा. (तिरस्कार),
२. दोन्ही हातांत डोके धरून खाली बघत फतकल मारून बसा. (निराशा),
३. हसत दुसऱ्याला घट्ट मिठी मारा. (प्रेम, अभिवादन),
४. मान किंचित वर उचलून, भिवया थोड्या वर करून हसा. (आनंद)
५. उजव्या हाताचे मधले बोट आणि तर्जनी याचा इंग्रजी 'V' आकार करून हात उंचवा. (विजय).

आता तुमच्या देहबोलीवर लक्ष केंद्रित करा. आपल्या देहबोलीतून आत्मविश्वास, आनंदी स्वभाव, दुसऱ्यांबद्दल आत्मीयता, कामाबद्दलची आस्था अशा भावना व्यक्त झाल्या पाहिजेत ना? मग बसताना ताठ बसा. बसताना खुर्चीच्या पाठीला तुमची

पाठ चिकटली पाहिजे. हाताची घडी घालून कधीही बसू नका. त्यामुळे दुरावा दिसून येतो. एक तर खुर्चीच्या हातावर आपले हात ठेवा. बोटांची अर्धबंद मूठ करून बसा. खुर्चीला हात नसतील, तर मांडीवर हात ठेवून दोन्ही हातांची बोटे एकमेकांत गुंतवून आंगठे थम्स-अप चिन्हासारखे ठेवा. बसल्यावर मांड्या, पाय कधीही हलवू नयेत. ते असभ्यपणाचे लक्षण आहे. पायावर पाय टाकून बसलात तर पायाचा/बुटाचा तळवा/सोल दुसऱ्याकडे करून बसू नका. ते दुसऱ्या व्यक्तीचा अपमान केल्यासारखे आहे. पायाने खुर्चीला ठोकत आवाज करू नये.

बोलत असताना मान उजव्या बाजूला किंचित तिरपी करून चेहऱ्यावर किंचित हास्य ठेवून बोला. बसलेले असताना, चालताना खांदे झुकवून, खांदे पाडून बसू अथवा चालू नका. त्यामुळे आपण निराश, हताश आहोत, ही भावना व्यक्त होते.

कोणाशीही बोलत असताना डोके खाजविणे, कान कोरणे, विशेषत: पेन/पेन्सिल कानात घालणे, दात टोकरणे, नाकात बोटे घालणे, नखातला मळ काढणे, नखे दातात धरून कुरतडणे, कपाळावरचा घाम बोटाने निपटून झटकणे, कुठेही थुंकणे अशा गोष्टी अजिबात करू नयेत. ते अत्यंत किळसवाणे दिसते तसेच इतरांनाही ते आवडत नाही. इतरांची आपल्याला पर्वा नाही, अशी भावना व्यक्त होते. शिंक आली; खोकला आला, तर तोंडासमोर रुमाल धरावा. आरोग्याच्या चांगल्या सवयीप्रमाणेच इतरांचीही आपण पर्वा करतो हे न बोलताही व्यक्त होईल.

चालताना ताठ चालावे. चालताना हात प्रमाणात हलवावेत. सैनिक कवायत करताना हात हलवतात, तसे हात मागे-पुढे करू नयेत. बुटांनी, चपलांनी रस्त्यावरील वस्तू, दगड, इत्यादी ठोकरत चालू नये. त्यातून बेपर्वाई दिसते.

कोणाशीही हस्तांदोलन करताना हात घट्ट दाबू नये. विशेषत: स्त्रियांशी हस्तांदोलन करत असताना तर ही काळजी अवश्य घ्यावी. ते अत्यंत असभ्यपणाचे लक्षण आहे. तसेच हात हातात घेतल्यावर ताबडतोब काढून घेऊ नये. त्यातून अविश्वास दिसतो.

आपल्या हातात असलेला टेलिफोनचा रिसिव्हर अथवा मोबाइल दुसऱ्याच्या हातात देताना किंचित पुसून द्यावा. त्यामुळे आपण दुसऱ्याची काळजी करतो ही भावना व्यक्त होईल.

देहबोलीबद्दल जितके लिहावे, तितके थोडेच आहे. ते एक शास्त्रच आहे. सध्याच्या स्पर्धात्मक युगात देहबोलीला खूप महत्त्व आलेले आहे. मोठ्या कंपन्यांच्या अत्यंत वरिष्ठ पदांवर काम करणाऱ्या अधिकाऱ्यांना तर देहबोली आणि त्यातून व्यक्त होणाऱ्या भावना यासाठी 'विशेष' प्रशिक्षण दिले जाते. त्याला 'शिष्टाचाराचे प्रशिक्षण' (Protocol Training) असे म्हणतात. आपण लहानपणापासूनच जर देहबोलीचा अभ्यास केला, निरीक्षण केले, तर आपण आपली देहबोली अत्यंत

सकारात्मक करू शकतो. त्यामुळे आपली एक 'स्पर्धात्मक क्षमता' आपोआप विकसित होईल.

कृतीतून दिले जाणारे स्ट्रोक्स
(Strokes Through Action)

शब्द आणि देहबोलीप्रमाणेच कृतीतून दिल्या जाणाऱ्या स्ट्रोक्समधूनही अत्यंत प्रामाणिकपणे आपण आपल्या भावना इतरांपर्यंत पोहोचवू शकतो. कृती निरनिराळ्या प्रकारची असू शकते.

दुसऱ्याच्या हातात सामानाची असलेली जड पिशवी आपल्या हातात घेऊन मदत करणे, आजारी व्यक्तीला जाऊन भेटणे, जाताना फळे, फुले घेऊन जाणे, वाढदिवसाचे शुभेच्छापत्र/ ग्रीटिंगकार्ड पाठवणे, घरात आई-वडिलांना मदत करणे, घरात साफसफाई करायला, स्वच्छता ठेवायला मदत करणे, चांगल्या कामाबद्दल आपल्यापेक्षा वयाने लहान व्यक्तींना शाबासकी देणे, मोठ्या व्यक्तींना वाकून नमस्कार करणे, बसमध्ये वयस्कर व्यक्तींना बसायला जागा देणे, घराबाहेर असताना हातातील कचरा रस्त्यावर न टाकणे/कचराकुंडीतच टाकणे, बसस्टॉप, बिले भरायची रांग, बँका, तिकिटाची रांग अशा सर्व सार्वजनिक ठिकाणी रांगेतच उभे राहणे आणि रांग न तोडणे, सार्वजनिक ठिकाणी न थुंकणे तसेच सर्व प्रकारे सार्वजनिक आरोग्याची आणि स्वच्छतेची काळजी घेणे– अशी शेकडो उदाहरणे आपल्याला सांगता येतील. या आणि अशा कृतीतून आपण अत्यंत सकारात्मक संदेश इतरांना देत असतो.

सकारात्मक पूर्वनियोजित स्ट्रोक्स
(Positive Conditional Strokes)

जेव्हा ठरवून, आधी विचार करून, नियोजन करून स्ट्रोक्स दिले जातात, तेव्हा त्याला 'पूर्वनियोजित स्ट्रोक' असे म्हटले जाते. यामध्ये परिणामांचा विचार केलेला असतो. या स्ट्रोकमधून काय साध्य करायचे आहे, ते 'विचारपूर्वक' ठरविलेले असते.

"तुम्हाला मोगऱ्याची फुले खूप आवडतात ना म्हणून मुद्दाम मोगऱ्याचे गजरे आणले."

"उद्या तुझा वाढदिवस आहे ना, म्हणून तुझ्यासाठी हे पेंटिंगचे साहित्य आणले. तुला पेंटिंग करायला आवडते हे मला माहीत आहे."

"तुम्हाला डायबेटिस आहे म्हणून गोडाचे काही आणले नाही. फळेच आणली.

कारण मी जे आणेन ते तुम्ही खावेत अशी माझी इच्छा होती."

"आता परीक्षा संपेपर्यंत तू फक्त तुझ्या अभ्यासावर लक्ष केंद्रित कर. तुला मस्त मार्क मिळतील याबद्दल मला खात्री आहे."

"आज तू खूप छान दिसते आहेस. हा निळा रंग तुला शोभून दिसतो. मॅचिंग पण मस्त जमलेय."

"आइस्क्रीम खाताना मला नेहमीच तुझी आठवण होते. कालही संध्याकाळी आम्ही आइस्क्रीम खायला जायचे ठरविले म्हणून तुला मोबाइलवर खूप ट्राय केले; पण तू आऊट ऑफ रेंज होतास. परत नक्की जाऊ आपण कधीतरी."

"मी येत जाईन हॉस्पिटलमध्ये तुला कंपनी द्यायला. आणि येताना तुझे जेवणही आणेन. तेवढीच तुझ्या आईला मदत होईल."

"आई, तू खूप दमून आलेली दिसतेस. आज खूप काम होते का ऑफिसमध्ये? तू थोडी विश्रांती घे. आज मी चहा करतो तुझ्यासाठी."

ही सर्व वाक्ये वाचल्यावर सकारात्मक; पण पूर्वनियोजित स्ट्रोक्स म्हणजे काय ते तुमच्या लक्षात आले असेलच. जरी हे पूर्वनियोजित स्ट्रोक्स असले, तरी ते कृत्रिम नाहीत. ते अत्यंत विचारपूर्वक, इतरांच्या मनाचा विचार करून; पण सहजतेने दिलेले स्ट्रोक्स आहेत.

पूर्वनियोजित; पण नकारात्मक स्ट्रोक्स

"इतर विषयांत तू एक वेळ पास होशील; पण इंग्रजीत तुझे कसे होईल?"

"तू हा निळा रंग वगळून कोणताही रंग निवड. आधीच तुझा रंग काळा त्यात निळ्या रंगाचा शालू अजिबात नको."

"आता किती दिवस हॉस्पिटलमध्ये? आणि डोळ्यांची जखम बरी होईल नां? नाहीतर अंधत्व यायचे. त्यातून अजून लग्न व्हायचे आहे."

"आई, तू आता ऑफिसला जायचे बंद कर. मी घरी आलो की मला ताबडतोब खायला देत जा. त्या बंड्याची आई बघ, त्याची किती तैनात ठेवते ते. नाहीतर तू!"

"अगं, भाजी किती खारट झाली आहे? लक्ष असत कुठे तुझे स्वयंपाक करताना? नाहीतर उद्यापासून सरळ हॉटेलात जातो जेवायला."

"काय चिरंजीव, या वर्षी पास व्हाल ना? नाही, एकदा डिग्री मिळून नोकरीला चिकटलात म्हणजे आमची जबाबदारीतून सुटका झाली."

"रोज घसा खरवडतेस म्हणून काय स्वरसम्राज्ञी होणार आहेस का? त्यापेक्षा ती गोठ्यातली म्हैस चांगली सुरात ओरडते."

आता ही सर्व वाक्ये वाचल्यावर नकारात्मक; पण पूर्वनियोजित स्ट्रोक्स म्हणजे काय ते तुमच्या लक्षात येईल. जरी हे पूर्वनियोजित स्ट्रोक्स असले, तरीही ते कृत्रिम नाहीत. हे स्ट्रोक्ससुद्धा विचारपूर्वकच दिलेले स्ट्रोक्स आहेत. त्यात इतरांचा अपमान, दुसऱ्याला कमी लेखणे, दुसऱ्याबरोबर तुलना करणे अशा नकारात्मक भावनांचा समावेश होतो.

अनपेक्षित स्ट्रोक्स
(Unexpected Strokes)

काही वेळेस अगदी अनपेक्षितपणे, अनपेक्षित व्यक्तींकडून आपल्याला स्ट्रोक्स मिळतात. आपण त्याचा विचारही केलेला नसतो. मग एकदम आश्चर्य वाटते. अनेकदा 'बोलती बंद होते' म्हणतात तसे आपण काय प्रतिसाद द्यायचा, हेही लक्षात येत नाही.

मित्राच्या मुलीचे लग्न ठरले होते. नेहमीप्रमाणे पैशाची जुळवाजुळव सुरू होती. नाही म्हटले, तरी मित्र जरा विवंचनेतच होता. काय करायचे याचीच चर्चा आम्ही करत होतो. तितक्यात एक गृहस्थ त्याच्या घरी आले. मित्राने त्यांना पाहिलेही नव्हते. त्या गृहस्थांनीच स्वत:ची ओळख करून दिली. ते त्याचे चुलत काका होते. आम्हीही घरच्यांसारखेच आहोत हे लक्षात आल्यावर त्यांनी बोलायला सुरुवात केली. ते म्हणाले, "दिनकर, मी बरेच दिवस तुझ्याकडे यायचे ठरवित होतो. आत्ता चांगला मुहूर्त सापडला असेच म्हण. आपली सामायिक मालकीची जमीन होती. तुला त्याची कल्पना नाही, पण मुखत्यारपत्र माझ्याकडे होते. मी ती जमीन विकसित करायला दिली होती. त्याचे तुझ्या हिश्श्याचे पैसे तुला द्यायचे होते. हा सात लाखांचा चेक ठेवून घे. घरात लग्न आहे, म्हटलं आत्ताच या पैशांचा योग्य उपयोग होईल. आपण कधीच भेटलो नव्हतो; पण तुझ्या वडिलांनीच माझे शिक्षण केले. आत्ता मी गडबडीत आहे. लग्नाला मात्र नक्की येईन."असे म्हणून चहा घेऊन ते निघूनही गेले. झाल्या प्रकाराने आमचा मित्र आणि त्याची बायको अक्षरश: अवाक झाले. हा त्यांच्यासाठी 'अनपेक्षित सकारात्मक स्ट्रोक' होता. अर्थात लग्न अत्यानंदात पार पडले हे सांगायलाच नको.

असे अनेक सकारात्मक तसेच नकारात्मक स्ट्रोक्स आपल्याला मिळत असतात. त्याची तुम्ही यादी करा. या प्रसंगात तुम्हाला काय वाटले, ते लिहून काढा. सकारात्मक स्ट्रोक्स देण्याची सवय लावा.

मनोव्यापार आणि आंतरक्रिया विश्लेषण
(Behavioural and Transactional Analysis)

सकारात्मक आणि नकारात्मक स्ट्रोक्स आणि प्रतिसाद आपण कळत-नकळत शिकत असतो. कधी जाणीवपूर्वक तर कधी अजाणता आपण अशा स्ट्रोक्सचे अनुकरणही करत असतो. अगदी लहानपणी बाहुलीला काजळ-पावडर लावणारी, भातुकलीचा स्वयंपाक करून जेवण वाढणारी, स्वत:च 'टीचर' बनून आपल्या छोट्या मित्र-मैत्रिणींना शिकवणारी, गळ्यात खेळातला स्टेथास्कोप अडकवून डॉक्टर बनणारी लहान मुलगी किंवा मुलगा तुम्हाला आठवतो आहे का? असेच काही खेळ लहानपणी तुम्ही खेळलात ना? ती आपल्या मनावर उमटलेली, आपल्याला आवडलेल्या व्यक्तिंची मानसचित्रे आहेत. तेव्हा त्या भूमिका, त्या भूमिकेने साकारलेल्या भावना, त्यामधून मिळालेले सकारात्मक किंवा नकारात्मक स्ट्रोक्स आपल्या मन:पटलावर खोलवर ऊमटलेले असतात.

मनोव्यापार आणि आंतरक्रिया विश्लेषण ही आपले वागणे, बोलणे, प्रतिसाद, प्रवृत्ती, भावनिक आंदोलने समजण्याची आणि समजावून घेण्याची एक शास्त्रोक्त पद्धती आहे. याला संक्षेपाने **T A (टी ए)** असे म्हणले जाते. आपण आपले भावनिक व्यक्तिमत्त्व सशक्त आणि कणखर करण्यासाठी याचा थोडक्यात परिचय करून घेऊ. त्यासाठी प्रथम आपण काही उदाहरणे बघू.

एकदा माझी मैत्रीण मला सांगत होती, "आम्ही घरातले सगळे जण गणपती-पुळ्याला गेलो होतो. माझ्या सासूबाई आणि त्यांच्या बहीणही बरोबर होत्या. समुद्रावर गेल्यावर त्या दोघींनी इतकी धमाल केली, वाळूत किल्ले काय बांधले, लाटा अंगावर घेत पाण्यात उड्या मारल्या, पोहल्या, तसेच आइस्क्रीमही खाल्ले काही विचारू नकोस. मला त्यांची खूपच गंमत वाटली. दोघीजणी अगदी लहान मुलीसारख्या वागत होत्या."

"गंपूनाना दर पावसाळ्यात बोटी करतात आणि पावसाच्या पाण्यात बोटी सोडून लहान मुलासारखे टाळ्या वाजवत ओरडत असतात."

मनात विचार आला, खरंच, काही वेळेला मोठी माणसेही लहान मुलांसारखी वागतात. जणू, त्यांच्यासाठी कालचक्र उलटे फिरले आहे.

पण त्या दिवशी वय वर्षे पाच असलेली प्रतीका बघितली आणि मी थक्कच झाले. तिची आई आणि माझी मैत्रीण प्रिया आजारी होती म्हणून मी तिला भेटायला गेले होते. ती आईशेजारी बसून आईच्या पायांवरून हात फिरवत होती. थोडा वेळ झाल्यावर उठली आणि आत गेली. आम्हाला वाटले की खेळायला गेली. पण पाचच मिनिटांत हातात एक फ्रुटीचा पॅक घेऊन आली व माझ्या हातात देत

म्हणाली, "घे मावशी. उन्हातून आलीस ना? तुला बरे वाटेल."

ते दोघे सख्खे भाऊ. मोठा दहा वर्षांचा आणि धाकटा सहा वर्षांचा. दोघेही सुट्टीला आजीकडे आले होते. आजीने केलेली भाजी धाकट्याला आवडली नाही. तो थोडी तक्रार करत होता. तेवढ्यात थोरला म्हणाला, "गोटू, आजीने केली आहे ना भाजी? छानच आहे. तू रसपोळी खा. मी तुझी भाजी घेतो. आजी आत्ता दमली आहे. तिला दुसरं काही करायला लावू नको हं."

कधीतरी छोटी मुले मोठ्यांसारखी वागतात तर कधी मोठी माणसे लहान मुलासारखी वागतात. का होत असेल असे? लहानांनी लहानांसारखे वागावे, मोठ्यांनी मोठ्यांसारखे वागावे. होय ना?

तुम्हीसुद्धा नवीन कपडे घालून शाळा-कॉलेजांत जाता. मस्त मॅचिंग जमलेले असते. जर कोणीच त्याची दखल घेतली नाही; त्याचे कौतुक केले नाही, तर तुम्ही नाराज होता. मनातल्या मनात तुम्ही इतरांवर रुसता. असे कसे झाले? कोणीच कशी कसली कॉमेंट केली नाही असे वरचेवर तुमच्या मनात येते. थोड्या वेळाने सगळे मित्र-मैत्रिणी टाळ्या वाजवतात. कोणी पाठीवर थाप मारते. आणि, 'आहे बुवा एका माणसाची ऐट. काय मस्त मॅचिंग जमलय. चॉइस छान आहे बर का.' अशा निरनिराळ्या कॉमेंट्स करून तुमचे कौतुक करतात. तुम्हीही मनातल्या मनात सुखावता. असे का होते? पण होते ना असे?

आपण वयाने कितीही वाढलो, तरी आपल्या मनात एक छोटे मूल दडलेले असते. ते लहान मूल मध्ये मध्ये डोके वर काढते. त्या लहान मुलाला अजूनही ते सकारात्मक स्ट्रोक्स आवडतात. हवेसे असतात. ती एक मानसिक गरज आहे. तसेच लहान वय असले तरी त्या छोट्या मुलात मोठ्या माणसाची पालकत्वाची भावना जोपासली जात असते. म्हणूनच अशा प्रतिक्रिया आणि प्रतिसाद येतात. त्या अत्यंत स्वाभाविक, तसेच नैसर्गिक आहेत. यासाठी आपण आंतरक्रिया विश्लेषण थोडक्यात समजावून घेऊ.

आंतरक्रिया विश्लेषणात आपल्या मनाच्या तीन प्रमुख कप्प्यांची किंवा विभागांची ओळख आपल्याला करून दिली जाते. आपणही जर आपल्या मनात डोकावून बघितले; आपल्या वागण्याचा-बोलण्याचा, भावनिक प्रतिसादांचा बारकाईने विचार केला, तर आपल्यालाही हे तीन विभाग जाणवतात. त्यांचा अभ्यास करता येतो. आपल्याच वागण्याचे विश्लेषण करता येते. त्यातूनच आपल्या क्रिया-प्रतिक्रिया, प्रतिसाद, परस्परसंबंध तपासून बघता येतात. बदलता येतात. कदाचित याचा उपयोग आपला स्वभाव बदलण्यासाठीही होऊ शकतो.

मनाचे हे तीन विभाग पुढीलप्रमाणे आहेत.

१. बालक (Child)
२. पालक (Parent)
३. प्रौढ (Adult)

आपले शारीरिक वय कितीही असले, तरी आपल्या प्रत्येकाच्या मनात हे तीनही विभाग दडलेले असतात. पण आता 'बालक, पालक आणि प्रौढ म्हणजे काय' हा प्रश्न तुम्हाला पडला असेल.

बालक हे बालकच असते. खुदुखुदु हसणारे, पेन्सिल-रबर मिळाले तरी खूष होणारे, रागावले किंवा नुसते डोळे मोठे केले, तरी डोळ्यांत पाणी येणारे, शाबासकी मिळाली की उड्या मारत पळत जाणारे, अकारण रुसणारे, गाणारे, बागडणारे, थुई-थुई नाचणारे ते निरागस इंद्रधनुषी मन असते. त्या बालकाला अवतीभोवतीच्या प्रत्येक गोष्टीचे कुतूहल असते. प्रत्येक गोष्ट आपल्याला समजावी म्हणून धडपड असते. सर्व प्रकारचे आवाज, शब्द, हावभाव, सूचना ते बालमन टिपून घेत असते. मातीच्या गोळ्याला कुंभार आपल्या हळुवार स्पर्शाने जसा आकार देतो, त्याप्रमाणे टिपून घेतलेल्या प्रत्येक गोष्टीचे आकलन करण्याची, प्रत्येक गोष्ट समजावून घेण्याची प्रक्रिया त्या बालमनात सुरू झालेली असते. आपल्याच अनुभवांचा आधार घेत, त्या गोष्टींचा अर्थ लावण्याची प्रक्रिया तेथे सुरू झालेली असते. या प्रक्रियेमध्ये सहभागी होतात आई-वडील, घरातील इतर व्यक्ती, शेजारी, शाळेतील शिक्षक, सवंगडी, समाजातील इतर व्यक्ती आणि आपल्या आजूबाजूला घडणाऱ्या घटना. अर्थात, या सहभागी घटकांना माहीतही नसते, की आपल्या वागण्याने, बोलण्याने, आवाजाने, हावभावांनी, देहबोलीने एका बालमनावर कळत-नकळत अनेक संस्कार होत आहेत. त्याचा अर्थ त्या वेळी त्या बालमनाला समजतोच असे नाही; पण हे संस्कार मन:पटलावर कोरले जातात. अर्थात, यामध्ये चांगल्या आणि वाईट, सकारात्मक आणि नकारात्मक, अपेक्षित-अनपेक्षित, तटस्थ (Neutral) अशा सर्व संस्कारांचा समावेश असतो. हे संस्कार अगदी दगडावर कोरल्यासारखे बालमनात ठामपणे कोरले जातात. साधारणपणे पाच ते सात वर्षे वयापर्यंत त्या बालकाचे मन टीपकागदासारखे असते. काय टिपतो आहोत हे जसे टीपकागदाला माहीत नसते, त्याचप्रमाणे कोणते संस्कार आपल्या मनावर कोरले जात आहेत, ते त्या वयात त्या बालमनाला समजत नाही. फक्त 'संचय' करण्याचे काम सुरू असते.

येथेच 'पालक' विभागाची पायाभरणी होत असते. हे सर्व संस्कार, प्रक्रिया पूर्ण होत हळूहळू परिपक्वतेच्या दृष्टीने वाटचाल करू लागतात. हे सर्व संस्कार मनाच्या 'पालक' विभागात नोंदले जातात. त्या बालमनातील सर्व माया, ममता, धाक,

धाकदपटशा, जरब, कौतुक, प्रशंसा, भीती, दुःख, दैन्य, सुरक्षितता, एकटेपणा अशा एक ना अनेक भावना 'पालक' विभागात नोंदल्या जातात. त्यातूनच ते मूल वयाने मोठे झाल्यावर त्याच्या विशिष्ट गोष्टींना दिल्या जाणाऱ्या क्रिया-प्रतिक्रिया, प्रतिसाद ठरत जातात. मोठे होत असताना आपल्याला स्वतःला आलेले अनुभव आणि बालमनावर कोरले गेलेले संस्कार यांचा मिलाफ होऊन आपण मोठे झाल्यावर आपल्या प्रतिक्रिया, आपले प्रतिसाद देत असतो.

लहानपणी घरातील एखाद्या मोठ्या व्यक्तीने आपल्याला सांगितलेले असते, 'ही सुई आहे. टुचुक होईल. टोचेल.' बालमनात टीपकागदाची प्रक्रिया सुरू होते. सुई ही नवीन वस्तू समजते. तिचा टोचण्याचा गुण समजतो. हळूहळू त्याचा अनुभवही येतो. 'सुई टोचते.' हा अनुभव पक्का होतो. तो 'बालक' विभागातून 'पालक' विभागात येतो. मग वय कितीही असले तरी कुणी सुई हातात घेतली, तरी 'पालक' विभाग सांगतो, 'हळू बर का! सुई हातात घेतली आहेस. टोचेल.'

मग हळूहळू प्रौढ विभागही कार्यरत होतो. आपण वयाने मोठे झाल्यावर आपणही 'अनुभव गाठीला बांधायला सुरुवात करतो.' अनुभवासारखा गुरू नाही असे म्हणतात, ते खरे आहे. प्रौढ विभागात गेल्यावर आपल्यामध्ये आत्मविश्वास येतो. प्रगल्भता (maturity) येते. जिद्द निर्माण होते. धमक येते. जास्त अनुभव घेण्याची क्षमता वाढते.

लहानपणी सगळ्यांना दिली जाणारी सूचना म्हणजे, 'वर चढू नकोस. पडशील.' मग ते झाडावर चढणे, भिंतीवर चढणे, डोंगर चढणे काहीही असो. 'बालक' विभागात सूचना टिपली गेली. 'पालक' विभागाने ती ठामपणे स्वीकारली. पण 'प्रौढ' विभाग मात्र ती जशीच्या तशी स्वीकारायला तयार होत नाही. 'प्रौढ' विभागाला परत स्वतःचा अनुभव घ्यायचा असतो. 'प्रौढ' विभाग म्हणतो, 'बघू या तरी. जास्तीजास्त काय होईल तर आपण पडू. लागेल. हात-पाय तुटेल. पण म्हणून चढायचेच नाही? कदाचित चढण्यात यशस्वी होऊ.' स्वानुभवावर धडपडत जेव्हा 'प्रौढ' यशस्वी होतो तेव्हा कदाचित कधीतरी तो 'बालक' विभागाला सांगतो, 'हळूहळू अंदाज घेत चढ. फक्त पडून फार लागवून घेऊ नकोस.'

असे आहेत हे 'बालक', 'पालक' आणि 'प्रौढ' विभाग. पण लक्षात ठेवायची महत्त्वाची गोष्ट म्हणजे बालक, पालक आणि प्रौढ हे वर्गीकरण वयोगटावर अवलंबून नाही. या वयोगटापासून बालक संपला आणि पालक सुरू झाला असे होत नाही. **बालक, पालक आणि प्रौढ हे वर्गीकरण मनोविकासावर अवलंबून आहे.** तसेच, वयाने प्रौढत्व आल्यावर देखील बालक आणि पालक विभाग हे कार्यरत असतातच.

आपल्या भावनिक व्यक्तिमत्त्वाच्या जडण-घडणीमध्ये मनोव्यापार आणि आंतरक्रिया

विश्लेषण महत्त्वाची कामगिरी पार पाडत असते. जगात यशस्वी होण्यासाठी भावनिक संतुलन आणि कणखर मानसिकता आवश्यक असते. यासाठी स्वत:चे तसेच इतरांचेही वागणे-बोलणे आपल्याला समजावून घेणे महत्त्वाचे असते. त्याचे विश्लेषण करून चांगले ते स्वीकारणे, अयोग्य ते टाकून देणे महत्त्वाचे असते. कोठे लक्ष द्यायचे, कोठे दुर्लक्ष करायचे आणि कोठे लक्ष द्यायचेच नाही हे समजावून घेणे जरुरीचे असते. सकारात्मक भावना, सकारात्मक आंतरक्रिया जोपासाव्या लागतात. त्यातूनच सकारात्मक नाती तयार होतात.

याप्रमाणे आपण आपल्या भावना आणि आपण देत असलेल्या प्रतिक्रिया यांचा बारकाईने विचार करू लागलो, की हळूहळू आपल्या प्रतिक्रियांची तीव्रता, तडकाफडकी भावना व्यक्त करण्याची सवय कमी होते आणि भावनांच्या अभिव्यक्तीमध्येही दर्जेदारपणा येतो.

भावनांच्या अभिव्यक्तीचा विचार मनात आला की हमखास आठवतात ते राजे शिवछत्रपती.

कल्याणच्या सुभेदाराची स्वरूपसंपन्न, तरुण सून जेव्हा छत्रपती शिवाजी महाराजांसमोर उभी करण्यात आली, तेव्हा महाराजांनी त्या लावण्यवतीचे रूप न्याहाळले. आणि तत्क्षणी मुखातून शब्द बाहेर आले, ''आमच्या मासाहेब जर अशाच सुंदर असत्या तर आम्हीही असेच सुंदर झालो असतो.'' आश्रित म्हणून सादर केलेल्या त्या परस्त्रीला मातेसमान समजून तिला सन्मानित केलेल्या त्या शिवरायांचे भावनिक सामर्थ्य किती प्रचंड, पराकोटीचे सकारात्मक आणि प्रगल्भ होते– त्याचा आठव जरी आला तरी शरीरावर रोमांच उभे राहतात. ही भावनिक परिपक्वताच इतकी उच्च कोटीची आहे, की हा असा प्रतिसाद देण्यासाठी फार विचार नाही करावा लागला. जणू ही अशी अभिव्यक्ती मनाच्या गाभाऱ्यात तयारच होती.

याचप्रमाणे दुसरे चिरपरिचित उदाहरण आहे, राणी पद्मिनीचे. अत्यंत तेजस्वी, लावण्यवती, रूपसम्राज्ञी राणी पद्मिनी. तिच्या रूपावर फिदा होऊन तिला आपलीशी करण्यासाठी लालसेने, विषयांध वासनेने चितोडवर स्वारी करून आलेल्या मुगल सरदारापासून आता आपला बचाव होणे शक्य नाही, हे लक्षात आल्यावर आपले पावित्र्य अबाधित राखण्यासाठी अग्नीमध्ये स्वत:चा सुकुमार देह समर्पित केलेल्या, जोहार केलेल्या राणी पद्मिनीची प्रखर तेजस्वी अस्मितेची भावना किती पराकोटीची सकारात्मक होती, त्याची नुसती आठवण आली, तरी साष्टांग नमन केले जाते.

तुम्ही कधी अमृतसरजवळ असलेल्या भारत-पाकिस्तानच्या वाघा बॉर्डरवर संध्याकाळची ती आपल्या सैनिकांची परेड बघितली आहे का? नसेल तर आयुष्यात एकदा तरी तो अनुभव घेतलाच पाहिजे. वाघा बॉर्डरवर एक प्रशस्त मोठे गेट आहे. पलीकडे पाकिस्तानचे सैनिक आणि अलीकडे भारताचे सैनिक तैनात असतात. रोज

संध्याकाळी ठरावीक वेळेला भारताचा आणि पाकिस्तानचा राष्ट्रध्वज उतरविला जातो. दोन्ही देशांचे सैनिक आपापल्या ध्वजाला मानवंदना देतात. राष्ट्रगीताची धून वाजते आणि ध्वज खाली उतरविला जातो. आपले सैनिक आपल्याला बजावून सांगतात की कोणत्याही घोषणा देऊ नका. पण ते सर्व वातावरणच इतके भारलेले असते की राष्ट्रगीत संपल्यावर सर्व जण, अगदी सर्व जण जोरदार आवाजात 'भारत माताकी जय' अशा घोषणा देतात. तो ध्वज, ते सैनिक, ते राष्ट्रगीत, त्या घोषणा यामुळे राष्ट्रभक्तीची भावना इतकी उच्च स्तराला पोहोचलेली असते की 'रोंगटे खडे हो जाते हैं।'

व्यक्तिगत भावनेचे सामूहिकीकरण

आपल्या मनातील भावनांमुळे आपण इतरांना प्रेरित करू शकतो. आपल्या मनात ज्या भावना आहेत, त्याच भावना इतरांच्या मनात आपण तयार करू शकतो. मग ती एक व्यक्ती असो अगर खूप व्यक्ती असोत. भावनांची सह-अनुभूती तयार होऊ शकते. जी भावना व्यक्तिगत आहे, ती सामूहिक होऊ शकते. त्याचप्रमाणे सामूहिकरीत्या तयार झालेल्या भावनांचा परिणाम आपल्या मनावर होऊ शकतो. आता व्यक्तिगत भावनेचे सामूहिकीकरण होते म्हणजे काय?

आपण क्रिकेटचा खेळ बघतो. भारतीय संघ मैदानात उतरला की आपण टाळ्या वाजवतो. धोनीने टॉस जिंकला की आपण खूष होतो. आपल्या बॅट्समनने उत्कृष्ट फटकेबाजी केली की जणू आपणच सिक्सर मारली आहे असा आनंद होतो. आपल्या फिल्डरनी कॅच सोडला की आपण नाराज होतो. आपण मॅच जिंकली की सर्व भारतभर फटाक्यांची आतषबाजी होते. हे का होते? आपली सामूहिक मानसिकता तयार होते. मना-मनांमध्ये जिंकण्याच्या आनंदाच्या लहरी पसरतात.

अनेकदा स्टेडियमवरचा जल्लोष, आपल्या टीमला चिअर करण्यासाठी चाललेला आरडाओरडा आणि दंगा इतका पराकोटीला जाऊन पोहोचतो की, त्या भावनेच्या पोटी चुकून जरी एखादी अनुचित घटना घडली, तरी भावनेचा भडका उडू शकतो हे आपण अनेकदा अनुभवलेले आहे.

सर्वसामान्य भारतीयांनी 'सुनीता विल्यम्स' हे नाव कधी ऐकलेलेही नव्हते. परंतु अवकाशयानात भारतीय वंशाची 'सुनीता विल्यम्स' नावाची महिला आहे आणि अवकाशयानास पृथ्वीवर उतरण्यात अडचण आहे ही बातमी आल्याबरोबर जिला कधीही बघितले नाही, जिच्याबद्दल काहीही माहिती नाही, त्या सुनीता विल्यम्सबद्दल सर्व भारतीयांना काळजी वाटायला लागली. तिचे अवकाशयान पृथ्वीवर सुखरूप उतरावे आणि तिच्या जिवाला काही अपाय होऊ नये म्हणून सर्व-

धर्म प्रार्थना सुरू झाल्या. ती सुखरूपपणे अवकाशयानातून बाहेर पडल्यावर तिच्यावर शुभेच्छांचा वर्षाव झाला. ही भावनिक एकात्मता कुठून आली?

शाळा सुरू झाली की केजीच्या, बालवाडीच्या वर्गातले दृश्य अगदी बघण्यासारखे असते. एका मुलाने रडायला सुरुवात केली की सगळी मुले रडायला लागतात. सिद्धार्थ बालवाडीत जायला लागला. पहिले दोन दिवस तो अतिशय खुशीत घरी आला. तिसऱ्या दिवशी मात्र तो खूप रडलेला दिसत होता. "तू शाळेत रडलास का? का रडलास?" असे त्याला विचारल्यावर तो म्हणाला, "अगं, सगळी मुलं रडत होती ना! मला वाटले शाळेत आले की रडायचेच असते. म्हणून मीही रडलो." आम्हाला खूप हसायला आले; पण मनात विचार आला, एक मूल रडायला लागले की सगळेच जण रडायला लागतात. हेसुद्धा एक प्रकारचे भावनेचे सामूहिकीकरणच आहे.

एक असाच गमतीदार प्रसंग मला नेहमी आठवतो. मुंबईला बांद्रा स्टेशनवर मी चर्चगेटला जाणाऱ्या लोकल ट्रेनची वाट बघत प्लॅटफॉर्मवर उभी होते. तासभर होत आला तरी ट्रेन येत नव्हती. प्लॅटफॉर्मवर खूप गर्दी झाली होती. सगळेच कंटाळले होते. कोणतीच अनाउन्समेंट होत नव्हती. एवढ्यात कुठून तरी सात-आठ माणसे आली आणि त्यांनी प्लॅटफॉर्मवर दगडफेक चालू केली. इतका वेळ माझ्याबाजूला एक गृहस्थ शांतपणे उभे होते. अचानक त्यांनी तिथेच पडलेला एक दगड उचलला आणि इंडिकेटरला मारला. मला इतके आश्चर्य वाटले. न राहवून मी त्यांना विचारले, "का मारलात तुम्ही दगड? तुम्ही इथे दगड मारायला आला होतात का?" क्षणात ते गृहस्थ खजील झाले आणि म्हणाले, "सॉरी हं! दगड कसा उचलला गेला आणि मारला गेला ते समजलेच नाही. त्यांना बघितलं आणि मीही मारला दगड!" हे असे स्वत:ला न समजताच आपण असे कसे वागतो? यालाच 'भावनेचे सामूहिकीकरण' असे म्हणतात.

या सर्व प्रसंगांमध्ये सकारात्मकरीत्या अथवा नकारात्मकरीत्या एका व्यक्तीच्या मनात तयार झालेल्या भावना इतर व्यक्तींच्या मनातही तयार होतात, हे समजणे महत्त्वाचे आहे. आपल्याला आपले भावनिक व्यक्तिमत्त्व कणखर सकारात्मक बनवायचे आहे. म्हणूनच आपण आपल्या भावना कशा ओळखायच्या, सकारात्मक प्रतिसाद कसा द्यायचा, भावनांचे सामूहिकीकरण कसे होते हे बघितले. आता आपल्या दैनंदिन व्यवहारात, रोजच्या आयुष्यात येणाऱ्या भावना आपण बघू.

नकारात्मक भावनांचा आपल्या व्यक्तिमत्त्वावरील पगडा

सकारात्मक आणि नकारात्मक भावना कोणत्या त्याची अ आणि ब गटांत

वर्गीकरण करून एक यादीच आपण तयार केलेली आहे. त्या यादीवर एक दृष्टिक्षेप जरी टाकला, तरी आपल्या लक्षात येईल की सर्वसाधारणपणे आपल्या भावनिक प्रकटीकरणामध्ये नकारात्मक भावनांचा मोठाच पगडा किंवा प्रभाव असतो. कोणत्या असतात या नकारात्मक भावना? कोणते असते नकारात्मक वर्तन?

१. खूप राग येतो. त्याचे पर्यवसान भांडणात नाहीतर अबोल्यात होते.
२. खूप राग येतो. त्यामुळे चिडचिड होते. कोणत्याच कामात लक्ष लागत नाही.
३. दुसरा आपल्या पुढे जातो आहे, त्याची प्रगती होते आहे म्हणून त्याच्याबद्दल असूया वाटते.
४. दुसऱ्या लोकांची त्यांच्या पाठीमागे टिंगल-टवाळी केली जाते.
५. दुसऱ्याची त्याच्या पाठीमागे निंदा केली म्हणजे आपण त्याच्यापेक्षा सरस आहोत असे वाटते.
६. दुसऱ्याचे पाय ओढले, त्याच्या प्रगतीत अडथळे आणले, की आपण पुढे जाऊ असे वाटते.
७. चारचौघांत दुसऱ्याची मानहानी केली जाते.
८. क्षणिक आनंदासाठी मित्र-मैत्रिणींची छेडछाड केली जाते.
९. चटकन पैसे मिळविण्याच्या नादात पैसे चोरणे, पैशांची अफरातफर केली जाते.
१०. चटकन खोटे बोलताना लाज वाटत नाही.
११. क्षणिक आनंदासाठी बेभान वर्तन केले जाते.
१२. स्वत: पैसे मिळविण्याची कुवत नसतानाही आई-वडिलांच्या पैशांवर सिगारेट, दारू, पत्ते, जुगार, मटका, रेव्ह पार्ट्या अशी व्यसने करताना आपले काही चुकते आहे असे वाटत नाही. उलट, इतर मित्रांसमोर बढाई मारली जाते.
१३. उर्मटपणे बोलले जाते.
१४. वयाने मोठ्या लोकांचा आदर ठेवला जात नाही. त्यांच्याबरोबर बोलतानाही 'अरेतुरे' केले जाते.
१५. सर्व काही स्वत:ला समजते, असे ठामपणे वाटते.

होते का असे वर्तन कधी आपल्या हातून? थोडे अंतर्मुख होऊन आपला आपणच विचार करू या.

आपल्या मनावर आपल्या अवतीभोवतीच्या परिस्थितीतील घटकांचा आपल्या नकळत खोलवर परिणाम होत असतो. त्यामुळे आपणही तसे वागायला उद्युक्त होत असतो. इतरांचे चालते मग आपले का चालू नये किंवा आपले का चालणार नाही असा विचार मनात येतो. एकदा चालले ना, मग परत करायला काय हरकत आहे

म्हणून बेगुमानपणे तीच चूक परत परत केली जाते. काही वेळेला चटोर, थिल्लर वागणाऱ्या मित्रांचा आपल्यावर दबाव येतो. मित्रमंडळीमध्ये आपण कमी दिसू नये म्हणून खोटा आव आणला जातो. नाटके, सिनेमे, टेलिव्हिजनवरील सीरियल्सचा मनावर परिणाम होतो. वर्तमानपत्रातील नेमक्या नको असलेल्या बातम्याच लक्ष वेधून घेतात. अशी एक ना अनेक कारणे असतात. पण त्याचा परिणाम आपल्या वागण्यावर होत असतो.

परंतु, वर उल्लेखिलेले सर्व प्रसंग, परिस्थिती किंवा सिच्युएशन्स संपूर्णपणे नकारात्मक आहेत. त्या प्रसंगात आपले वागणे, बोलणे, दिसणे, देहबोली, आवाज संपूर्णपणे नकारात्मक होतो. दुसऱ्या व्यक्तींवरील आपली छाप किंवा इम्प्रेशन अत्यंत नकारात्मक आणि चुकीचे पडते. त्यामुळे आपली प्रगती न होता आपली अधोगतीच होते. म्हणून सुरुवातीलाच आपण असे वर्तन नकारात्मक आहे याची स्वयं-जाणीव विकसित करून असे वर्तन करण्यापासून स्वत:ला परावृत्त केले पाहिजे. अशा प्रभावाखाली न येण्यासाठी काटेकोरपणे प्रयत्न केले पाहिजेत. स्वत:च स्वत:च्या वागण्याचे आकलन करून घेऊन आपण नकारात्मक वागायचे नाही यासाठी स्वत:ची मदत करायची.

सकारात्मक कसे व्हायचे?

टेलिफोनवर किंवा मोबाइलवर कधी-कधी आपल्याला रॉंग नंबर येतो. आपण काय करतो? त्या माणसाला 'रॉंग नंबर प्लीज' असे म्हणून टेलिफोन किंवा मोबाइल डिस्कनेक्ट करतो. नकारात्मक विचारांबद्दलही आपण तसेच करायचे. आपण नकारात्मक वागणार आहोत याचा पहिला सिग्नल म्हणजेच पहिली जाणीव खरं म्हटलं, तर पहिल्यांदा आपल्याला स्वत:लाच होते. बाह्य घटक आता आपल्यावर प्रभाव टाकायला लागले आहेत, हे आपल्यालाच जाणवते. आपल्या वर्तनावर प्रभाव टाकून आपल्याला वर्तन करण्यास, प्रतिसाद देण्यास उद्युक्त करणाऱ्या बाह्य घटकांना 'बाह्यकेंद्रित उत्तेजक घटक' (External Stimulus) असे म्हणतात. या 'बाह्यकेंद्रित उत्तेजक घटकांमुळे' (External Stimulus) आपले मन आपल्याला त्या वर्तनाकडे ढकलू लागते. 'बाह्यकेंद्रित उत्तेजक घटकां'ना (External Stimulus ला) अपेक्षित प्रतिसाद देण्यासाठी सजग होते. त्यामुळे 'आंतरिक उद्युक्त घटक' (Internal Stimulus) तयार होतो. संयुक्तपणे हे आपले वर्तन 'उत्तेजित करणारे घटक' (Stimulus) नकारात्मक वर्तन तयार करतात. म्हणून हे टाळण्यासाठी जेव्हा पहिला सिग्नल म्हणजेच पहिली जाणीव आपल्याला होते तेव्हाच "रॉंग नंबर प्लीज" असे म्हणून टेलिफोन किंवा मोबाइल जसा डिस्कनेक्ट करतो त्याप्रमाणे

नकारात्मक विचार डिस्कनेक्ट करायचे. आपल्या मनातून ते विचार जाणीवपूर्वक दूर करायचे. जेव्हा आपल्याला आपल्या भावनांचे असे विश्लेषण आणि वर्गीकरण करता येईल तेव्हाच आपल्याला कणखर भावनिक व्यक्तिमत्त्वाची जडण-घडण करता येईल.

अनेकदा काहीही कारण नसताना म्हणजेच External and Internal Stimulus (बाह्य किंवा आंतरिक उद्युक्त करणारे घटक) कार्यरत नसतानाही आपल्या मनात जुन्या पूर्वी कधीतरी घडून गेलेल्या बऱ्या-वाईट प्रसंगांच्या आठवणी येतात. त्यामध्ये खरा भरणा आपल्याला न आवडलेल्या, दुःखद, अपमानास्पद वाटतील अशा म्हणजे नकारात्मक आठवणीच अधिक येतात. त्या वेळी त्या आठवणीच आपल्या भावनांना उद्युक्त करणारे घटक म्हणून काम करतात. नकारात्मकतेकडून नकारात्मकतेकडे आपल्याला घेऊन जातात. आपल्या मनात नकारात्मक आवर्तने तयार करतात. आता तो प्रसंग घडून गेलेला असतो. त्या आठवणींमुळे झालेल्या घटनेमध्ये कोणताही बदल होणे शक्य नसते. त्या प्रसंगात तेव्हा सहभागी झालेल्या व्यक्तींबरोबरचे आपले संबंधही आता बदललेले असतात. तरीही जर आपण त्या प्रसंगांची उजळणी करत बसलो तर तोटा फक्त आपलाच होतो. इतरांना त्याचा काहीही फरक पडत नाही. म्हणून जेव्हा अशा नकारात्मक आठवणींमुळे आपल्या मनात नकारात्मक आवर्तने तयार व्हायला लागतात तेव्हासुद्धा 'रॉंग नंबर प्लीज' म्हणून नकारात्मक विचार डिस्कनेक्ट करायचे तंत्र आपण अवगत केले पाहिजे.

या संपूर्ण प्रक्रियेमध्ये आपण कोठेही आपले नकारात्मक विचार दाबून टाकणे, दडपणे, व्यक्त न करणे असे न करता नकारात्मक विचारच आपल्या मनात कसे येऊ द्यायचे नाहीत किंवा आले तरी त्यांच्याकडे कसे दुर्लक्ष करायचे, याचा विचार केला. यामुळे आपले भावनिक संतुलन कायम राहते. जास्त सकारात्मक विचार करण्यासाठी, सकारात्मक गोष्टी मन:पटलावर कोरून घेण्यासाठी आपले मन सदैव ताजेतवाने आणि तयार रहाते.

नकारात्मक विचार मनातून कसे काढून टाकायचे हे आपण बघितले, तरीही परत प्रश्न उरतोच की आपण सकारात्मक कसे व्हायचे? "Think positive be positive." असे नेहमी सांगितले जाते. म्हणजे सकारात्मक विचार करा आणि सकारात्मक व्हा. आपण प्रथम सकारात्मक विचार करणे या विषयावरच लक्ष केंद्रित करू या. यासाठी काही उदाहरणे बघू.

सकारात्मक विचार महत्त्वाचे :
मत्सर, द्वेष, असूया

नकारात्मक विचारांमध्ये आपण बघितले की बहुतांशी व्यक्तींना इतरांनी मिळवलेल्या यशाची असूया वाटते. दुसरी व्यक्ती आपल्यापुढे जाते आहे म्हटले की खंत वाटते. येथे अशा व्यक्तीला स्वत:च्या कुवतीची, गुणकौशल्यांची, क्षमतांची यथायोग्य जाणीव नसते. आपण पुढे जाण्यासाठी काय करायचे याचे नियोजन नसते. आता आपण या दोन रेघा बघू.

──────────────────────────────────

─────────────────────

आता यामधील मोठी रेघ दुसऱ्या रेघेपेक्षा लहान करण्यासाठी तुम्ही काय कराल? सर्वसाधारणपणे ताबडतोब उत्तर येते की मोठी रेघ पुसून/खोडून लहान करा. खोडा, पुसा, लहान करा ही सर्व नकारात्मक मनोभूमिका झाली. हे नकारात्मक विचार झाले. त्यामुळे याला पर्यायी विचार कोणता?

──────────────────────────────────

──────────────────────

मिर्झाराजे जयसिंग यांनी छत्रपती शिवाजीमहाराजांना सांगितलेला एक शेर आपण सगळेच कायम लक्षात ठेवू. "खुदहीको कर बुलंद इतना की हर तहरीरके पेहेले खुदा बंदेसे खुद पूछे, बोल तेरी रजा क्या है?" त्याचा थोडक्यात अर्थ असा आहे, की तुम्ही स्वत:च इतके समर्थ व्हा की परमेश्वर तुम्हालाच 'तुझे नशीब कसे घडवू' असे विचारेल. जर एक रेघ लहान करायची असेल, तर दुसरी रेघ तिच्यापेक्षाही मोठी करा.

आपण बौद्धिक व्यक्तिमत्त्वाच्या जडण-घडणीमध्येही सकारात्मक विचारसरणीची उदाहरणे घेतलेली आहेत. या सर्वांचा विचार करता एक गोष्ट ठामपणे लक्षात ठेवली पाहिजे की, आपले कर्तृत्व आपल्यापासून कोणीही हिरावून घेऊ शकत नाही. आपल्या क्षमता, कौशल्ये, गुणवैशिष्ट्ये, अभ्यास, आपली बलस्थाने शोधून काढून त्यांचा विकास करून, नियोजनबद्ध प्रयत्न करून आपल्याला मोठी झेप घेता येते. आपण स्वत: मोठे होण्यासाठी दुसऱ्यांना छोटे/लहान करण्याची गरज नाही.

राग, चिडचिड

दुसरा अत्यंत मोठा नकारात्मक प्रतिसाद आणि प्रतिक्रिया म्हणजे राग, चिडचिड, शाब्दिक चकमकी, आवाज चढणे, भांडण होणे. आता यामध्ये काही सकारात्मकता येणे शक्य आहे का?

आपल्याला राग का येतो?

राग, चिडचिड, भांडण, दुस्वास, परस्पर संबंधांमध्ये दुरावा हे मनुष्यस्वभावाला अनैसर्गिक आहे. प्रेम, माया, ममता, आपुलकी, सहानुभूती म्हणजेच Caring and sharing हे नैसर्गिक आहे. समाजाची निर्मिती याच नैसर्गिक मूल्यांवर झालेली आहे. मग जे नैसर्गिक ते बाजूला जाऊन जे अनैसर्गिक त्याचाच पगडा आपल्यावर का पडतो?

राग, चिडचिड, भांडण ही मनाची एक अवस्था आहे. जेव्हा दोन व्यक्तींचे विचार, दृष्टिकोन एकसारखे किंवा समान नसतात, तेव्हा मतभिन्नता तयार होते. 'तू काय म्हणतोस आणि मी काय म्हणतोय' हे एकमेकांना पटविण्यातच चिडचिड सुरू होते. आपले म्हणणे दुसऱ्याला का पटत नाही, या विचाराने उद्विग्नता येते. अनेकदा दोघेही आपल्या मतावर ठाम असतात. त्यामुळे 'याला का समजत नाही मला काय म्हणायचे आहे ते?' या विचाराने दुसऱ्या माणसाचा राग यायला लागतो. कधी-कधी अर्थाचा अनर्थ केला जातो. या सगळ्यांचा परिणाम देहबोलीवर होतो. विनाकारण कपाळाला आठ्या पडतात. भिवया आकुंचन पावतात. ओठ दाताखाली येतात. हाताच्या मुठी वळतात. पाय आपटले जातात. देहबोलीचे हे तपशील लक्षात आले का? मग अनेकदा कोणत्या कारणाने राग आला होता तेच विसरले जाते आणि निराळ्याच मुद्यावर भांडण सुरू राहते. जर हे असेच चालू राहिले, तर मतभिन्नतेमधून मतभेद होतात. परस्परसंबंधांमध्ये दुरावा येतो. यालाच इंग्रजीमध्ये 'Lose Lose situation' म्हणजे 'मीही हरलो आणि तूही हरलास' अशी परिस्थिती तयार झाली असे म्हणतात.

या परिस्थितीत जर एक व्यक्ती आक्रमक असेल आणि दुसरी व्यक्ती मवाळ असेल, तर आक्रमक व्यक्ती दुसऱ्या व्यक्तीला आपले म्हणणे ऐकण्यास भाग पाडते. तसेच काही वेळा परिस्थितीला शरण जाऊनही दुसरी व्यक्ती गप्प बसते. त्याला इंग्रजीमध्ये 'Win and Lose situation' म्हणजे 'मी जिंकलो आणि तू हरलास' अशी परिस्थिती तयार झाली असे म्हणतात. ही परिस्थिती बहुतेक वेळेला त्या व्यक्तींमध्ये कायमची दुरावा निर्माण करते.

परंतु, आयुष्यात जर यशस्वी व्हायचे असेल तर आपल्याला 'Win Win situation' म्हणजे 'मीही जिंकलो आणि तूही जिंकलास' अशी परिस्थिती तयार करावी लागते. अशा परिस्थितीस सकारात्मक परिस्थिती, सकारात्मक दृष्टिकोन असे म्हणतात. यासाठी काय करायचे?

आता राग, भांडण, चिडचिड अशी मतभिन्नतेची परिस्थिती तयार झाली तर पहिल्याप्रथम काय करायचे? मनातल्या मनात शंभर आकडे मोजायचे. तुम्ही

म्हणाल सोपे आहे हो हे सांगायला. आणि वेळ पाहिजे ना तेवढे शंभर आकडे मोजायला! मग तेच तर अपेक्षित आहे. तुम्हाला जेव्हा राग येतो तेव्हा मध्ये एक मोठा पॉज घेणे आवश्यक आहे. तेव्हा, त्या वेळी त्या व्यक्तीशी बोलायचे थांबा. शांतपणे त्या व्यक्तीला सांगा की आपण थोड्या वेळाने बोलू किंवा तितका वेळ देणे शक्य असेल तर दुसरे दिवशी बोललात तरी चालेल. त्यामुळे दोन गोष्टी साध्य होतील. पहिली गोष्ट म्हणजे मतभेद होणार नाहीत. दुसरी गोष्ट म्हणजे आपल्यालाही विचार करायला वेळ मिळतो. दुसऱ्या माणसालाही विचार करायला वेळ मिळतो. त्यातून समन्वयाची भूमिका तयार होते. थोडा वेळ गेल्यावर एकमेकांचे विचार पटू लागतात. काही ठिकाणी तडजोडीची शक्यता निर्माण होते. काही वेळेला दोघेही दोन पावले मागे सरकतात. काही वेळेला आपल्या विचारातच काही गफलत आहे, हे आपल्याला जाणवते आणि दुसऱ्याच्या विचारांशीच आपण जमवून घेतो. थोडक्यात, काही वेळासाठी आपण टेलिफोन डिस्कनेक्ट करणार आहोत आणि परत कनेक्शन जोडणार आहोत.

दुसऱ्याला आपले मत पटवून देण्यासाठी गडबड करू नका. त्यासाठीही योग्य वेळ येण्याची वाट बघा. तुमचे मत अगदी बरोबर असले तरी ते जेव्हा तुम्ही दुसऱ्या माणसाला सांगता तेव्हा 'ऐकले आणि मान्य केले' असे दर वेळेला होत नाही. तुमचे मत तुम्ही त्याच्या मनात पेरत असता. त्याला अंकुर फुटायला आणि ते परिपक्व व्हायला, म्हणजे दुसऱ्या माणसाला पटायला थोडा वेळ लागतोच. तितका वेळ आपण दुसऱ्या माणसाला दिलाच पाहिजे. कारण ते मत किंवा तो विचार हा तुमचा म्हणून त्याने स्वीकारण्यापेक्षा त्याला पटलेला त्याचा विचार म्हणून त्याने स्वीकारणे महत्त्वाचे असते. यालाच 'एकमत' असे म्हणतात. आता असा विचार करायला सुरुवात केलीत की राग कसा येईल?

मोह, चोरी, खोटे बोलणे

नकारात्मक विचारांमध्ये कोणत्याही गोष्टींचा मोह होणे, चोरी करणे आणि खोटे बोलणे या गोष्टी आणि या गोष्टी करण्याची मानसिकता यांचा समावेश होतो. या तिन्ही गोष्टी किंवा कृती एकाच वर्तनप्रकारामध्ये येतात म्हणून आपण त्यांचा एकत्रित विचार करत आहोत.

जी गोष्ट किंवा कृती घरातील माणसांना तसेच समाजातील संबंधित व्यक्तींना सांगून किंवा त्यांच्या संमतीने करता येणार नाही, ती नकारात्मक वर्तनप्रकारामध्ये येते. या गोष्टी नकारात्मक आहेत हे आपण समजावून घेतले पाहिजे आणि त्या गोष्टी करण्याचा विचारच मनात येणार नाही, अशी आपली मानसिकता तयार केली पाहिजे.

आयुष्याच्या कुठल्याही क्षणी माणसाला मोह होऊ शकतो. त्यासाठी वय सहा वर्षांचे आहे की साठ वर्षांचे याचा काहीही संबंध नसतो. कोणकोणत्या गोष्टींचा मोह होतो, त्याची यादी करायची आवश्यकता नाही, कारण सर्व गोष्टींचा मोह माणसाला होतो. अगदी लहानपणी मित्राचे नाहीतर मैत्रिणीचे दप्तरातून मोराचे पीस, मिकीमाउसचे स्टिकर, खोडरबर, पेन्सिल, पट्टी काढून घेऊन आपल्या दप्तरात ठेवणे हे असे छोटे मोह होतात आणि चोरी केली जाते. या वयात मोह, चोरी हे शब्दही त्या छोट्या मनाला माहीत नसतात. पण जे आपल्याकडे नाही किंवा इतरांची जी गोष्ट आपल्याला आवडली ती त्याला न सांगता, त्याची परवानगी न घेता आपलीशी करणे ही कृती होतेच. वयाने मोठे झाल्यावर हा मोह आहे किंवा ही चोरी आहे, हे समजते. पण आपलेच मन आपल्याला या नकारात्मक विचारांपासून परावृत्त करत नाही. मग घरातून पैसे चोरणे, घरातील माणसांच्या अपरोक्ष सिगरेट ओढणे, दारू पिणे, सिनेमे बघणे, हॉटेलमध्ये जाणे, मित्र-मैत्रिणींशी छेडछाड आणि असभ्य वर्तन करणे या गोष्टी सुरू होतात. यासाठी पैसे अपुरे पडले की खोटे बोलणे आणि इतर गैर मार्गांनी पैसे मिळविणे सुरू होते. घरच्या माणसांचा विरोध, धाक– प्रसंगी मार खाऊन सुद्धा या गोष्टी सुरूच राहतात. नोकरी करायला लागल्यावरही कामाच्या ठिकाणी अशा गोष्टी केल्या जातात. पण कधी ना कधी या गोष्टींचा शेवट होतो. आपण एखाद्या माणसाला सर्व काळ फसवू शकतो, सर्व माणसांना काही काळ फसवू शकतो; पण सर्व माणसांना सर्व काळ फसवू शकत नाही. पण जेव्हा पितळ उघडे पडते तेव्हा मात्र कोणीही आपल्या बरोबर नसते. मित्र-मैत्रिणी, घरातली माणसेसुद्धा अशा वेळी आपली साथ देत नाहीत. अगदी लहानपणापासून आपण वाल्या कोळ्याची गोष्ट ऐकलेलीच आहे. माझ्या कुटुंबाच्या सौख्यासाठीच मी हे करतो आहे असे उत्तर त्याने दिले खरे; पण त्याच्या बायको-मुलांनी त्याच्या पापात वाटेकरी होण्यास सपशेल नकार दिला. असे कोणी कृत्य केले असता निदान 'जनाची नाही तर मनाची तरी लाज बाळगा' असे म्हटले जाते. म्हणजे शेवटी आपल्या मनाशीच संबंध आला ना?

त्यामुळे हा मोह, चोरी करण्याची प्रवृत्ती, खोटे बोलण्याची प्रवृत्ती आपल्यामध्ये विकसितच होऊ न देण्यासाठी 'रॉंग नंबर प्लीज' असे म्हणून स्वत:ला सावध करणे महत्त्वाचे आहे. या गोष्टींना आपले संस्कार, आपली संस्कृती यांची मान्यता नाही. आपल्याला जर यशस्वी व्हायचे असेल, तर आपल्या चारित्र्यसंपन्नतेला, आपल्या व्यक्तिमत्त्वाला तडा जाईल, असे वर्तन करून चालणार नाही.

लहानपणी आपण सर्वांनी एक गोष्ट ऐकलेली आहे. एका मुलाने चोरी केली, दरोडा घातला म्हणून कोर्टात त्याला फाशीची शिक्षा होते. त्याला त्याची शेवटची इच्छा विचारली जाते. तेव्हा तो आपल्या आईला भेटण्याची इच्छा व्यक्त करतो.

आईची भेट होताच तो तिच्या जवळ जातो आणि तिचे कान चावतो. तो तिला म्हणतो की लहानपणीच मी चोरी केली हे ऐकल्यावर जर तू मला शिक्षा केली असतीस, तर मी चोर झालो नसतो.

जेव्हा चुका होतात, आपले दुर्वर्तन जेव्हा मोठ्या वडीलधाऱ्या व्यक्तींना समजते आणि ते विविध प्रकारे आपल्याला अशा गोष्टींपासून परावृत्त करण्याचा प्रयत्न करतात, तेव्हा ते संस्कार समजून त्यांचे ऐकणेही तितकेच महत्त्वाचे असते.

परनिंदा, चेष्टा

इतरांची चेष्टा करणे, एखाद्याच्या पाठीमागे त्याची निंदा करणे, टोमणे मारणे ह्या गोष्टीसुद्धा भावनिक नकारात्मकता दर्शवितात. अनेक व्यक्तींना ही सवय असते. जी व्यक्ती त्या वेळी गैरहजर असेल त्या व्यक्तीची वैगुण्ये, चुका, त्याच्या वैयक्तिक आयुष्यात घडलेले बरे-वाईट प्रसंग यांना अवाजवी महत्त्व देऊन, त्यामध्ये थोडे तिखट-मीठ घालून इतरांबरोबर चर्चा करण्याची सवय (Gossiping) अनेक जणांना असते. त्या वेळेपुरते इतर व्यक्ती ऐकतात. हसतात. पण मग या पलीकडे या व्यक्तीकडे बोलण्यासारखे काहीच नाही हे सर्वांना माहीत होते. कालांतराने अशी परनिंदा करणाऱ्या व्यक्तीचीच गंमत इतर लोक करायला लागतात. 'वर्तमानपत्र आले' 'ऑल इंडिया रेडिओ आला' 'ब्रॉडकास्टिंग स्टेशन आले' अशी विशेषणे परनिंदा करणाऱ्या व्यक्तीला दिली जातात. त्यामुळे अशा व्यक्ती स्वत:चेच हसे करून घेत असतात. त्याचबरोबर 'ही व्यक्ती तुझ्याबद्दल असे बोलत होती' असे दुसऱ्याला जाऊन सांगण्याचे कामही काही व्यक्ती करतातच. अशा परनिंदेमुळे आधीच दु:खी असलेली व्यक्ती अधिकच दुखावते. त्यामुळे इतरांपेक्षा आपण किती मोठे आहोत हे दाखविण्याच्या क्षणिक समाधानासाठी आपणच आपले व्यक्तिमत्त्व किती हिणकस आहे, हे दर्शवित असतो. इतरांची निंदा करून आपण कधीच मोठेही होत नाही आणि महत्त्वाचेही होत नाही. परंतु जर आपल्याला अशा प्रसंगात इतरांची मदत करता आली, त्यांना आधार देता आला, त्यांचे प्रश्न सोडविता आले, तर मात्र आपली मानसिकता सकारात्मक आहे हे सिद्ध होते. यामधून आपल्याला खूप समाधान मिळते. आपले भावनिक सामर्थ्य वाढते.

सकारात्मक होण्याचा एकमात्र मार्ग म्हणजे सतत सकारात्मक विचार करण्याची सवय आपल्या मनाला लावून घेणे. 'तूच तुझ्या जीवनाचा शिल्पकार' असे सद्गुरू वामनराव पै यांनी सांगितलेले आहे. यामध्ये सकारात्मक विचारसरणीचा खूप मोठा सहभाग आहे.

तुम्ही हे करून बघा

१. रोज आपल्या मनात येणाऱ्या, आपल्या भावना उद्दीपित करणाऱ्या विचारांना ओळखायला शिका.

२. या विचारांचा उगम कोठे झाला, कोणत्या प्रसंगांमुळे झाला, ते समजावून घ्या.

३. हे विचार आणि प्रसंग सकारात्मक आहेत की नकारात्मक आहेत ते तपासून बघा.

४. आपल्या भावना उद्दीपित करणाऱ्या नकारात्मक विचारांचे आपल्या प्रगतीमध्ये, मानसिक शांती आणि समाधानामध्ये काही महत्त्व आहे का तेही तपासून बघा. त्याला कोणतेही महत्त्व नाही हे तुमच्या लक्षांत येईल. त्यामुळे नकारात्मक विचार आणि कृती करण्यापासून तुम्ही परावृत्त व्हाल.

५. नकारात्मक विचार आला की 'टेलिफोन डिस्कनेक्ट करायचा आहे' हे तुमच्या ताबडतोब लक्षात येईल. तुम्हीच हे नकारात्मक विचार मनातून हद्दपार कराल. त्यामुळे नकारात्मक भावना मनात तयार होणार नाहीत.

६. सकारात्मक विचारांची मनात सतत उजळणी करा. त्यामुळे सकारात्मक भावना आपोआप तयार होतील.

७. कायम लक्षात ठेवा, 'नकारात्मक भावना मनात येणे, नकारात्मक विचार तयार होणे आणि नकारात्मक कृती करणे हे सहज सोपे आहे. पण भावनांच्या, विचारांच्या सकारात्मकतेसाठीच जास्त प्रयत्न करावा लागतो.'

आपल्याला लहानपणापासून सकारात्मक सूचनांपेक्षा नकारात्मक सूचना मिळण्याचे प्रमाणच फार मोठे आहे. लहानपणापासून 'पळू नकोस पडशील, उंच उडी मारू नकोस, झाडावर चढू नकोस, पावसात भिजू नकोस, चिंचा-आवळे असे आंबट खाऊ नकोस, थंड पाणी पिऊ नकोस, नाटकं-सिनेमे बघू नकोस, मोठ्यांदा बोलू नकोस, रात्रीचे जागरण करू नकोस,' अशा अनेक 'काय करू नकोस' अशा धर्तीच्या सूचना दिल्या जातात. 'कापेल, भाजेल, खरचटेल, लागेल' अशा भीती दाखविणाऱ्या सूचनाही दिल्या जातात. 'काय कर आणि कसे कर' या सकारात्मक सूचना मात्र आपण मोठे झाल्यावर आपणच आपल्याला द्यायच्या असतात. म्हणून आपण, आपल्या भावना, विचार, वर्तन सकारात्मक होण्यासाठी स्वत:च विशेष प्रयत्न करण्याची आवश्यकता आहे.

भावनिक व्यक्तिमत्त्वाच्या विविध पैलूंचा विचार करून आपले भावनिक व्यक्तिमत्त्व कसे सशक्त, समर्थ आणि कणखर करायचे, ते आपण बघितले. यामध्ये एकच

गोष्ट वरचेवर आपल्या लक्षात आली ती म्हणजे भावनिक व्यक्तिमत्त्वाच्या जडण-घडणीतले पहिले पाऊल आपणच उचलायचे आहे. आपली लक्ष्मणरेषा आपणच घालून घ्यायची आहे. आपली चारित्र्यशुचिता आपली आपणच जपायची आहे.

भावनिक व्यक्तिमत्त्व

प्रश्नावली

१. तुम्ही समाधानी आहात का?
२. तुम्ही आनंदी आहात का?
३. तुम्हाला राग येतो का? कोणत्या प्रसंगात तुम्ही चटकन रागावता?
४. आपण सतत इतरांच्या पुढे असावे असे तुम्हाला वाटते का? कोणत्या बाबतींत पुढाकार असावा असे वाटते?
५. इतरांच्या प्रगतीमुळे मत्सर वाटतो असे कधी होते का?
६. इतरांचे अनुकरण करावे असे तुम्हाला कधी वाटते?
७. इतर व्यक्तींना तुमचे अनुकरण करावेसे वाटते का?
८. तुमच्या आयुष्यातील सर्वांत आनंदाचा प्रसंग कोणता?
९. तुमच्या आयुष्यात पश्चात्ताप करावा असे प्रसंग आले आहेत का? अशा प्रसंगांतून तुम्ही काय शिकलात?
१०. इतरांना तुमचा सहवास हवा-हवासा वाटतो असे तुम्हाला वाटते का?
११. आपले नातेवाईक, मित्र-मैत्रिणी आपल्याला टाळतात असे तुम्हाला वाटते का? असल्यास त्याची कारणे शोधण्याचा तुम्ही प्रयत्न केला आहे का?
१२. नवीन व्यक्तींमध्ये तुम्ही चटकन मिसळू शकता का?
१३. इतर व्यक्ती तुम्हाला त्यांच्या अडचणी, दुःखे मोकळेपणाने सांगतात का?
१४. इतरांना मदत करावी अशी भावना तुमच्या मनात येते का?
१५. कोणत्याही प्रसंगात तुम्ही मदत कराल; पण त्याची चर्चा कोठेही करणार नाही, अशी इतरांना तुमच्याबद्दल खात्री वाटते का?
१६. इतरांच्या मनातल्या भावना तुम्हाला चटकन समजतात का?
१७. कोणत्या कोणत्या गोष्टींनी तुम्ही नाराज होता? तुम्हाला वाईट वाटते? तुम्ही नाराज होण्याची, तुम्हाला वाईट वाटण्याची कारणे तुम्ही शोधून काढली आहेत का? ही कारणे तुमच्या नियंत्रणामधील आहेत का?
१८. कोणतीही गोष्ट आपल्या मनासारखी झाली नाही तर तुम्ही नाराज होता का?
१९. तुम्ही स्वतःच्या देहबोलीचा अभ्यास केला आहे का?

२०. त्या देहबोलीचा इतरांवर काय परिणाम होईल याचा विचार मनात येतो का?
२१. तुम्हाला तुमचे लहानपण आठवते का? लहानपणातील कोणत्या आठवणींचा तुमच्या मनावर खोलवर परिणाम झाला आहे?
२२. सकारात्मक वागण्यासाठी तुम्ही कोणते विशेष प्रयत्न करता?

भावनिक व्यक्तिमत्त्वाची वैशिष्ट्ये

माझी ओळख अशी हवी

१. उत्साही, प्रसन्न.
२. आनंदी.
३. विवेकी.
४. प्रतिकूल परिस्थितीत न डगमगणारा.
५. प्रतिकूल परिस्थितीवर मात करून यश संपादन करणारा.
६. कणखर.
७. प्रेमळ.
८. नि:स्वार्थी.
९. सहृदयी.
१०. संवेदनशील.
११. सहनशील.
१२. सकारात्मक.
१३. स्वयंप्रेरित.
१४. स्वत:बद्दल आदराची भावना.
१५. इतरांबद्दल आदराची भावना.
१६. इतरांना मदत, सहकार्य करण्याची भावना.
१७. विश्वासार्ह.
१८. इतरांना प्रेरणा देणारा.

माझी ओळख अशी नको

१. निरुत्साही.
२. दुर्मुखलेला.
३. उदास.
४. अविवेकी.

५. दुष्ट.
६. मतलबी.
७. लबाड.
८. स्वार्थी.
९. संवेदनशून्य.
१०. नकारात्मक.
११. स्वयंकेंद्रित.
१२. चिडखोर.
१३. तापट.
१४. मत्सर.
१५. खोटारडा.
१६. लावालाव्या करणारा.
१७. अविश्वासार्ह.
१८. इतरांचा दुस्वास करणारा.

९

सामाजिक व्यक्तिमत्त्व
Social Personality

आपले सामाजिक व्यक्तिमत्त्व आपल्या यशस्वी आयुष्याचा एक महत्त्वाचा घटक आहे. घरात, शाळा-कॉलेजमध्ये, कामाच्या ठिकाणी, समाजात कोठेही यशस्वी व्हायचे असेल तर इतर गोष्टींप्रमाणेच आपले सामाजिक व्यक्तिमत्त्वही समृद्ध, संपन्न असणे महत्त्वाचे आहे. सामाजिक व्यक्तिमत्त्व म्हणजे आपले समाजाशी आणि समाजाचे आपल्याशी असलेले संबंध किंवा नाते. पण समाज म्हणजे काय? समाज म्हणजे समाजात राहणारी माणसे. पण कोठे राहणारी? जगात, आपल्या देशांत, आपल्या गावात, की फक्त आपल्या आजूबाजूला रहाणारी माणसे?

समाज म्हणजे काय?

सामाजिक व्यक्तिमत्त्वाची चर्चा करण्याआधी 'समाज म्हणजे काय आणि समाजाची निर्मिती कशी झाली' हे आपण समजावून घेऊ.

समाजाच्या केंद्रस्थानी असतो आपण स्वत:. समाजाची सुरुवात होते आपल्या स्वत:पासून. आपण जन्माला आल्यावर जन्मत: आपल्याला आपली ओळख प्राप्त होते. जन्मत: आपल्याला नातेवाईक मिळतात. आपण भारतात जन्माला आलो म्हणून भारतीय नागरिकत्वाबरोबरच आपल्याला 'भारतीय वंशाचा' अशी ओळख प्राप्त होते. भारताच्या ज्या राज्यात जन्मलो, त्या राज्याची ओळख प्राप्त होते. महाराष्ट्रात जन्मलो तर महाराष्ट्रीयन, गुजराथमध्ये जन्मलो तर गुजराथी, त्याचप्रमाणे

राजस्थानी, केरळी, काश्मिरी अशी ओळख प्राप्त होते. जन्माचा दाखला देताना कोणत्या जातीत जन्मला तेही महत्त्वाचे ठरते. त्यावरूनच पुढे शाळा-कॉलेजातील प्रवेशासाठी जात पडताळणी दाखला महत्त्वाचा ठरतो. मराठी, गुजराथी, हिंदी, तमिळी अशी भाषिक ओळखही जन्मानेच आपल्याला मिळते. ज्या धर्मात जन्मलो ती हिंदू, मुस्लिम, ख्रिश्चन ही ओळखही आपल्याला जन्मानेच मिळते. ज्या उत्पन्नगटात जन्मलो, ती श्रीमंत, मध्यमवर्गीय, गरीब ही ओळखही आपल्याला प्राप्त होते. (अर्थात ही आर्थिक उत्पन्नगटाची ओळख स्व-कर्माने आपण नंतरच्या आयुष्यात बदलू शकतो.) म्हणजे जेव्हा आपला समाज असे आपण म्हणतो, तेव्हा या सर्व सामाजिक ओळखी आपल्याला आपल्या जन्मत: मिळतात.

जन्माने आपल्याला आपले कुटुंब किंवा आपला परिवार मिळतो. आई-वडील, बहीण-भाऊ, आजोबा-आजी आणि इतर सर्व नातेवाईक आपल्याला आपल्या जन्माने मिळतात. आपले कुटुंब हा समाजसंस्थेतला पहिला आणि महत्त्वाचा घटक आहे. या कौटुंबिक नात्याला म्हणूनच 'रक्ताचे नाते' (Blood Relationship or Akin) असे म्हणतात. समाजाच्या केंद्रस्थानी आपण स्वत: असतो. आपल्या भोवतालचे पहिले वर्तुळ आपल्या कुटुंबाचे म्हणजेच आपल्या परिवाराचे असते.

आपल्या सर्व नैसर्गिक गरजा कुटुंबातच पूर्ण होतात. जन्मल्यानंतर अन्न, पाणी, कपडे, आरोग्यरक्षण या अत्यंत प्राथमिक गरजा आपल्या कुटुंबातच पूर्ण होतात. आपले संगोपन केले जाते. आपले संवर्धन केले जाते. आपल्याला सुरक्षित ठेवले जाते. आपले या जगातील जगणे (Our survival in the world) केवळ आपल्या कुटुंबामुळे शक्य होते. आपल्या विविध शारीरिक क्रिया उदाहरणार्थ रांगणे, चालणे, आवाज आणि शब्द ओळखणे, बोलणे, छोटे-छोटे रितीरिवाज, संस्कार या सर्व गोष्टी आपण आपल्या कुटुंबातच शिकतो.

परंतु, जसजसे आपण मोठे होत जातो, तसे सर्व गरजा आपल्या कुटुंबातच भागणे अशक्य होते. त्यामुळे इतर संस्थांची आणि व्यक्तींची मदत घेणे आवश्यक ठरते. शाळा, कॉलेज, लायब्ररी, विविध सेवा आणि वस्तू पुरविणारी दुकाने, बँका, हॉस्पिटल्स, दवाखाने, न्यायालय, पोलीस स्टेशन, बस, रेल्वे इत्यादी वाहतूक सेवा, टेलिफोन, मोबाइल इत्यादी दूरसंचार सेवा, हॉटेल्स, रेस्टॉरंट्स, सिनेमागृहे, नाट्यगृहे, पेट्रोल पंप्स, अशी एक ना अनेक कितीतरी संस्थांची उदाहरणे घेता येतील. या सर्व संस्था, कंपन्या, व्यक्ती यांची यादी न संपणारी आहे. आपल्या प्रत्येकाला आपल्या अनेकविध गरजा भागविण्यासाठी या संस्थांची, कंपन्यांची, व्यक्तींची मदत लागतेच. यापैकी काही संस्थांनी पुरविलेल्या वस्तू आणि सेवा त्या वस्तूंची अथवा सेवांची किंमत, सेवाशुल्क भरून आपण वापरू शकतो. काही वस्तू आणि सेवा मोफत असतात. यापैकी काही संस्थांचे सभासदत्वही आपल्याला

मिळविता येते. काही वस्तू आणि सेवा अल्प काळासाठी करार करूनही आपल्याला मिळतात. काहीही असले तरी या वस्तू आणि सेवांचा पुरवठा करून आपली त्या वेळची गरज भागली जाते हे निश्चित. या सर्व संस्था मिळून समाजाची निर्मिती होते.

आपल्या भोवतालचे पहिले वर्तुळ आपल्या कुटुंबाचे म्हणजेच आपल्या परिवाराचे असते. त्यानंतरचे दुसरे वर्तुळ या सर्व संस्था, कंपन्या आणि व्यक्तींचे असते. या सर्वांबरोबरचे आपले नाते, आपले संबंध 'व्यावसायिक' स्वरूपाचे असतात. त्याला 'कामापुरते नाते' असे म्हणतात. हे संबंध 'तात्कालिक' स्वरूपाचे असतात. त्यामुळे काम संपले की ते संबंध व्यावहारिकरीत्या संपलेले असतात.

या प्रत्येक संस्थेची कार्यकक्षा ठरलेली असते. या संस्था त्यांचे स्वत:चे नियम, कायदे, अटी, शर्ती बनवत असतात. त्याप्रमाणे त्यांचे कामकाज चालते.

परंतु तरीही सर्व संस्था आणि व्यक्ती यांच्या कामकाजात आणि संबंधात सुसूत्रता राहावी म्हणून शासनाची किंवा सरकारची स्थापना झालेली असते. सर्वत्र शांतता, सुव्यवस्था रहावी म्हणून सरकारची स्थापना झालेली असते. शासनाने केलेले कायदेकानून पाळणे हे सर्वांवर बंधनकारक असते. तिसरे वर्तुळ हे देशाच्या शासनाचे असते. जन्मत: आपल्याला त्या देशाचे नागरिकत्व मिळते, त्याप्रमाणे शासनाचे संरक्षणही मिळते.

जागतिकीकरणाच्या आजच्या जमान्यात चौथे वर्तुळ हे जागतिक पातळीवर काम करणाऱ्या आंतरराष्ट्रीय संस्थांचे असते.

स्वावलंबी का परस्परावलंबी?

'मनुष्य हा सामाजिक, समाजप्रिय, समाजाभिमुख आणि समाजावर अवलंबून असणारा प्राणी आहे' अशी माणसाची व्याख्या केली जाते, त्याचप्रमाणे 'समाज गरजाधिष्ठित आहे.' अशी समाजाची व्याख्या केली जाते. आपल्या विविध गरजा भागविण्यासाठी असंख्य संस्था आणि या संस्थांमध्ये काम करणाऱ्या अक्षरश: कोट्यवधी व्यक्ती अहोरात्र अथक काम करत असतात. आपण त्यांच्यावर अवलंबून असतो. पण आपल्याला त्यांचे चेहरे माहीत नसतात. त्यांची नावे माहीत नसतात. या व्यक्ती आपल्यासाठी काम करत आहेत याची साधी जाणीवसुद्धा आपल्याला नसते. हे लिहिता-लिहिता मला एक प्रसंग आठवला. तो मुद्दाम तुम्हाला सांगावासा वाटतो. एकदा संध्याकाळी बागेतल्या कट्ट्यावर काही तरुण गप्पा मारत बसले होते. त्यातील एक जण अभिमानाने इतरांना सांगत होता, "मला आता कोणाचीही गरज नाही. मस्त नोकरी आहे, घर, फर्निचर, गाडी, घरकामाला चोवीस तासांचा गडी सगळे काही आहे. आता मी आणि माझी फॅमिली मस्त मजेत जगणार."

त्यातला दुसरा तरुण बोलला, "अरे, किती विरोधाभास आहे तुझ्या बोलण्यात? इकडे कोणाची गरज नाही म्हणतोस आणि तुला गाडी आणि गडी कशाला पाहिजे?" चर्चा रंगात आली होती. पण मी मात्र अंतर्मुख झाले. शिक्षण झाले, नोकरी मिळाली, आर्थिक स्वातंत्र्य आले की खरंच आता कोणाचीही गरज नाही असे होते का? कशाला गरज असते इतरांची? हे इतर म्हणजे कोण? हे इतर आपल्यासाठीच काम करत आहेत ही जाणीव, हे सामाजिक भान आपल्याला कधी येणार? हा असा विचार करत असतानाच रस्त्यावरून सायरन वाजवत प्रचंड वेगाने हॉस्पिटलच्या दिशेने एक ॲम्ब्युलन्स जाताना बघितली. कारण नसताना मन धसकले. ती ॲम्ब्युलन्स, तो पेशंट, त्याच्या चिंतेने मनाची उलघाल होत असलेले त्याचे नातेवाईक, ते हॉस्पिटल, डॉक्टर, नर्सेस, स्ट्रेचर, औषधे सारे काही एका क्षणात डोळ्यांसमोर आले. कोण कुणासाठी धावपळ करतो आहे? ही अशीच तर गरज असते आपल्याला एकमेकांची. म्हणूनच आपण सगळे एकमेकांवर अवलंबून आहोत. परस्परावलंबी आहोत.

आपल्या आयुष्यात आपण तीन टप्पे पूर्ण करतो.

१. परावलंबी (Dependent)
२. स्वावलंबी (Independent)
३. परस्परावलंबी (Inter-dependent or Intra-dependent)

१. परावलंबी

जन्मल्यानंतर आपण पूर्णपणे परावलंबी असतो. आपल्या सर्व गरजा पूर्ण करण्याचे काम आपले आई-वडील आणि आपले कुटुंबीय करतात. ते आपल्याला जगवितात. सुरक्षित ठेवतात. आपले संगोपन करतात. आपल्याला बोलायला, उभे राहायला, चालायला शिकवतात. आपल्याला अवतीभोवतीच्या प्रत्येक लहान-मोठ्या गोष्टीची माहिती करून देतात. या जगाची ओळख करून देतात. या जगात जगायला शिकवतात. जगातल्या कुठल्याही प्राण्याच्या पिल्लापेक्षा मनुष्यप्राण्याचे पिल्लू म्हणजे आपण आपल्या आई-वडिलांवर दीर्घकाळ अवलंबून असतो. आपण 'परावलंबी' असतो.

२. स्वावलंबी

लहानाचे मोठे होत असताना आपण निरनिराळ्या गोष्टी, कला, कौशल्ये, क्षमता आपल्यामध्ये विकसित करतो. त्या वेळी आपले ध्येय असते 'स्वावलंबी' होण्याचे. अगदी बोलायला, चालायला शिकण्यापासून ते आपले शिक्षण पूर्ण करून नोकरी-व्यवसायाची सुरुवात करून अर्थोत्पादन करायला लागेपर्यंत आपला

प्रवास परावलंबित्व झटकून 'स्वावलंबी' होण्याच्या दिशेने सुरू असतो. नोकरी लागली, उद्योगव्यवसाय सुरू झाला आणि स्वत:च्या गरजा भागविण्याइतके उत्पन्न मिळू लागले की 'आपण आपल्या पायावर उभे राहतो.' म्हणजेच 'स्वावलंबी' होतो. पण हे स्वावलंबित्व फक्त पैसे मिळविण्यापुरतेच मर्यादित असते. पैसे हे आपल्या गरजा भागविण्यासाठी आपल्या हातांत असलेले साधन आहे. मग 'पैसे फेकले की सगळे काही मिळते.' ही मनोवृत्ती काही व्यक्तींमध्ये तयार होते. पण केवळ पैसे आहेत म्हणून सर्व गोष्टी मिळू शकतात कां?

३. परस्परावलंबी

आपल्या गरजा भागविण्यासाठी आवश्यक त्या वस्तू आणि सेवा पुरविण्याचे अत्यंत महत्त्वाचे काम इतर व्यक्ती करत असतात. पैशांच्या साहाय्याने या वस्तू आणि सेवा आपण विकत घेतो. अगदी हवे तेव्हा, हवे त्यावेळी दर्जेदार वस्तू तसेच सेवा मिळण्यासाठी आपण दुसऱ्या व्यक्तींवर अवलंबून असतो. यासाठीसुद्धा काही जण असा युक्तिवाद करतात की जो तो आपल्या नशिबाप्रमाणे काम करतो आणि पैसे मिळवतो. त्यामुळे पैसे हातात असले की पुरे झाले. मग कधीतरी दातांखाली खडा आला, भाजी खारट झाली, सामोसा खाताना त्यामध्ये झुरळ सापडले, ऐन परीक्षेच्या वेळी वीज महामंडळ कर्मचाऱ्यांचा संप झाला, दारासमोरची ड्रेनेज लाइन फुटली आणि आठ दिवस कोणी दुरुस्तीसाठी फिरकले नाही, कचरा डेपो हलविण्यासाठी आंदोलन झाले आणि गावभर कचऱ्याचा दुर्गंध सुटला, एक दिवस मोलकरणीने दांडी मारली तर आपण का ओरडतो? का त्रास होतो या गोष्टींचा आपल्याला? कारण एकच आहे. केवळ पैसे आहेत म्हणून या सर्व वस्तू आणि सेवा आपल्याला मिळत नाहीत. या वस्तू आणि सेवा पुरविणारी माणसे आहेत आणि आपल्या गरजा भागविण्यासाठी आपण त्यांच्यावर अवलंबून आहोत. पैसा हे फक्त एक साधन आहे.

आपण जसे त्यांच्यावर अवलंबून असतो, त्याचप्रमाणे तेही आपल्यावर प्रत्यक्ष किंवा अप्रत्यक्षरीत्या अवलंबून असतात. आपणही एक काम करत असतो. ते काम उत्कृष्ट, दर्जेदार करणे आपल्या हातात असते. कारण आपल्या कामावरही अनेक व्यक्ती अवलंबून असतात. ते जसे आपल्यावर अवलंबून आहेत, तसेच आपणही त्यांच्यावर अवलंबून आहोत. म्हणजेच आपण परस्परावलंबी आहोत. आपल्याला पैशांपेक्षासुद्धा जास्त माणसांची गरज असते. या परस्परावलंबित्वामुळेच आपण सामाजिक, समाजप्रिय, समाजाभिमुख आणि समाजावर अवलंबून असणारे आहोत. समाजाचे आपल्या आयुष्यातील हे स्थान समजणे महत्त्वाचे आहे.

आमच्या शेजारी राहणारी कौमुदी पेढे घेऊन आली होती. ती एमएससी परीक्षा डिस्टिंक्शन मिळवून उत्तीर्ण झाली होती. अर्थातच माझा पुढचा प्रश्न होता, 'आता

पुढे काय करणार?' तिने हसत हसतच आत्मविश्वासाने सांगितले की 'आता दोन वर्षे मी देशासाठी देणार आहे.' 'म्हणजे समाजसेवा करणार का?' मी विचारले. 'नाही, त्याला समाजसेवा नाही म्हणता येणार. पण समाजाला उपयुक्त असे काम मी दोन वर्षे मोफत करणार आहे.' अशी दोन वर्षे कोणी मोफत काम करावे का नाही हा आपल्या या चर्चेचा विषय नाही. परंतु, आपण केवळ दोनच वर्षे नाही तर आयुष्यभर आपले काम उत्कृष्ट दर्जाचेच करावयाचे असते. आपण जे काम करत असतो, त्या कामाचाही एक ग्राहक आहे. आपण केलेल्या कामावरही कोणीतरी अवलंबून आहे. आपण ते काम उत्कृष्ट केले, तर त्याचे समाधान होणार आहे. तो आपल्या कामाची प्रशंसा करणार आहे. ते समाधान आपल्यापर्यंत कळत-नकळत येऊन पोहोचते. एखाद्या तळ्यात पाण्याच्या मध्यभागी तुम्ही दगड टाकलात तर त्या पाण्यावर तरंग उमटतात. ते तरंग हळूहळू तुम्ही उभे आहात तिथे तळ्याच्या किनाऱ्यापर्यंत येऊन पोहोचतात. तसेच आपल्या चांगल्या कामापासून इतरांना झालेले समाधान आपल्यापर्यंत येऊन पोहोचते. व्यवस्थापनशास्त्रात नेहमी सांगितले जाते, "Give them (customers) beyond their expectations." ग्राहकांच्या अपेक्षा आहेत त्यापेक्षाही अधिक समाधान त्यांना द्या. हे समाधानच तुम्हाला यशस्वी करते. त्यामुळे 'ग्राहकाचे समाधान' महत्त्वाचे आहे. जसे इतरांनी आपल्याला वस्तू किंवा सेवा पुरवतांना हयगय केली, कामाचा दर्जा चांगला ठेवला नाही तर आपल्याला राग येतो तसाच राग आपल्या वाईट कामामुळे इतरांनाही येतो हे सामाजिक भान आपण ठेवणे महत्त्वाचे आहे. अर्थात, नोकरी-व्यवसाय करत असताना आपण केलेल्या चांगल्या कामामुळे आपली आर्थिक प्रगती होते, पगार वाढेल, प्रमोशन मिळेल, आर्थिक सुबत्ता वाढेल ही पुढची गोष्ट आहे. इतरांसाठी आपण चांगले काम करावे आणि इतरांनी आपल्यासाठी चांगले काम करावे हे सामाजिक परस्परावलंबित्व आहे.

परस्परावलंबित्व ही एक न संपणारी साखळी आहे

एकदा असाच एका आडगावातला प्रशिक्षण कार्यक्रम संपवून मी आणि माझे सहकारी हॉटेलवर परत जात होतो. गावापासून खूप लांब असलेल्या एमआयडीसीमध्ये आमचा कार्यक्रम होता. दिवसभर तिथे चांगला चहा मिळाला नव्हता. आमचा एक सहकारी अट्टल चहाभक्त होता, त्याला चहा पिण्याची तल्लफ आली होती. एका धाब्यावर आम्ही थांबलो. त्या सहकाऱ्यानेच ऑर्डर दिली. "गरमागरम, कडक स्पेशल चार चहा घेऊन ये." मान डोलावून तो मुलगा आत गेला. दहा मिनिटे झाली, पंधरा मिनिटे झाली. चहा काही आला नाही. आमच्या सहकाऱ्याला तर 'या हाताने ऑर्डर आणि त्या हातात चहा' इतकी गडबड होती. तेवढ्या वेळानेही तो

कंटाळला. वैतागला. चिडला आणि म्हणाला, "चला, दुसरीकडे जाऊ. कोठेही चार रुपये फेकले की चहा मिळेल." मला थोडे हसायलाच आले. माझे हसणे म्हणजे आगीत तेल ओतणे होणार आहे हे मला माहीत होते. पण तरीही मी त्याला म्हणले, "मग फेक ना इथेच चार रुपये. बघू या धान्य उगवते तसा चहा उगवतोय का!" इतक्यात चहा आला. दोन कप गरम चहा पिऊन आमचा सहकारी थंड झाला. मग स्वत:च आम्हाला 'सॉरी' म्हणाला. "खरंच, चार रुपयांत चहा उगवत नाही हे मलाही माहीत होते गं! अगं, कोठे ते आसामच्या चहाच्या मळ्यांत काम करणारे कामगार, महाराष्ट्रात उसाचे पिक घेणारे शेतकरी, ही चहा, साखर, दूध, चहा करायची पातेली-भांडी, तो गॅस हे सगळं तयार करणारे, उत्पादन करणारे शेकडो कामगार आणि त्यांना त्यांच्या उत्पादनांत मदत करणारे आणखी शेकडो-हजारो कामगार. यातल्या कोणालाच मी बघितले नाही. मी बघितला हा या धाब्यावर काम करणारा मुलगा. थोडासा उशीर झाला म्हणून मी भडकलो खरा. चुकलेच माझे. आता मात्र मी या सर्वांना 'थँक्यू' म्हणतो.

तुम्हीही चोवीस तासांत तुम्हाला कोणकोणत्या वस्तू आणि सेवा लागतात त्याची एक यादी तयार करा. हात दुखायला लागतील; पण यादी संपणार नाही. आता यातील एक गोष्ट करायलासुद्धा परत किती गोष्टी लागतील त्याची यादी तयार करा. ही यादीही खूप मोठी होईल. या प्रत्येक व्यक्तीवर, त्यांनी केलेल्या कामावर आपण अवलंबून आहोत. मग आता यातील किती जणांना तुम्ही पाहिलेले आहे असा प्रश्न विचारला तर 'नाही, विशेष कोणालाच पाहिलेले नाही.' असेच उत्तर येईल. जसे आपण त्यांना बघितले नाही, तसेच त्यांनीही आपल्याला बघितलेले नाही. आपण करत असलेल्या कामाची त्यांना माहिती नाही. त्यांनी चांगले काम करावे अशी जशी आपली अपेक्षा असते, तसेच आपण चांगले काम करावे, अशी त्यांची अपेक्षा असते.

सहानुभूतीची जाणीव

समाजाची उभारणी आणि जडण-घडण गरजांवर आधारित आहे हे आपण याआधी बघितले. त्यामुळे 'आपल्याला इतर व्यक्तींबद्दल सहानुभूती वाटते का' हा महत्त्वाचा प्रश्न आहे. सहानुभूती या शब्दाचा अर्थ सामान्यपणे दया असा घेतला जातो. परंतु, सहानुभूती याचा खरा अर्थ 'सहअनुभूती' असा आहे. ज्या भाव-भावना दुसऱ्या व्यक्तीच्या मनात उमटलेल्या आहेत, त्या आपल्याही मनात उमटणे, त्याच भाव-भावनांची प्रचिती त्याच वेळी आपल्याही मनात दाटून येणे, भावनिक दृष्टीने आपण 'सम' पातळीवर असणे यालाच सह म्हणजे एकत्रित घेतलेली आणि अनुभूती म्हणजे अनुभव असे म्हणता येईल. आपण समाजात वावरत असताना आपल्या अवतीभोवती असणाऱ्या व्यक्तींबद्दल आपल्याला अशी सह-अनुभूतीची जाणीव होते का? ही सहानुभूतीची जाणीव असणे आणि ती निरपेक्ष असणे महत्त्वाचे आहे.

लहानपणी शाळेत असताना मूल्यशिक्षणाचा भाग म्हणून आम्हाला रोज एक चांगले काम करावे लागत असे आणि त्याची नोंद वहीत करावी लागत असे. आमचे शिक्षक रोज दोन-चार जणांना वही वाचायला सांगत असत. एकदा आमच्या मित्राला वही वाचायची वेळ आली. तो वाचत होता, ''मी काल संध्याकाळी शाळेतून घरी जात असताना एक वृद्ध गृहस्थ रस्त्याच्या कडेला उभे होते. त्यांना नीट दिसतही नव्हते. मी त्यांचा हात धरून त्यांना रस्ता क्रॉस करून दिला. ते सारखे नको नको म्हणत असतानाही मी हे काम केले.'' सगळा वर्ग हसत होता. शिक्षकांनी तर कपाळालाच हात लावला. अर्थात यातला विनोदाचा भाग सोडला, तरी ही सहानुभूती काय कामाची?

एकदा एका लहान गावात शेताच्या कडेला असलेल्या आंब्याच्या झाडाखाली एक खेडूत विश्रांती घेत बराच वेळ बसला होता. शेताच्या बांधावरून एक माणूस डोक्यावर दोन घागरी आणि हातात एक घागर घेऊन बऱ्याच लांबून पाणी भरून आणत होता आणि समोरच्या हौदांत ओतत होता. त्याच्या अशा कित्येक चकरा झाल्या. हा खेडूत बसला होता, त्याच्याजवळच एक मुलगा ट्रॅन्झिस्टर-रेडिओ कानाला लावून बसला होता. तो मध्येच ओरडत होता. टाळ्या वाजवत होता. उड्या मारत होता. हा 'सारखा का ओरडतो आहे?' म्हणून खेडुताने त्याला विचारले. तो मुलगा म्हणाला, ''काका, दिल्लीला क्रिकेटची मॅच चालली आहे. सचिन तेंडुलकरच्या शंभर धावा झाल्या. काय मस्त खेळलाय सचिन.'' तो खेडूत म्हणाला, ''अरे देशाच्या कोठल्या कोपऱ्यात तो कधीही न बघितलेला सचिन धावतो आहे म्हणून तू आनंदाने टाळ्या वाजविल्यास. लेका, तो तुझा बाप सकाळपासून त्या जड घागरी

घेऊन इतक्या फेऱ्या मारतो आहे. जरा बघ की त्याच्याकडे. एक तरी टाळी वाजव त्याच्या धावेसाठी. घे घागर त्याच्या हातातली आणि तशी एक तरी फेरी मारून दाखव मला. मी वाजवतो टाळ्या तुझ्यासाठी.'' हे उदाहरण किती बोलके आहे.

समाजातील नातेसंबंधाची ही वीण जर घट्ट बांधायची झाली तर आपल्याला आपल्या आजूबाजूच्या लोकांच्या भावना, कष्ट, प्रयत्न यांची जाणीव ठेवायलाच हवी. आपल्या घरातली माणसे असोत, शेजार, नातेवाईक, मित्र-मैत्रिणी, शाळा-कॉलेजातील शिक्षक आणि शिक्षकेतर कर्मचारी वर्ग, सहकारी किंबहुना समाजातल्या प्रत्येक व्यक्तीबद्दलच अशी जाणीव आपल्या मनात असायला हवी.

कृतज्ञता

आपण मनापासून किती वेळेला कृतज्ञता व्यक्त केली? कोणासाठी व्यक्त केली? आपल्या संबंधांत ज्या व्यक्ती आल्या, त्यांनी आपल्यासाठी जे प्रेम, ममत्व, आत्मीयता, जिव्हाळा जोपासला, अपार कष्ट केले, प्रसंगी त्याग केला, त्याबद्दलची कृतज्ञता आपण कशी व्यक्त करतो हे अत्यंत महत्त्वाचे आहे. आपल्या भारतीय समाजात हे असे दुसऱ्यांसाठी करणे गृहीतच धरले जाते. तो त्या व्यक्तीच्या भूमिकेचा, त्या नात्याचा अविभाज्य घटकच मानला जातो. त्यामुळे एकाने करायचे आणि दुसऱ्याने समजून घ्यायचे हे गृहीत धरले जाते.

एकदा परस्परसंबंध (Inter-personal Relations) या विषयावर मी एका कामगार मंडळासाठी प्रशिक्षण कार्यक्रम घेत होते. कार्यक्रमातील एक सहभागी प्रशिक्षणार्थी एक दिवस माझ्याकडे आला आणि म्हणाला, "खूप उपयोग झाला मला या प्रशिक्षणाचा.'' अचानक येऊन त्याने व्यक्त केलेल्या या प्रतिक्रियेचा मला काहीच अर्थबोध झाला नाही. "काय झाले?'' असे मी त्याला विचारले. "ताई, तुम्ही सांगितलेत त्यावर मी खूप विचार केला. माझं लग्न होऊन आता पस्तीस वर्षे झाली. मुलंबाळं मोठी झाली. शिकली. मुलीचं लग्न केलं. माझा संसार चांगला झाला. मी काल रात्री जेवायला बसलो. माझी बायको जेवण वाढत होती. मला आपल्या या कार्यक्रमाची आठवण झाली. माझ्या बायकोनं माझ्यासाठी, घरासाठी खूप कष्ट केलेत बघा. मी तिला हळू आवाजात म्हटलं, 'शेवंता, पोट भरलयं माझं. अगं, माझ्या या काबाडकष्टाच्या संसारात तू मला नेटकी साथ दिलीस. म्हणूनच आज हे दिवस दिसले बघ आपल्याला. कधी कसला हट्ट नाही. मागणं नाही. हातात दिलं त्यात संसार केलास. माझी लक्ष्मी झालीस.' हे सगळं हा बोलला याचंच मला आश्चर्य वाटत होतं. "मग काय झालं?'' मलाही उत्सुकता वाटत होती कारण मला ती प्रतिक्रिया महत्त्वाची होती. तो म्हणाला, "ताई, ती माझ्या तोंडाकडं बघतच

राहिली बघा. आणि मग डोळ्याला पदर लावून रडायला लागली. म्हणली, "कारभारी, येवढ्या एकाच शब्दाची इतकी वर्षं वाट बघितली बघा. आता मला सगळं पावलं. माझी हळद तुमच्या घरात रुजली बघा." हे मला सांगत तोही रडायला लागला. म्हणाला, "ताई, तिचं ऋण ठेवून मेलो असतो बघा. तुमच्यामुळे हे असं पण बोलायचं असतं हे समजलं."

घडलेली घटना मुद्दाम तपशिलाने सांगितली. आपले आई-वडील, आजी-आजोबा, बहीण-भाऊ आपल्यासाठी खूप काही करत असतात. ती त्यांची भूमिका असते. ते करतात, ते प्रेमाच्या, जिव्हाळ्याच्या, आत्मीयतेच्या भावनेतूनच करतात. पण आपल्याला त्यांच्याबद्दल काय वाटते, ते व्यक्त करणेही तितकेच महत्त्वाचे आहे. परदेशातून आपल्याकडे निरनिराळे दिवस साजरे करण्याची पद्धत आली. त्यामध्ये व्हॅलेन्टाइन डे, मदर्स डे, फ्रेंडशिप डे असे काही उदाहरणादाखल दिवस सांगता येतील. ते कदाचित योग्यही असेल. पण आपली मानसिकता असे दिवस साजरे करून आपल्या भावनांचे प्रदर्शन करण्याकडे नाही. त्यामुळे मनापासून आपण आपल्या भावना व्यक्त कराव्यात. त्यांनी आपल्यासाठी केलेले कष्ट, त्याग, आपल्याला दिलेला आधार, पाठिंबा, प्रसंगी केलेली मदत या सर्वांबद्दलची जाणीव आपण त्या व्यक्तींना प्रत्यक्षरीत्या सांगावी. काही व्यक्तींचे वागणे, बोलणे आपल्याला खूप आवडते. अप्रत्यक्षरीत्यासुद्धा आपल्याला या व्यक्ती प्रेरणा देत असतात. त्यामुळेही आपल्या जीवनात आमूलाग्र बदल होत असतो. अशा व्यक्तींनासुद्धा आवर्जून आपल्या त्यांच्याबद्दलच्या भावना कळवाव्यात. परदेशात प्रत्येक छोट्या-मोठ्या गोष्टीसाठी 'थँक यू' असे म्हणण्याची पद्धत आहे. परंतु केवळ शब्दांतच नाही तर कृतीमधून सुद्धा कृतज्ञता दिसायला हवी.

परस्परसंबंध : कट्टी का बट्टी?

बोबडे बोलसुद्धा अजूनी बोलता येत नाहीत तेव्हापासून आपण सगळेच जण आपल्या समोरील व्यक्तीस एक प्रश्न विचारायला सुरुवात करतो. तो प्रश्न म्हणजे, 'तुझी माझ्याशी कट्टी आहे का बट्टी?' या कट्टी आणि बट्टीचे सुद्धा एक मानसशास्त्र आहे. आपण अगदी लहान असतांना जेव्हा आपल्याला आपल्या आजूबाजूच्या गोष्टींची विशेष जाणीव नसते, तेव्हा आपल्या घरातील मोठी माणसे आपल्याला त्या वस्तूंची, पदार्थांची माहिती करून देत असतात. 'हात नको लावूस, हा.... आहे' असे साभिनय सांगून हा पदार्थ गरम आहे याची जाण आपल्याला करून दिली जाते. कधी समजावून सांगून तर कधी धाकाने आपल्याला शिकविले जाते. हळूहळू आपले हित जोपासणाऱ्या व्यक्ती आपल्याला ओळखायला येऊ लागतात. त्यांच्यावर आपला विश्वास बसतो. त्यांच्याबद्दल आपलेपणा वाटायला लागतो. जसजसे आपण

मोठे होऊ लागतो, तसतसे आपल्यालाही स्वतंत्रपणे आपले हित जपणारी, जोपासणारी, आपले भले व्हावे अशी इच्छा असणारी, आपल्यावर प्रेम करणारी माणसे ओळखता येऊ लागतात. त्यांचे आणि आपले छान जमते. त्यांच्याशी आपले सूर जुळतात. त्यांची आणि आपली 'वेव्हलेंग्थ' जमते. आपण त्यांच्याबरोबर अधिक मोकळेपणाने बोलतो, वागतो. आपल्या मनातल्या गोष्टी, आपल्या अडी-अडचणी त्यांना सांगतो. आपल्याला ती 'आपली माणसे' वाटतात. आपली त्यांच्याशी 'बट्टी' असते. पण कधी-कधी या माणसांबरोबर सुद्धा आपले थोडेसे बिनसते. काही बाबतींत त्यांचे आणि आपले जमत नाही. कधीतरी आपण किंवा कधीतरी ते आपल्यावर रुसतात, रागावतात. आपली आणि त्यांची 'कट्टी' होते. शाळेत असताना करंगळीला करंगळी जोडून हात गोल फिरवून झटकला की कट्टी होत असे. आता थोडे मनच झटकले जाते. म्हणजे मनानेच आपण दुसऱ्यापासून थोडे दूर जातो. पण 'वेव्हलेंग्थ जमलेले ते आपले माणूस' असल्यामुळे ती व्यक्ती आणि आपणसुद्धा तो 'वेव्हलेंग्थ' घालवणारा प्रसंग किंवा मुद्दा चटकन बाजूला करतो. दुसऱ्याला समजावून घेतो. वादाचा मुद्दा विसरतो आणि एकमेकांशी 'बट्टी' होते.

पण आपण मोठे झाल्यावर दर खेपेला आपल्याला आपली 'वेव्हलेंग्थ' जुळेल, जमेल अशीच माणसे भेटतील याची खात्री नसते. काही वेळा 'वेव्हलेंग्थ' जमते आहे का हे बघायलाही वेळ नसतो. दर वेळी 'वेव्हलेंग्थ' जमलेल्या माणसांबरोबरच काम करायचे असही शक्य नसते. म्हणजे 'कट्टी आहे का बट्टी' हे आपण करू शकत नाही. मग परस्परसंबंध ठेवायचे कसे? एकमेकांबरोबर काम करायचे कसे?

'आय ॲम ओके–यू आर ओके'

परस्परसंबंध उत्कृष्टपणे कसे जोपासायचे यासाठी मानसशास्त्रामध्ये 'आय ॲम ओके-यू आर ओके' ही अत्यंत महत्त्वाची संकल्पना मांडलेली आहे. आपण या संकल्पनेची थोडक्यात माहिती करून घेऊ.

'आय ॲम ओके-यू आर ओके' या संकल्पनेच्या चार महत्त्वपूर्ण पायऱ्या किंवा टप्पे आहेत.

"आय ॲम नॉट ओके-यू आर ओके"
"आय ॲम नॉट ओके-यू आर नॉट ओके"
"आय ॲम ओके-यू आर नॉट ओके"
"आय ॲम ओके-यू आर ओके"

या चार टप्प्यांचे आणि स्थितींचे भाषांतर करायचे असले, तर समर्पकपणे ते आपल्याला खालीलप्रमाणे करता येईल.

१. मी साशंक आहे, मला काही समजत नाही; पण तुम्हाला तर सर्व समजते आहे.
२. मी साशंक आहे, मला काही समजत नाही तसेच तुम्हालाही काही समजत नाही.
३. मला सर्व समजते आहे; पण तुम्हालाच काही समजत नाही.
४. मलाही सर्व समजते आहे आणि तुम्हालाही सर्व समजते आहे.

आता या चार टप्प्यांची ओळख आणि माहिती काही उदाहरणांसह करून घेऊ.

रेल्वेतील नवा प्रवासी

खरं म्हटलं, तर रेल्वेच्या डब्यात चढलेल्या नव्या प्रवाशासारखी ही अवस्था आहे. आपणही याचा कधी ना कधी अनुभव घेतलेला असतो. रेल्वेच्या डब्यात जेव्हा नवीन प्रवासी चढतो, तेव्हा बाकीचे जुने प्रवासी त्याच्याकडे कुतूहलाने बघतात. पण त्याला बसायला जागा दिली जात नाही. त्याच्याशी कोणी बोलत नाही. त्याचे सामान ठेवायला जागा देत नाहीत. तो अनोळखी असतो. तो तसाच उभा राहतो. काही वेळ गेल्यावर सगळेच त्या नव्या प्रवाशाला सरावतात. कोणीतरी त्याला थोडी जागा करून देते. टेकायला दिलेल्या जागेवर तो हळूहळू ऐसपैस बसतो. त्याचे सामान ठेवायलाही जागा होते. नाव-गावाची विचारपूस होते. जेवणाचे डबे काढले जातात. एकमेकांना आपल्या डब्यांमधले पदार्थ दिले जातात. तो नवा प्रवासी आता त्यांच्यातलाच एक होऊन जातो. स्टेशन आल्यावर अगदी एकमेकांचे पत्ते, ई-मेल, टेलिफोन नंबरसुद्धा दिला-घेतला जातो. प्रत्येक नवीन प्रवाशाची कथा अशीच असते. हा 'आय ॲम नॉट ओके पासून आय ॲम ओके, यू आर ओके' पर्यंतचा प्रवास असतो.

नवीन शाळेतला पहिला दिवस

काही वेळा बदली झाली म्हणून तर काही वेळेला चांगल्या शाळेत प्रवेश घेतला म्हणून, आपण नवीन शाळेत जातो. तो दिवस आपल्यासाठी खूप अवघड असतो. शाळेची इमारत नवीन असते. आपला वर्ग कोठे आहे ते माहीत नसते. वर्ग, वर्गशिक्षक, वर्गातली मुले, मधली सुट्टी कधी होते, डबा कुठे खायचा, सुट्टीत कोणाशी खेळायचे, शाळेची शिस्त कशी आहे, शाळेचे ऑफिस कोठे आहे काहीही माहीत नसते. आपण अगदी नवीन वातावरणात प्रवेश केलेला असतो. आपण गुपचूप मागच्या एका बाकावर जाऊन बसतो. आपण जसे वर्गातल्या इतर मुलांना बिचकतो तशीच ती आपल्याला बिचकतात. आपल्याशी कसे बोलावे, काय बोलावे हे त्यांनाही समजत नाही. पण आपल्याला वाटते की ही तर सगळी आधीपासून याच

शाळेत आहेत. यांना शाळेतील सगळ्या गोष्टी माहीत आहेत. खरं तर यांच्यापैकी कोणीतरी आपल्याशी बोलले तर फार बरे होईल. असेच दोन-चार दिवस जातात. या कालावधीत आपल्या मनाची अवस्था 'मी साशंक आहे, मला काही समजत नाही; पण तुम्हाला तर सर्व समजते आहे.' म्हणजेच 'आय ॲम नॉट ओके, यू आर ओके' अशी झालेली असते.मग हळूच कधीतरी कोणीतरी 'तू कोठे राहतोस?' म्हणून विचारते. आपले नाव विचारते. आधी कोणत्या शाळेत होतास, शाळा का बदललीस, घरी कोण-कोण आहे, शाळेत कसा येतोस अशा सर्व चौकशा करते. आपल्याला बरे वाटते. त्या मुलाबद्दल आपुलकी वाटायला लागते. तो थोडा जवळचा वाटायला लागतो. आपणही त्याची चौकशी करतो. त्याचे मित्र आपलेही मित्र होतात. शाळेचीही माहिती होते. आता शाळेत आपण नवखे राहत नाही. आपण शाळेत रुजतो. आता आपल्या मनाची अवस्था 'मलाही सर्व समजते आहे आणि तुम्हालाही सर्व समजते आहे.' म्हणजेच 'आय ॲम ओके यू आर ओके' अशी होते. खरं म्हटलं, तर असेच व्हायला हवे. ही नैसर्गिक प्रक्रिया आहे.

परंतु काही वेळेला ही प्रक्रिया होत नाही. वर्गातली मुले तुम्हाला आणि तुम्ही त्या मुलांना चटकन एकमेकांमध्ये सामावून घेत नाही. तुम्ही नवखेच राहता. इतर मुले तुमच्यापासून दूरदूरच राहतात. यातच काही मुले तुम्हाला चिडवतात. हसतात. त्यामुळे तुम्ही दुखावले जाता. आता आपल्या मनाची अवस्था 'मी साशंक आहे, मला काही समजत नाही; पण तुम्हालाही काही समजत नाही.' म्हणजेच 'आय ॲम नॉट ओके, यू आर नॉट ओके' अशी होते.

मग धीर करून आपण आपल्या शिक्षकांशी बोलायला लागतो. दुसऱ्या वर्गातल्या काही मुलांशी आपली ओळख होते. आपली अभ्यासात चांगली प्रगती होते. वर्गात शिक्षक आपले कौतुक करतात. आपल्या कला-गुणांप्रमाणे आपण स्पर्धेमध्ये भाग घेतो. हळूहळू आपले आपणच त्या नव्या शाळेत रुळतो. या वर्गातल्या मुलांनी आपल्याला त्यांच्यात सामावून घेतले नाही हे मात्र आपल्या मनातून जात जाही. अशा वेळी आपल्या मनाची अवस्था 'मला सर्व समजते आहे; पण तुम्हालाच काही समजत नाही.' म्हणजेच 'आय ॲम ओके यू आर नॉट ओके' अशी होते.

काही दिवसांनी त्या मुलांनाही तुमच्याबरोबर मैत्री करावी असे वाटते. काही तरी कारण काढून ती तुमच्याशी बोलायला लागतात. तुम्हीही 'ठीक आहे' म्हणून त्यांच्याबरोबर मैत्री करता. आणि मग आपल्या मनाची अवस्था 'मलाही सर्व समजते आहे आणि आता तुम्हालाही सर्व समजले आहे.' म्हणजेच 'आय ॲम ओके यू आर ओके' अशी होते.

कॉलेज तरुणांच्या ग्रुप्समध्ये सुद्धा थोडेसे असेच होते. नवीन आलेल्या मुलांना

आपल्यामध्ये कधी चटकन सामावून घेतले जाते आणि मैत्रीचे बंध जुळतात तर कधी आपण एकटे पडल्याची जाणीव होते. तिथेही 'आय ॲम ओके, यू आर ओके' ही संकल्पनाच उपयोगात आणणे महत्त्वाचे आहे.

कंपनीमध्ये 'इंडक्शन ट्रेनिंग'

ही 'आय ॲम ओके यू आर ओके' संकल्पना लक्षात घेऊनच अनेक लहान-मोठ्या कंपन्यांच्या 'ह्युमन रिसोर्स डेव्हलपमेंट डिपार्टमेंट'मध्ये नवीन आलेल्या कर्मचाऱ्यांसाठी 'इंडक्शन ट्रेनिंग' ठेवलेले असते. इंडक्शन म्हणजे त्या नव्या कर्मचाऱ्याला कंपनीची, त्याच्या कामाची सर्व माहिती देऊन त्याला कंपनीमध्ये सामावून घेणे. त्याला त्याच्या डिपार्टमेंटची माहिती दिली जाते. त्याचे टेबल दाखविले जाते. त्याला कंपनीतर्फे कोणत्या सुविधा दिलेल्या आहेत, कामाची पद्धत काय आहे, रिपोर्टिंग कसे करायचे, लंच कोठे घ्यायचे, सिक्युरिटी व्यवस्था असेल तर त्यांचे नियम काय आहेत, यांचीही माहिती दिली जाते. काही मोठ्या कंपन्यांमध्ये तर इंडक्शन ट्रेनिंगचा कालावधी महिन्याभराचा सुद्धा असतो. याचे प्रमुख उद्दिष्ट कर्मचाऱ्याला कंपनीची यथार्थ माहिती करून देऊन त्याला 'आय ॲम ओके यू आर ओके' या स्थितीमध्ये आणायचे म्हणजे कोणतेही मानसिक अडथळे, साशंक मनःस्थिती न राहता तो स्वस्थ मनाने काम करू शकेल.

आपण आता 'आय ॲम ओके यू आर ओके' म्हणजेच 'मलाही सर्व समजते आहे आणि तुम्हालाही सर्व समजले आहे.' या संकल्पनेचा आपली स्पर्धात्मक क्षमता म्हणून विकास कसा करायचा ते बघू.

आपल्या दैनंदिन आयुष्यात आपण अनेक नवीन व्यक्तींना भेटत असतो. आपल्याला नवीन ठिकाणी कामासाठी जावे लागते. अनेकदा नवीन प्रसंगांना सामोरे जायचे असते. अशा प्रसंगांत, नवीन व्यक्ती, नवीन वातावरणात आपण कसे रुळणार याची आपल्याला थोडी धास्ती वाटत असते. नवीन व्यक्तींशी कसे जुळवून घ्यायचे याचा विचार पडतो. ही धास्ती खरं म्हटलं तर त्या दुसऱ्या व्यक्तीलाही पडलेली असते. जशी तुम्हाला त्यांची माहिती नसते, तशी त्यांना तुमची माहिती नसते. हा एक मानसिक अडथळा आहे. यालाच इंग्रजीमध्ये 'ब्लॉक' असे म्हणले जाते. आता हा 'ब्लॉक' काढून टाकून 'फ्लो' कसा तयार करायचा हा प्रश्न असतो. त्यासाठी खालील गोष्टी उपयुक्त ठरतील.

१. दुसऱ्या व्यक्तींना सकारात्मकरीत्या सामोरे जा. त्या व्यक्तीला 'नमस्कार' किंवा जी वेळ असेल त्याप्रमाणे 'हॅलो, गुड मॉर्निंग' असे हास्यमुद्रेने म्हणा. संभाषणाला सकारात्मक सुरुवात करा.

२. आपले नाव सांगा. आपल्या भेटीचा उद्देश थोडक्यात सांगा.

३. त्यांना त्यांचंही नाव विचारा. ते काय करतात, कोठे रहातात असे छोटे प्रश्न विचारून संभाषणाला प्रवाही बनवा.

४. प्रत्येक व्यक्तीकडे सांगण्यासारखे खूप असते. त्याला बोलून द्यावे. म्हणजे त्याचे विचार, मते, दृष्टिकोन समजायला मदत होते. जर त्याचे मत बरोबर नसले तर त्याला ते सकारात्मक पद्धतीने सांगा. सकारात्मकता कशी जोपासायची ते आपण भावनिक व्यक्तिमत्त्वाच्या जडण-घडणीमध्ये बघितलेले आहे.

५. कोणाशीही बोलताना त्याला आपल्या मनाचा, मतांचा, भावनेचा प्रामाणिकपणा समजेल याचा प्रयत्न करा. त्यामुळे संवाद होण्यास मदत होईल. आपला प्रामाणिकपणा इतरांना लगेच समजतो. दुसऱ्याचाही प्रतिसाद मग तसाच येतो.

६. दुसऱ्या व्यक्तीबद्दल कोणतेही पूर्वग्रह करून त्याच्याशी बोलणे म्हणजे आता याला काय पट्टी पढवायची आहे ते ठरवून बोलायला सुरुवात करू नये. त्यामुळे 'ब्लॉक' वाढतो.

७. बोलताना कोणाचीही मस्करी, शारीरिक वैगुण्यांवर विधाने करणे, घरगुती समस्यांवरून विधाने करणे हे आपल्या हिणकस मनोवृत्तीचे निदर्शक आहे. त्यामुळे आपण इतरांना अप्रत्यक्षरीत्या दुखावतो. या गोष्टींवर विचारल्याशिवाय मते देऊ नका.

८. कामापुरते बोला. म्हणजे ज्या कारणासाठी तुम्ही भेटत आहात, ते कारण किंवा तो मुद्दा सोडून इतर विषयांवर चर्चा शक्यतो टाळा. कारण इतर विषयांवर बोलण्याची तुमची तसेच त्याची वैचारिक आणि मानसिक तयारी नसते. महत्त्वाचा कामाचा मुद्दा अशा वेळी बाजूला राहतो आणि इतर विषयांनी चर्चा भरकटली जाते. त्यामुळे काय बोलायचे आणि कसे बोलायचे याची थोडी पूर्वतयारी आवश्यक आहे.

९. बोलत असताना चर्चेचे गुऱ्हाळ लावू नका. दुसरी व्यक्ती कंटाळून तर जातेच, पण तुमचा आणि त्याचा वेळही निष्कारण जातो. त्यामुळे चर्चेची आणि कामाची परिणामकारकता जाते. 'त्यांच्याकडे जायचे आहे ना, आता तासाभराची निश्चिंती झाली.' अशी टिंगल लोक करायला लागतात.

१०. कोणाशीही बोलत असताना इतर व्यक्तींबद्दल मतप्रदर्शन करू नका. ज्याच्याशी बोलत आहात त्यालाही शेवटी वाटेल, की हा माझ्याबद्दलही इतरांशी असेच बोलत असणार.

११. प्रत्येक बोलणे म्हणजे संवाद हा सकारात्मक पद्धतीने (On Positive Note) कसा संपेल ते बघा. आपण ज्या कामासाठी आलो होतो त्यापेक्षा

अधिक काहीतरी घेऊन जात आहोत असे दुसऱ्या व्यक्तीला वाटले पाहिजे. "Give them beyond their expectations." त्यांच्या अपेक्षेपेक्षाही त्यांना अधिक द्या हे आपण याआधीही बघितलेले आहे.

१२. परस्परसंबंधांमध्ये शेवटी 'मीही जिंकलो आणि तुम्हीही जिंकलात' ही 'Win Win Situation' आपल्याला तयार करायची आहे. त्यामुळे थोडे पडते घ्यावे लागले, प्रसंगी ते स्वत:ला अपमानकारक वाटले तरी माघार घेऊ नका. त्यामुळे होणारा मोठा फायदा म्हणजे सर्वांचेच हित साधले जाणे. त्यामुळे तुम्हीच मोठे होता.

सांघिक काम

जगात आज कोठेही गेलो तरी 'टीम बिल्डिंग' हा शब्द ऐकायला येतो. 'माझा मी बघून घेईन' हे वाक्य आपण कितीदा तरी ऐकलेले असते. पण कोणतेही काम पूर्णपणे एकट्याने करता येत नाही. प्रत्यक्ष-अप्रत्यक्षरीत्या निरनिराळ्या व्यक्ती त्या कामामध्ये सहभागी झालेल्या असतात. त्यामुळे आपण करत असलेले प्रत्येक काम हे सांघिक कामच असते. त्यासाठी स्वत:मध्ये संघटना बांधणीचे कौशल्य विकसित करणे महत्त्वाचे आहे.

आपण लहानपणापासून ऐकलेल्या एका गोष्टीचा परत एकदा संदर्भ म्हणून येथे विचार करू या. ही ससा आणि कासवाची गोष्ट आहे.

ससा आणि कासवाने एकदा शर्यत लावली. समोरच्या झाडापर्यंत जायचे. जो प्रथम तिथे पोहोचेल तो जिंकला. ससा तर तुरूतुरू पळणारा होता. त्याला वाटले, कासवाला जाऊ दे थोडे पुढे. ते काय पोहोचते आहे त्या झाडापर्यंत. मी क्षणात

धावत जाईन. तो शांतपणे बसला. बघता बघता त्याला झोप लागली. कासव मात्र हळूहळू; पण निश्चयाने, न दमता पुढे-पुढे जात राहिले आणि झाडापर्यंत जाऊन पोहोचले. तेथे गेल्यावर ओरडले, ''ससाभाऊ, मी जिंकलो रे.'' सशाला जाग आली आणि धक्काच बसला. जे आपण करू शकत होतो ते कासवाने केले? या गोष्टीचे सार आहे, 'सातत्याने प्रयत्न करा. तुम्ही नक्की जिंकाल.' (Make a determined effort and win.) या गोष्टीचे आणखी एक सार आहे की 'प्रतिस्पर्ध्याला कमी लेखू नका.' (Do not underestimate your competitor.)

पण गोष्ट इथेच संपली नाही बरं का. कासव परत सशाच्या शेजारी येऊन बसले. सश्याला काही राहवले नाही. तो कासवाला म्हणाला, ''काय कासवभाऊ, परत एकदा शर्यत लावायची का?'' आता कासवाला कोणीही जिंकले, तरी चालणार असते. कासवाने हो म्हणून मान डोलावली. परत झाडापर्यंतच जायचे ठरले. आता ससा तयारीतच होता. शर्यत सुरू झाल्यावर इतक्या जोरात धावत सुटला की झाडाजवळ जाऊनच थांबला. कासव आपले परत फिरले. परत एकत्र आल्यावर ससा म्हणाला, ''काय कासवभाऊ, जिंकलो का नाही?'' कासव म्हणाले, ''जिंकलास रे जिंकलास.'' या गोष्टीचे सार आहे, ''स्वत:ची बलस्थाने, शक्तिस्थाने ओळखा आणि जिंका.'' "Know your strengths and win."

आता परत कासवाला जिंकायची खुमखुमी आली होती. त्याने सश्याला विचारले, ''काय ससेभाऊ, परत एकदा शर्यत लावायची का?'' ससा हो म्हणतो. कासवाने सांगितले की आता शर्यतीची हद्द मी ठरविणार. ससा म्हणाला, ''चालेल. मान्य आहे.'' कासवाने झाडाच्याही पलीकडले तळे दाखविले आणि सांगितले, ''आता आपण त्या तळ्याच्या पलीकडल्या काठापर्यंत जायचे आणि परत यायचे.'' ससा तर आधीच हो म्हणाला होता आणि आता माघार घेऊ शकत नव्हता. त्यानेही प्रयत्न करून बघायचे ठरविले. शर्यतीला सुरुवात झाली. ससा पाण्यापर्यंत गेला आणि पाण्यात घातलेला पाय त्याने मागे घेतला. पाण्यात उतरावे, पोहावे हे सशाला जमणे शक्यच नव्हते. कासव मात्र त्याच्या गतीने चालत पाण्यापर्यंत गेले, पाण्यात उतरले, पलीकडच्या तीरापर्यंत जाऊन परत आले. जिंकले की कासव. ससा मात्र हरला. नाराज होऊन बसला. जे कधीच शक्य नव्हते ते करायचे ठरवायचे तरी कशाला असे त्याला वाटले. या गोष्टीचे सार आहे, ''तुमच्या प्रतिस्पर्ध्याच्या त्रुटी, कमतरता ओळखा आणि जिंका.'' (Know the weaknesses of your competitor and win.) कासवाला माहीत होते की ससा काही पाण्यात पोहू शकणार नाही.

पण आता मात्र ससा इरेला पडला. तो म्हणाला, ''कासवभाऊ, लावायची का शर्यत परत एकदा? हद्द मात्र तीच बरं का. पण नवीन पद्धतीने शर्यत करू या.

पाण्यापर्यंत जाईपर्यंत तू माझ्या पाठीवर बैस आणि पाण्यात जाताना मी तुझ्या पाठीवर बसतो. आपण दोघेही तेच अंतर अगदी कमी वेळात पार करू.'' कासवालाही ही कल्पना आवडली. ससा म्हणाला त्याप्रमाणे त्यांनी केले आणि दोघेही अगदी कमी वेळात ते अंतर पार करून आले. या गोष्टीतून आपण काय शिकलो? या गोष्टीचे सार काय?

सशाने 'आपले स्वत:चे आणि कासवाचे बलस्थान कोणते' ते ओळखले. एकमेकांच्या मदतीने अवघड गोष्टही सोपी करता येईल आणि लांब पल्ल्याची शर्यत जिंकता येईल हे लक्षात घेतले. आणि दोघांनी मिळून अवघड उद्दिष्ट साध्य केले. दोघेही जिंकले. ससा आणि कासवाने सांघिक कौशल्याने अवघड उद्दिष्ट जिंकले. (Make a team and win.)

जगात कधीच आपल्या एकट्याला अवघडच काय; पण साधी-सोपी कामेसुद्धा करता येत नाहीत. प्रत्येक ठिकाणी सदैव इतर माणसांची जोड लागते. एकमेकांना पूरक आणि प्रेरक काम केले, एकमेकांचे गुण एकत्र केले म्हणजे एकमेकांच्या त्रुटींवर, कमतरतांवर मात करता येते. सांघिक यश हे प्रत्येकाचे यश असते.

संघभावना (Team Spirit) कशी विकसित करायची?

स्वत:मध्ये संघभावना असणे आणि संघभावना विकसित करण्याचे कौशल्य असणे ही अत्यंत सकारात्मक बाब आहे. संघभावना विकसित करण्याची पहिली पायरी किंवा टप्पा म्हणजे स्वत:पेक्षा इतरांना जास्त महत्त्व द्यायला शिकायचे. त्यासाठी खालील शब्द लक्षात ठेवायचे.

आपण, आपल्याला : We, Ours
तुम्ही, तुम्हाला : You, yours
मी, मला : Me, Mine

सर्वसामान्य लोकांची सुरुवात नेमकी याच्याविरुद्ध होते. सर्वसामान्य लोकांना त्यांचे 'मी, माझे' हे शब्द फार महत्त्वाचे असतात. अगदी रस्त्याच्या कडेला उभे राहून गप्पा मारणाऱ्या चार लोकांना ऐका. गप्पा अगदी रंगात आलेल्या असतात. मी असे म्हणले, तो असे म्हणला करत करत शेवटी गाडी एकाच वाक्यावर येऊन थांबते. 'बघ, मी म्हणत होतो तेच खरे ठरले की नाही.' पण हे मीपण, इतरांपेक्षा आपल्याला अधिक समजते, मी इतरांपेक्षा जास्त चलाख आहे, हुशार आहे, माझ्यापुढे इतर लोक म्हणजे किस झाडकी पत्ती अशी बढाईखोर वृत्ती खूप जणांमध्ये असते. त्यांच्यालेखी दुसऱ्या व्यक्तीला काहीही महत्त्व नसते. आपले झाले की झाले ही त्यांची वृत्ती असते.

परंतु, ज्याला यशस्वी व्हायचे आहे त्याला 'आपण, आपण सर्व जण' हे शब्द फार महत्त्वाचे असतात. इतर व्यक्तींना प्रत्येक कामात सहभागी करून घेण्याची, दुसऱ्यांना प्रत्येक वेळी महत्त्व देण्याची त्यांना सवय असते. 'अहो, मी एकटा काय करू शकणार होतो? तुम्ही सर्वजण होतात म्हणूनच ते काम झाले.' असे म्हणून झालेल्या चांगल्या कामाचे श्रेय ते इतरांना देतात. अशा व्यक्ती रत्नपारखी असतात. म्हणजे कोणत्या व्यक्तीजवळ कोणती गुणकौशल्ये आहेत ते त्यांना ओळखता येते. आपण एकटे काही करू शकत नाही ही मर्यादा त्यांना ठाऊक असते. त्यामुळे सर्वांना बरोबर घेऊन जाऊन, प्रत्येकाला संधी देऊन, त्यांच्या गुणकौशल्यांचा योग्य त्या ठिकाणी योग्य तो उपयोग करून घेऊन जास्तीजास्त यश कसे मिळवायचे, ते त्यांना माहीत असते.

यशस्वी होऊ इच्छिणाऱ्या व्यक्तीजवळ संघटना बांधण्याची, स्वतःप्रमाणेच इतरांमध्येही सांघिक कौशल्य विकसित करण्याची क्षमता असते. कोणत्याही कामाच्या यशस्वी पूर्ततेसाठी सांघिक प्रयत्न महत्त्वाचे असतात हे त्यांना पूर्ण माहीत असते. यामध्ये स्वतःची जबाबदारी झटकण्याची भावना नसते; पण सर्व जबाबदारी घेण्याची वृत्ती असते. त्यामुळे ते नेहमी 'आपण, आपले, आपल्याला' अशी सर्वसमावेशक भाषा वापरतात.

सांघिक प्रयत्नाचे सर्वांत महत्त्वाचे उदाहरण म्हणजे दहीहंडी फोडणाऱ्या गोविंदांचा संघ. मुंबईमध्ये तर दहा मजली, अकरा मजली उंचीवर दहीहंडी बांधलेली असते. जमिनीवरून आपण त्या दहीहंडीकडे नुसते बघितले, तरी ती हंडी फोडणे हे अशक्यप्राय काम वाटते. पण पटापट एकमेकांच्या खांद्यावर चढत, एकमेकांचे हात पकडत, एकमेकांना आधार देत, लक्ष फक्त दहीहंडीवर ठेवून शंभर-दीडशे गोविंदांचा हा संघ निमिषार्धात "मानवी मनोरा" उभा करतो आणि ध्येयसिद्धी करतो. गोविंदा आणि दहीहंडी बघायला परदेशातूनही प्रवासी येतात.

माणसांची शक्ती ही अशी अफाटच आहे. त्यांना जर योग्य उद्दिष्ट (Goal) समोर ठेवून, उद्दिष्ट साध्य करण्यासाठी सकारात्मक प्रेरणा (Achievement Motivation) दिली, तर ते चमत्कार करू शकतात.

सांघिक कौशल्य विकसित करण्यासाठी काय करायचे?

संघटना बांधणे आणि सांघिक कौशल्य विकसित करणे हेसुद्धा फार मोठे कौशल्य आहे. सांघिक कौशल्य विकसित करण्यासाठी काय करायचे ते आता आपण थोडक्यात बघू.

१. **उद्दिष्टनिश्चिती :** कोणताही संघ एखादे निश्चित उद्दिष्ट साध्य करण्यासाठी बांधायचा असतो. त्यामुळे करावयाच्या कामाचे प्रथम उद्दिष्ट निश्चित करावे. यासाठी उद्दिष्ट अगदी भव्यदिव्य असायला पाहिजे असे नाही. अगदी रोजच्या दिनचर्येपैकी एखादे लहान काम असले, तरी ते सुद्धा उद्दिष्ट असू शकते. घरी पाहुणे येणार आहेत, घरात एखादा कार्यक्रम आहे, अभ्यासाची उत्कृष्ट तयारी करून परीक्षेला बसायचे आहे, शाळा-कॉलेजमध्ये कार्यक्रम आहे, प्रवासाला जायचे आहे, एखादा समारंभ साजरा करावयाचा आहे, स्पर्धेसाठी आपला संघ उतरवायचा आहे, कंपनीचे व्यवसायाचे लक्ष्य पूर्ण करायचे आहे असे कोणतेही उद्दिष्ट असू शकते. पण उद्दिष्टनिश्चिती करायला हवी.

२. **उद्दिष्ट ठरविण्यात सर्वांचा सहभाग :** उद्दिष्ट कधीही एकट्याने ठरवायचे नसते. उद्दिष्टाची सफल अंमलबजावणी करण्यात ज्या सर्व व्यक्ती प्रत्यक्ष किंवा अप्रत्यक्षरीत्या सहभागी होणार आहेत, त्या सर्वांनी मिळून उद्दिष्ट ठरवायचे असते. तरच उद्दिष्टाच्या मालकीची आणि उद्दिष्टपूर्तीच्या बांधीलकीची (Sense of ownership and sense of belongingness of the goal) जबाबदारीची भावना सर्वांच्या मनात तयार होईल.

३. **उद्दिष्टाची माहिती :** उद्दिष्टपूर्तीसाठी ज्या व्यक्ती प्रत्यक्ष कामामध्ये सहभागी होणार आहेत त्यांना उद्दिष्टाची परत एकदा तपशीलवार माहिती करून द्यावी. त्यामुळे सर्वांना उद्दिष्टाबद्दल स्वच्छ कल्पना येईल. त्यामध्ये कोणतीही शंका राहणार नाही. उद्दिष्टाचे गुणात्मक दर्जाचे तसेच सांख्यिकीय निकष (Quality and Quantity Specifications) असतील, तर त्याचीही माहिती सर्व सहभागी घटकांना करून द्यावी.

४. **साधनसामग्रीचे नियोजन :** कोणतेही काम करावयाचे असले, तरी त्याच्यासाठी खर्चाचे अंदाजपत्रक करणे, खर्च मंजूर करून घेणे, कोणती विशिष्ट साधनसामग्री आवश्यक आहे ते ठरविणे, याचे नियोजन करावे लागते. प्रत्यक्ष कामाला सुरूवात करण्याआधी सर्व साधनसामग्री उपलब्ध आहे याची खात्री करून घ्यावी नाही तर त्यामुळे कामात अडथळा येतो आणि केलेले नियोजन फसते. साधनसामग्रीच्या नियोजनाबरोबरच त्याची मांडणी आणि वाटणीही (Resource Arrangement and Allocation) काळजीपूर्वक करावी.

५. **उद्दिष्टपूर्तीचे वेळापत्रक :** कोणतेही उद्दिष्ट ठरावीक वेळात म्हणजे ठरावीक काल मर्यादेत पूर्ण करायचे असते. म्हणून सर्वांना उद्दिष्टपूर्तीचे वेळापत्रक आखून द्यावे.

६. **उद्दिष्टपूर्तीचा मागोवा :** उद्दिष्टपूर्तीसाठीसुद्धा ठरावीक वेळ मध्ये जावा लागतो. टप्प्या-टप्प्याने उद्दिष्ट कसे साध्य होणार आहे, त्याचा आराखडा तयार करावा. प्रत्येक टप्प्यावर उद्दिष्टाच्या यशाचे मूल्यमापन कसे केले जाईल त्याची माहितीही सर्व सहभागी घटकांना करून द्यावी. केलेले काम ठरविलेल्या निकषांप्रमाणेच होते आहे, याचा सतत मागोवा (Feedback) घ्यावा. त्याबद्दल सतत आपल्या सहकाऱ्यांना माहिती द्यावी. म्हणजे त्यांनाही एकूण कामाची माहिती कळते. त्यांनाही विश्वासात घेतले आहे असे वाटते.

७. **नेतृत्व कोणाकडे याची स्पष्टता :** संपूर्ण कामाची अंतिम जबाबदारी आणि अडीअडचण आल्यास कोण मार्गदर्शन करणार ही नेतृत्वाची जबाबदारी कोणाकडे आहे त्याचीही सर्व सहभागी घटकांना माहिती असणे आवश्यक असते. त्यामुळे ऐन वेळी होणारा गोंधळ टळतो.

८. **कामे आणि भूमिका समजावून देणे :** कोणतेही सांघिक काम हे अनेक लहान-लहान कामांची साखळी असते. यातील प्रत्येक कामाची जबाबदारी कोणाची, त्यातील कोणते काम कधी पूर्ण झाले पाहिजे, कामासाठी वेळ किती, कामाचा क्रम (Sequence) कसा आहे या सर्व बाबीही समजावून सांगणे आवश्यक असते. त्यामुळे कामाची परिणामकारकता वाढते.

९. **प्रेरणा देणे :** कामाला सुरुवात करण्याआधी, काम सुरू असताना आणि काम संपल्यावरही सर्व सहभागी घटकांना प्रेरणा देणे, त्यांची मानसिकता सकारात्मक ठेवणे हे यश मिळविण्यासाठी आवश्यक असते. त्याचप्रमाणे चांगल्या कामासाठी आपल्या सहकाऱ्यांची प्रशंसा करणे, कौतुक करणे महत्त्वाचे असते. त्यामुळे काम करणाऱ्या व्यक्तीला हुरूप येतो. यासाठी एक महत्त्वाची गोष्ट पथ्य म्हणून पाळावी. ती म्हणजे प्रशंसा सर्वांसमोर करावी. परंतु चुका दाखवायच्या असतील, तर त्या मात्र ती व्यक्ती एकटी असताना सांगाव्यात.

१०. **उद्दिष्टपूर्ती :** कामाची यशस्वी पूर्तता होणे हे आपले अंतिम ध्येय असते. काम पूर्ण झाले, उद्दिष्टपूर्ती झाली म्हणजे सफलतेचा आनंद सर्वांनाच मिळतो.

११. **उद्दिष्टपूर्तीच्या माहितीचे संकलन :** केवळ ठरविलेले काम पूर्ण झाले म्हणजे जबाबदारी संपत नाही. सर्वसाधारणपणे आपल्याकडे उद्दिष्टपूर्तीच्या माहितीचे संकलन करण्याची तसेच त्या कामाची पुढील जबाबदारी कोणाची हे ठरविण्याची पद्धत आढळून येत नाही. उद्दिष्टपूर्तीच्या माहितीचे संकलन करणे (Documentation) म्हणजे उद्दिष्ट ठरविण्यापासून उद्दिष्टपूर्ततेपर्यंत

घडलेल्या सर्व प्रमुख घटनांचा तपशील लिहिणे, त्याचे फोटो, व्हिडिओ शूटिंग केले असल्यास ते कसे व कुठे ठेवायचे, सांभाळायचे त्याची जबाबदारी निश्चित करून ते करून घेणे, संबंधित व्यक्तींना आवश्यकतेप्रमाणे ही माहिती, फोटोंच्या प्रती पाठविणे अशा कामांचा समावेश होतो. तसेच काही कामांत त्या कामाची पुढील जबाबदारी कोणावर आहे, तेही ठरवावे लागते.

१२. **हिशेब :** कामाची पूर्तता झाल्यावर जसे सर्व माहितीचे संकलन करावयाचे असते त्याचप्रमाणे त्या कामाचा तपशीलवार हिशेब लिहिणे आणि योग्य त्या व्यक्तीला सादर करणे, देणे ही जबाबदारी असते. हिशेबाच्या बाबतीत चोख राहावे. त्यामुळे आपली विश्वासार्हता वाढते.

स्वतःबद्दल आणि कामाबद्दल आदर
(Self Respect and Respect for Work)

आपण सर्व जण जे काम करत असतो त्या कामाचा कोणी ना कोणी ग्राहक असतो. काही वेळा तो ग्राहक आपल्याला प्रत्यक्ष दिसतो. म्हणजे आपण त्या ग्राहकाच्या प्रत्यक्ष संपर्कात येतो आणि त्याला वस्तू किंवा सेवा पुरविण्याचे काम करतो. काही वेळा या वस्तू आणि सेवा अप्रत्यक्षरीत्या पुरविल्या जातात. पण ग्राहकाचे समाधान हे आपले ध्येय असले पाहिजे. जेव्हा आपण आपले काम मनापासून करतो, आपल्या कामाचा दर्जा उत्कृष्ट ठेवतो, तेव्हा आपले काम, आपली सेवा ग्राहकापर्यंत जाऊन पोहोचते. आपण केलेल्या चांगल्या कामामुळे आपण ग्राहकांच्या कायम स्मरणांत राहतो. आपल्या पाठीमागे सुद्धा ग्राहक आपल्याबद्दल चांगलेच बोलतात.

तुमच्याबद्दल लोकांनी कसे बोलावे असे तुम्हाला वाटते? या प्रश्नाचे उत्तर सकारात्मकच येणार. प्रत्येकालाच लोकांनी आपल्याबद्दल चांगले बोलावे, आपली प्रशंसा करावी असे वाटते. प्रत्येकालाच इतरांनी आपल्याला आदर द्यावा असे वाटते. मग त्यासाठीचा सोपा उपाय म्हणजे आपण आपले काम आदरपूर्वक करायचे. यासाठी आपण काही उदाहरणे बघू म्हणजे या उदाहरणांमधूनच स्वतःबद्दलची आदराची भावना आणि कामाबद्दलची आदराची भावना म्हणजे काय, ते आपल्याला समजेल.

मुंबई-पुणे डेक्कन क्वीनची पासधारकांची वातानुकूलित बोगी म्हणजे एसी कंपार्टमेंट. गाडी स्टेशनातून सुटता-सुटता त्या बोगीसाठी नेमलेला वेटर, इसाक बोगीत यायचा. सर्वांकडे बघून हसायचा. जणू सगळ्यांचे स्वागत करायचा. एकदा

सर्व प्रवाशांकडे बघत बोगीमध्ये एक फेरी मारायचा आणि मग त्याची सर्व्हिस सुरू व्हायची. कोणाला चहा हवा, कोणाला कॉफी, कोणाला साखर घातलेली चहा-कॉफी पाहिजे तर कोणाला बिन साखरेची चहा-कॉफी लागते आणि कधी लागते हे त्याला पक्के लक्षात असायचे. तसेच कोणाला कधी काय खायला लागते, तेही माहीत. तेच आणि तसेच रोज त्या प्रवाशांना हसतमुखाने देणे एवढेच काम नसायचे. ते देताना अदब असायची. आापलेपणा असायचा. बोगीत पासधारकांव्यतिरिक्त कोणीही दुसरा प्रवासी येणार नाही. कोणालाही आपल्या सामानाची काळजी नाही. बहुतेक प्रवासी झोपले की हा कसलाही आवाज होऊन देणार नाही. परत अभिमानाने सांगायचा, "इसाकची बोगी आहे. एक पॅसेंजरची तक्रार येणार नाही." हे 'इसाकची बोगी आहे' हे वाक्य इसाकच्या मनातली त्या बोगीबद्दलची, त्या प्रवाशांबद्दलची आपुलकी, आपलेपणा, बांधिलकी (Sense of Belongingness) दर्शविते. स्वत: नेहमी स्वच्छ, नीटनेटका, जणू त्या बोगीचा मालकच आहे. यात स्वत:बद्दलचा आदर तर आहेच की हे माझे काम आहे आणि ते उत्कृष्टच झाले पाहिजे. म्हणूनच तो आमच्या सर्व प्रवाशांच्या आठवणीत राहिला. आम्हालाही त्याच्याबद्दल आदर वाटायचा. म्हणूनच या चार ओळी त्याचेच उदाहरण देऊन लिहाव्याशा वाटल्या.

असाच दुसरा आमचा मोडक. त्या वेळी मी मुंबईच्या विलेपार्ले पूर्व येथील डहाणूकर कॉलेजमध्ये प्राध्यापक होते. मोडक आमचा स्टाफ-रूमचा शिपाई होता. आमचे सिनियर कॉलेज सकाळी पावणेसातला सुरू व्हायचे. पहिल्या लेक्चरला गेलो तरी स्टाफ-रूम उघडलेली असायची. खिडक्या उघडलेल्या असायच्या. टेबले-खुर्च्या पुसलेल्या, पाण्याचे ग्लास स्वच्छ आणि भरून ठेवलेले, खडू-डस्टर्स काढून ठेवलेली, रोलकॉल हातात घेऊन मोडक उभा असायचा. बेल झाली की आठवणीने प्रत्येकाला रोलकॉल हातात द्यायचा. लेक्चर घेऊन आले की प्रत्येकाच्या जवळ जाऊन आदबीने चहा-कॉफी घेणार का म्हणून विचारायचा. कँटीनमधून आवश्यकतेप्रमाणे खाणे मागवायचा. काहीही लागले की आम्ही हक्काने "मोडक" म्हणून हाक मारायचो. मोडक ते काम हमखास करायचा.

एके दिवशी पहिल्या लेक्चरसाठी आम्ही गेलो तर स्टाफ-रूम बंद. कोणीतरी जाऊन किल्ली आणली आणि दार उघडले. लेक्चर घेऊन आलो तरीही स्टाफ-रूमच्या दारे-खिडक्या उघडलेल्या नाहीत, पाणी नाही, चहा नाही. आमची चर्चा सुरू झाली, "अरे, मोडक कुठे गेला?" तेवढ्यात एक शिपाई तेथे स्टुलावर येऊन बसला. त्याला विचारले, "अरे, मोडक कुठे गेला? आला नाही का?" त्याने शांतपणे सांगितले, "त्याची बदली लायब्ररीत झाली." 'मोडकची बदली झाली? मोडकची बदली होऊ शकते?' त्याला आम्ही 'पाणी दे, चहा केलास का, रोलकॉल कोठे आहेत' असे प्रश्न विचारले. पण प्रत्येक गोष्टीला त्याचे उत्तर, 'मला माहीत

नाही किंवा ते माझे काम नाही' असेच होते. जर हे शिपायाचे काम नाही तर मग ते मोडकचे तरी काम होते का? शेवटी आम्ही सर्व प्राध्यापक प्रिन्सिपॉलांकडे गेलो. त्यांच्याकडे मोडकबद्दल विचारणा केली. ते म्हणाले, "शिपाई दिला आहे ना स्टाफ-रूमला?" आम्ही त्यांना सांगितले, "सर, आम्हाला शिपाई नको. मोडक पाहिजे." मोडक आणि शिपाई यामध्ये फरक होता. मोडकचे पद शिपाई म्हणून असेल; पण आमचा तो आधार होता. आमचा तो विश्वास होता, ज्याच्यावर आम्ही अवलंबून राहू शकत होतो. आईची जशी बदली होऊ शकत नाही तशी मोडकची सुद्धा 'बदली' हे आमच्या मानसिकतेमध्ये बसणारे नव्हते.

ही बांधीलकी (Sense of Belongingness) आपल्या समाजरचनेचा पाया आहे. 'मी माझी भूमिका उत्कृष्टच बजावणार' हा आपल्या कामाबद्दलचा आदरच आपल्याला इतरांपेक्षा थोडे वेगळे आणि थोडे सरस (Little different and little better than others.) ठरवितो.

या उदाहरणांवरून आपल्याला काय दिसून येते? काम करत असताना आपली मानसिकता कशी आहे? आपल्या कामाकडे आपण कसे बघतो? परमेश्वराने दिलेली एक सुवर्णसंधी म्हणून कामाचा विचार करतो का? आपल्याला एखादे काम दिलेले असते किंवा सोपविलेले असते. हे माझे काम आहे ही त्या कामाची मालकी (Sense of Belongingness) आपण स्वीकारलेली असते. समाजातील प्रत्येकानेच जर अशी मालकी स्वीकारली तर आपल्या सर्वांनाच समाधान प्राप्त होईल.

सामाजिक व्यक्तिमत्त्वाचा विकास कसा करायचा?

सामाजिक व्यक्तिमत्त्वाचा विकास म्हणजे आपली समाजाभिमुखता वाढविणे. विविध क्षेत्रांतील व्यक्तींना आणि संस्थांना आपण किती ओळखतो, आपल्याला इतर व्यक्ती किती ओळखतात, कशा रीतीने ओळखतात, एकमेकांशी आपले नाते कसे आहे, त्या नात्याचा दर्जा कसा आहे, विश्वासार्हता किती आहे, आपण निरपेक्ष रीतीने एकमेकांना आधार देऊ शकतो का, इतरांच्या प्रगतीचा विचार आपल्या मनात येतो का, आपल्या संपर्कात येणाऱ्या माणसांचा हा 'आधारवड' किती विशाल आहे या आणि अशा गोष्टींवरूनच आपले सामाजिक व्यक्तिमत्त्व विकसित होते.

१. आपल्या संपर्कात येणाऱ्या व्यक्तींची नावे लक्षात ठेवावीत

काही वर्षांपूर्वी मी 'एअर इंडिया'च्या ग्राउंड सर्व्हिसेस विभागाच्या कर्मचाऱ्यांसाठी प्रशिक्षण कार्यक्रम करत होते. त्या वेळी त्यांच्याबरोबर खूप मनमोकळी चर्चा होत असे. अशाच एका चर्चेच्या वेळी निवृत्तीच्या जवळपास आलेला एक कर्मचारी

सांगत होता, "मॅडम, जेव्हा 'जे.आर.डी. (जे. आर. डी. टाटा) होते ना तेव्हा एअर इंडियाचा सुवर्णकाळ होता. शॉप फ्लोअरवर यायचे तर कर्मचाऱ्याचे नाव घेऊन त्याची विचारपूस करायचे. आता फक्त आमचा नंबर कसातरी लक्षात ठेवतात आमचे साहेब लोक." जे.आर.डी आपल्याला नावाने ओळखतात ही त्या कर्मचाऱ्यांसाठी अभिमानाची, अपूर्वाईची गोष्ट होती, हे आपण लक्षात ठेवले पाहिजे.

प्रत्येक व्यक्तीला आपले नाव महत्त्वाचे असते. इतरांनी आपले नाव लक्षात ठेवावे, आपल्याला 'नावाने हाक मारावी' असे सर्वांनाच वाटते. त्यामध्ये आपलेपणा आहे. नातेसंबंधाची सुरुवात आहे.

काही वेळेला एखादी व्यक्ती आपल्याला अचानक भेटते आणि विचारते, "काय, ओळखले का मला?" आपण म्हणतो, "चेहरा ओळखीचा वाटतोय; पण नाव आठवत नाही." मग ती समोरची व्यक्ती नाराज होते. अत्यंत यशस्वी व्यक्ती आपल्या संपर्कात येणाऱ्या व्यक्तींची नावे, ती व्यक्ती कोणत्या कारणाने किंवा कोणत्या प्रसंगात भेटली असे तपशील कायम लक्षात ठेवतात. आता तुम्हीही तुमच्या संपर्कात आलेल्या किती जणांची नावे तुम्हाला माहीत आहेत, तुमच्या लक्षात आहेत, किती जणांना आपण नावाने लक्षात ठेवले आहे ते आठवा. त्याची यादी तुम्ही तयार करा. अगदी घरात काम करणाऱ्या मोलकरणीचे नाव, तिच्या घरात कोण-कोण आहे, तिच्या मुलांची नावे, असे कायम तुमच्या संपर्कात येणाऱ्या व्यक्तींची नावे माहीत करून घ्या. लक्षात ठेवा. त्यांना नावाने बोलवा. त्यांच्या वयोमानाप्रमाणे नावासमोर ताई, दादा, काका, मावशी असे नाते जोडा.

या नावे लक्षात ठेवण्यावरून एक गोष्ट आठवली. मी मध्यंतरी एका निवासी शाळेमध्ये (रेसिडेन्शिअल स्कूल) गेले होते. त्या शाळेच्या व्यवस्थापनाचे काही प्रश्न होते म्हणून सर्वसाधारणपणे शाळेच्या कामकाजाची पाहणी करत होते. तिथल्या हॉस्टेलमध्ये विद्यार्थ्यांसाठी अत्यंत आधुनिक सुखसोयी होत्या. मला ते चित्र खूपच आवडले. मी तिथल्या रेक्टरबरोबर बोलत होते. तेवढ्यात बाहेरून विद्यार्थ्यांचा एक घोळका आत आला. त्यातील एका मुलाकडे बघून त्या रेक्टर मॅडम म्हणाल्या, अरे, दोनशे तेरा, इकडे ये." दोनशे तेरा, हे काय नाव आहे? अशी कशी हाक मारली या मुलाला? मला ते खूपच खटकले. मी थोडे नाराजीच्या स्वरात याबद्दल त्या रेक्टर मॅडमना विचारले, "सुगंधा, नावाने का नाही बोलावले त्याला? कैदी नंबरसारखे या मुलांनाही तुम्ही नंबरनेच बोलावता का? नाव म्हणजे आपली ओळख असते. आपली आयडेंन्टिटी असते. हे नंबरने बोलावणे म्हणजे एकदम आपला चेहरा हरवण्यासारखेच वाटले मला." त्यावर रेक्टरमॅडमनी कधीही न पटणारे उत्तर दिले. त्या म्हणाल्या, "अहो, दर वर्षी मुले येणार आणि जाणार. सगळ्यांची नावे कशी लक्षात राहणार? त्यापेक्षा त्यांच्या कॉट नंबरने त्यांना लक्षात ठेवणे बरे

पडते.'' खरं म्हटलं तर इतक्या लहान वयात घरच्या प्रेमळ, सुरक्षित वातावरणातून इतके लांब राहणेही मुलांच्या कोवळ्या मानसिकतेला न झेपणारे. त्यातच त्यांची ओळख, त्यांचे व्यक्तिमत्त्व एका नंबरमध्ये आपण बंदिस्त करून टाकतो, ही कसली सामाजिक जाणीव?

पण याविरुद्ध मुंबईच्या वांद्रे (पूर्व) येथील न्यू इंग्लिश स्कूलच्या माजी मुख्याध्यापिका खुलगे मॅडम यांचे उदाहरण फारच महत्त्वाचे आहे. शाळेच्या वार्षिक स्नेहसंमेलनात त्या अहवाल वाचत होत्या. शाळा, शाळेची विद्यार्थी संख्या, प्रत्येक विषयांत, प्रत्येक इयत्तेत पहिल्या तीन क्रमांकांनी उत्तीर्ण होणाऱ्या विद्यार्थ्यांची नावे, विद्यार्थी-शिक्षकांची विशेष प्रगती अशा अनेक गोष्टींचा समावेश त्या अहवालात होता. असा अहवाल टाइप केलेला असतो आणि तो वाचून दाखविला जातो. परंतु, खुलगे मॅडमच्या हातात कसलाही कागद नव्हता. त्यांनी त्या अहवालाचे पाठांतर केलेले आहे असेही जाणवत नव्हते. त्या ती सगळी माहिती देत होत्या. त्या सर्वांशी बोलत होत्या. इतका सगळा तपशील यांच्या लक्षात तरी कसा राहिला असेल म्हणून कार्यक्रम संपल्यावर मी त्यांना विचारले तर त्या म्हणाल्या, "अहो, गेली कित्येक वर्षे मी या शाळेची मुख्याध्यापिका आहे. ही शाळा माझी आहे. पूर्वी एखाद्या बाईला सात-आठ मुले असत. त्यांना काय आपली मुले कधी जन्मली, त्यांच्या जन्मतारखा कोणत्या, त्यांनी कशी प्रगती केली, या आणि अशा गोष्टी लिहून ठेवाव्या लागायच्या का? त्यांना ते माहीतच असायचे. तसच मलाही हे सर्व माहीतच आहे.'' आपली शाळा, शिक्षक आणि विद्यार्थ्यांवर असलेले त्यांचे प्रेम, कामावरील श्रद्धा बघून मी त्यांना नमस्कार केला.

२. आपल्या संपर्कात येणाऱ्या व्यक्तींची गुणवैशिष्ट्ये लक्षात ठेवावीत

समाज हा एक फार मोठा गुणसमुच्चय आहे. प्रत्येक व्यक्तीजवळ काही ना काही गुणवैशिष्ट्ये, क्षमता असतात. आपल्या संपर्कात येणाऱ्या प्रत्येक व्यक्तीच्या गुणवैशिष्ट्यांची, क्षमतांची माहिती आपण करून घेतली पाहिजे. निरनिराळ्या क्षेत्रांत काम करणाऱ्या व्यक्ती आपल्याला माहीत हव्यात. त्यांच्या मनात आपल्याबद्दल विश्वास, आपुलकी निर्माण व्हायला हवी. तसेच त्यांची विश्वासार्हता आपण समजावून घ्यायला हवी. याचे उत्कृष्ट आणि आदर्श उदाहरण म्हणजे राजा शिवछत्रपती. शिवाजी राजांचे चरित्र, रणजित देसाईंनी लिहिलेली 'स्वामी' ही कादंबरी तुम्ही वाचलीच पाहिजे आणि स्वतःच्या संग्रहात कायम ठेवली पाहिजे. गुणसमुच्चयामुळे समविचारी व्यक्ती एकत्र येतात. यशस्वी व्हायचे असेल तर हे संघटनकौशल्य आपल्याला विकसित करावे लागते.

उदाहरणार्थ, एक काठी असेल आणि कोणत्याही आधाराविना ती उभी करायची

असेल, तर ती उभी रहाणार नाही. दोन काठ्याही उभ्या राहणार नाहीत; पण तीन काठ्यांचे तिकाटणे तयार केले तर मात्र त्या काठ्यांना एकत्रितपणाचे बळ प्राप्त होईल आणि कोणत्याही आधाराविना ते तिकाटणे बळकटपणे उभे राहिल. तसेच, कोणत्याही सुख-दु:खाच्या वेळी आणि प्रसंगात आपल्या अंगी असलेले बळ, गुण, क्षमता अपुऱ्या पडतात. पण बरोबर चार माणसे असली की कोणताही प्रसंग आपण पार पाडू शकतो.

३. प्रत्येक नाते 'श्रीमंत कसे होईल' याचा विचार करावा

पैशांच्या श्रीमंतीपेक्षा मनाची श्रीमंती महत्त्वाची आहे. वय, शिक्षण, गरीब-श्रीमंत याचा कशाचाही विचार न करता माणुसकीच्या नात्याने आपण एकत्र येत असतो. माणसाला माणूस म्हणून आपण जपत असतो. एखाद्या व्यक्तीजवळ पैशांची श्रीमंती नसते. पण त्याने माणसे जोडून ठेवलेली असतात. 'माणूस' म्हणून माणसांना किंमत दिलेली असते. या नात्यांच्या श्रीमंतीनेच तो मोठा होतो. आपण आपले स्वत:चेच माणसे जोडण्याचे तंत्र विकसित करावे.

माणसे जोडण्याचा सर्वांत सोपा मार्ग म्हणजे माणसे तोडायची नाहीत. जुनी नाती तोडायची नाहीत, त्याचप्रमाणे नवीन नाती जोडत जायचे.

आपण भावनिक व्यक्तिमत्त्वाच्या जडण-घडणीमध्ये यासाठी उपयुक्त ठरतील अशी तंत्रे आणि क्षमतांचा विचार केलेला आहे. त्यामध्ये महत्त्वाचे म्हणजे शब्दांतून, देहबोलीतून, कृतीतून दिले जाणारे पूर्वनियोजित आणि अनपेक्षित सकारात्मक स्ट्रोक्स, मनोव्यापार आणि आंतरक्रिया विश्लेषण, संघटनकौशल्य अशा तंत्रांचा आणि क्षमतांचा प्रामुख्याने समावेश होतो. यामुळे आपण माणसाचे मन जाणून घ्यायला शिकतो.

४. सामाजिक बांधीलकीची जाणीव जोपासा

'समाज माझा आहे आणि मी समाजाचा आहे' ही समाजाविषयीची बांधीलकी जोपासणे, जतन करणे महत्त्वाचे आहे. बांधीलकी या शब्दातच बांधणे, एकत्रित येणे, ऐक्य हा अर्थ समाविष्ट आहे. समाजाचा आपल्या जडण-घडणीमध्ये, संगोपनामध्ये फार मोलाचा वाटा असतो. मग आपण समाजासाठी काय करतो हे महत्त्वाचे आहे.

आपल्याला कोणत्या पद्धतीच्या समाजात राहायला आवडेल ते आपणच ठरवायचे आहे. सहजपणे जाता-जाता एकमेकांना फसविणारा, भ्रष्ट, मारामाऱ्या करणारा, कोणत्याही कारणाने हिंसक वागणारा, एकमेकांची कोणतीही काळजी नसणारा, निंदा-नालस्ती करणारा, बेशिस्त, पदोपदी नियम तोडणारा समाज आपला आहे, आपण त्याची निर्मिती करण्यात सहभागी आहोत हे आवडेल तुम्हाला?

आनंदी, आरोग्यसंपन्न, चैतन्यमय, शिस्तीत काम करणारा, नियमांचे काटेकोर पालन करणारा, एकमेकांशी सलोख्याने वागणारा, प्रगतीशील, संपन्न, समृद्ध समाज आवडेल? कोणते चित्र अधिक आकर्षक, हवेहवेसे वाटते? मला खात्री आहे हे दुसरे सकारात्मक चित्रच तुम्हाला अधिक आवडले असेल.

यासाठी तुम्हाला किती म्हणून उदाहरणे देऊ? युरोपमध्ये फिरताना अनेक ठिकाणी शेतात पांढऱ्या प्लॅस्टिकमध्ये गोल काहीतरी बांधलेले गठ्ठेच्या गठ्ठे जागोजागी दिसत होते. शेवटी 'हे काय आहे?' असे मी आमच्या गाइडला विचारले. "आत्ता आमचा सुगीचा मौसम आहे. सगळीकडे हिरवेगार गवत आहे. हे जास्तीचे गवत कोणतीही रासायनिक प्रक्रिया न करता एका विशिष्ट पद्धतीने पॅकिंग करून आम्ही साठवून ठेवतो. बर्फ पडायला लागला की जनावरांना हिरवे गवत मिळत नाही तेव्हा त्यांना हे गवत आम्ही देतो." मला हे उत्तर ऐकून प्रचंड धक्का बसला. त्याच वेळी दुष्काळग्रस्त झालेली, हाडांचे सापळे झालेली, चारा छावण्यांमध्ये राहणारी, आपली महाराष्ट्रातली जनावरे माझ्या डोळ्यांसमोर आली. आपल्या सामाजिक जाणिवेची खंत वाटली. मनातल्या मनात मी आपल्या जनावरांची माफी मागितली.

युरोप तसेच सिंगापूरसारख्या देशांमध्ये कोणत्याही सार्वजनिक ठिकाणी कोठेही घाण नाही, थुंकलेले आढळले नाही, तंबाखूच्या पिचकाऱ्या नाहीत, कचऱ्याचे ढीग नाहीत. मग आपल्या भारतीय समाजातच असे का? आपण आपली सार्वजनिक प्रतिमा इतकी घाण का करतो? मंदिरे, लेणी, पुरातन वास्तूंवर जिथे-तिथे आपली नावे लिहायची, आपल्या प्रेमाची जाहिरात करायची ही कसली निकृष्ट मानसिकता? सिंगापूरमध्ये टॅक्सीने जात असताना टॅक्सी ड्रायव्हरने मध्येच टॅक्सी थांबवली. तो खाली उतरला. रस्त्यात वाकून काहीतरी उचलले. परत येऊन टॅक्सीत बसला. "काय होते?" असे मी त्याला इंग्रजीत विचारले. त्याने एक खिळा मला दाखवला आणि सांगितले, "रस्त्यात हा खिळा कोठून आला कोण जाणे. पण मला तो दिसला. तो उचलायलाच हवा होता. ते माझे कर्तव्य होते. दुसऱ्या एखाद्या गाडीला खिळा लागला असता तर गाडी पंक्चर झाली असती." हे सामाजिक भान यांना कोणी शिकविले?

त्यामुळेच आपले सामाजिक व्यक्तिमत्त्व घडवत असताना आपल्याला आपला समाज कसा असावा, कसा दिसावा असे वाटते ते महत्त्वाचे आहे.

आपल्या आजूबाजूला बघा. आपण कसे वागायचे ते आपले आपण ठरवू. आपल्या सामाजिक सवयी (Social Habits) आपल्या आपण तयार करू. सकारात्मकरीत्या आपण आपल्या समाजाचे चित्र तयार करू.

अशी एक गोष्ट सांगतात की, एकदा एक माणूस परमेश्वराला भेटला आणि म्हणाला, "देवा, मला खूप काम करण्याची इच्छा आहे. मला अशी ताकद दे की

हे सारे जग मी सुधारू शकेन. सुंदर करू शकेन.'' देव त्याच्याकडे बघून हसला. तथास्तु म्हणून देवाने त्याला आशीर्वाद दिला. काही दिवसांनी तो माणूस देवाला भेटला आणि म्हणाला, ''देवा, सगळं जग सुधारणं फार अवघड आहे. मी माझा देश सुधारतो.'' देव तथास्तु म्हणाला. काही दिवस गेल्यावर तो माणूस परत देवाकडे आला आणि म्हणाला, ''देश सुधारणे सुद्धा फार अवघड आहे. मी फक्त माझा गाव सुधारतो.'' त्यालाही देव 'तथास्तु' म्हणाला. काही दिवसांनी तो माणूस परत देवाकडे आला आणि थोड्या निराशेनेच म्हणाला, ''देवा, गाव सुधारणे सुद्धा माझ्या आवाक्याबाहेरचे आहे. मी आता फक्त माझाच विचार करतो. मी माझ्यातच सुधारणा करतो.'' परत देव त्याच्याकडे बघून हसला आणि म्हणाला,''मला हेच अपेक्षित होते. तू प्रथम तुझ्यापासूनच सुरुवात कर. एक माणूस सुधारला की तो दहा माणसांना प्रेरणा देतो.''

या गोष्टीवरून बोध घेऊन आपल्या सामाजिक सवयी बदलण्यास आपण आपल्यापासूनच सुरुवात केली पाहिजे. सर्वसाधारणपणे इतरांनी काय करावे, दुसऱ्यांनी काय करावे यावरच चर्चा होते. परंतु 'आधी केले मग सांगितले' या तत्त्वाप्रमाणे प्रथम आपण काय करायचे ते ठरविले पाहिजे.

१. सर्वांबरोबर आपुलकीने वागावे.
२. आपल्या घरी कोणी मोठ्या वयाच्या व्यक्ती आल्यास किंवा आपण दुसऱ्याकडे गेलो असताना मोठ्या वयाच्या व्यक्ती भेटल्यास त्यांना नमस्कार करणे, त्यांची अगत्याने विचारपूस करणे,
३. इतरांच्याबद्दल आपल्या मनात आत्मीयता, आस्था (Concern), आपुलकीची जाणीव विकसित करावी. ही आस्था आपल्या वागण्यातून, बोलण्यातून दिसावी.
४. इतरांना आदर द्यावा.
५. सार्वजनिक ठिकाणी नेमून दिलेली शिस्त पाळावी. उदाहरणार्थ, रांगेची शिस्त, शांतता राखण्याची शिस्त, हॉर्न न वाजविण्याची शिस्त, आवाज न करण्याची शिस्त, बागेतली पाने, फुले न तोडण्याची शिस्त, इत्यादी.
६. सार्वजनिक ठिकाणी घाण करू नये. कचरा टाकणे, थुंकणे, शिंकरून शेंबूड भिंतीला पुसणे, मल-मूत्रविसर्जन करणे या गोष्टी निषिद्ध आहेत. सार्वजनिक स्वच्छता आपल्या आरोग्यासाठीही अत्यंत महत्त्वाची आहे.
७. सार्वजनिक ठिकाणी सार्वजनिक वापरासाठी असलेल्या प्रत्येक गोष्टीची काळजी घ्यावी. त्यामध्ये रस्ते, बागा, खेळाचे साहित्य, देवळे व धार्मिक ठिकाणे, मनोरंजनाची ठिकाणे, सार्वजनिक वाहतूक व्यवस्था अशा कितीतरी गोष्टींचा समावेश होतो. या आणि अशा ठिकाणी सभ्यतेने कसे वागायचे,

त्याचे निकष आपणच ठरविले पाहिजेत.

८. सार्वजनिक वस्तूंचा वापर काळजीपूर्वक करावा.

९. सार्वजनिक ठिकाणी मोठ्याने बोलणे, हॉर्न वाजविणे, लाऊडस्पीकर लावून गाणी-बजावणी करणे, अश्लील वर्तन करणे, इतरांना त्रास होइल असे कोणतेही वर्तन करणे निषिद्ध आहे. या आणि अशा ठिकाणी सभ्यतेने कसे वागायचे, त्याचे निकष आपणच ठरविले पाहिजेत.

१०. राष्ट्र, राष्ट्रगीत, राष्ट्रध्वज, राष्ट्रीय महत्त्वाच्या व्यक्तींचे तसेच सामाजिक महत्त्वाच्या व्यक्तींचे पुतळे, फोटो याचा सन्मान ठेवावा.

या आणि अशा कितीतरी गोष्टींवरून आपल्या सामाजिक व्यक्तिमत्त्वाची उंची आणि श्रीमंती ठरते. त्यामुळे आपले सामाजिक व्यक्तिमत्त्व उत्कृष्ट कसे होईल, यासाठी आपणच सदा-सर्वदा प्रयत्नशील राहिले पाहिजे.

सामाजिक व्यक्तिमत्त्व

प्रश्नावली

१. नवीन व्यक्तींशी ओळख करून घ्यायला तुम्हाला आवडते का?

२. नवीन व्यक्तींशी बोलताना तुम्हाला संकोच वाटतो का?

३. तुम्हाला तुमच्या घराण्याची वंशवेल तयार करता येईल का? त्यासाठी तुम्हाला तुमचे आजी-आजोबा, पणजी-पणजोबा अशा पूर्वीच्या किती पिढ्यांची माहिती आहे? त्या सर्वांची पूर्ण नावे तुम्हाला माहीत आहेत का? त्यांचे फोटो तुम्ही जमवू शकता का?

४. कोणत्याही प्रसंगात आपल्याला आधार देतील, आपल्याला मदत करतील अशा किती माणसांची नावे तुम्ही लिहू शकाल?

५. कोणत्याही प्रसंगात तुम्ही आधार द्याल, मदत कराल असे किती आणि कोणत्या माणसांना वाटत असावे असे तुम्हाला वाटते?

६. तुम्हाला 'वंदे मातरम्' आणि 'जन गण मन' म्हणता येते का?

७. तुम्हाला कोणत्या खेळांमध्ये भाग घ्यायला आवडते?

८. सांघिक खेळ तुम्हाला मनापासून आवडतात का?

९. इतर व्यक्तींनी आपले अनुकरण करावे असे तुम्हाला वाटते का? त्यासाठी तुम्ही कोणते विशेष प्रयत्न करता?

१०. तुमचे आदर्श कोण असे विचारल्यावर चटकन तुम्हाला काही नावे सांगता

येतील का? ते आदर्श का वाटतात हे तुम्हाला सांगता येईल का?
११. तुम्हाला तुमच्या शाळेतील/कॉलेजातील सर्व शिक्षकांची नावे आठवतात का?
१२. तुम्हाला किती मित्र-मैत्रिणी आहेत? प्रत्येकाबरोबर तुमची मैत्री दीर्घकाळ टिकते का?
१३. मैत्रीत कोणत्या गोष्टीला तुम्ही अधिक महत्त्व देता?
१४. सार्वजनिक ठिकाणी शिस्त पाळावी असे तुम्हाला वाटते का? त्यावर तुमचा विश्वास आहे का?
१५. दुसरी व्यक्ती सार्वजनिक शिस्त पाळत नसेल तर तुम्ही काय करता?
१६. गणेशोत्सव, नवरात्रोत्सव, दिवाळीत किल्ले बांधणे, घरातील समारंभ अशा वेळी स्वत: पुढाकार घेऊन कामे करायला, जबाबदारी घ्यायला तुम्हाला आवडते का?
१७. घरातील कामे तुम्ही करता का?
१८. घरातील इतर व्यक्ती तुम्हाला मदत करतात त्याबद्दल तुम्हाला कृतज्ञता वाटते का?
१९. तुमच्या प्रिय व्यक्तींचे वाढदिवस तुमच्या लक्षात राहतात का? तुम्ही त्यांना फोन करणे, प्रत्यक्ष भेटणे, भेटवस्तू देणे असे काही करता का?
२०. तुम्ही कोणत्या सार्वजनिक संस्थांचे सभासद आहात का? या संस्थांच्या कामकाजात तुम्ही लक्ष घालता का? अशा सार्वजनिक कामांची तुम्हाला आवड आहे का?
२१. तुम्ही समाजाचे ऋण मानता का? हे ऋण थोडे तरी फेडण्यासाठी तुम्ही काय करू शकता?

सामाजिक व्यक्तिमत्त्वाची वैशिष्ट्ये

माझी ओळख अशी हवी

१. बोलका.
२. समंजस.
३. निगर्वी.
४. निर्व्यसनी.
५. सहकार्य करण्यास तत्पर.
६. निरपेक्ष काम करणारा.

७. विश्वासार्ह.
८. प्रामाणिक.
९. संवेदनक्षम.
१०. कार्यक्षम.
११. कार्यतत्पर.
१२. सगळ्यांना बरोबर घेऊन जाणारा.
१३. मोकळ्या मनाचा.
१४. नेता.
१५. बोले तैसा चाले.
१६. मनमोकळा.
१७. सामाजिक बांधीलकीची प्रचंड जाणीव असणारा.

माझी ओळख अशी नको

१. भावनिक.
२. माणूसघाणा.
३. अरेरावी करणारा.
४. तुसड्या.
५. कुढत बसणारा.
६. फसव्या,
७. स्वार्थी.
८. गर्विष्ठ.
९. ढोंगी.
१०. अविश्वासार्ह.
११. व्यसनी.
१२. काम टाळणारा, कामचुकार.
१३. सगळ्यांना टोप्या घालणारा.
१४. बोलका शंख.
१५. आगलाव्या.
१६. संकुचित विचारांचा.
१७. बोलेल एक आणि करेल दुसरेच.
१८. दिलेला शब्द कधीही न पाळणारा.

१०

आध्यात्मिक व्यक्तिमत्त्व
Spiritual Personality

एक राजा होता. त्याला तीन पुत्र होते. तिन्ही मुले मोठी झाली. आता त्यांच्यापैकी एका राजपुत्राची राज्याचा 'वारस' म्हणून निवड करायची असे त्याने ठरविले. परंतु तिघांपैकी नक्की कोणाला राज्यकारभार सोपवावा हे त्याला ठरविता येत नव्हते. तीनही राजपुत्रांना घेऊन तो त्याच्या गुरूंकडे गेला. आपल्या येण्याचा उद्देश त्याने गुरूंना सांगितला. गुरू म्हणाले, 'या तिघांची परीक्षा घेतल्याशिवाय मी निर्णय घेऊ शकणार नाही.' राजाने राजपुत्रांची परीक्षा घेण्याची विनंती केली. गुरूंच्या आश्रमात तीन एकसारख्या खोल्या होत्या. तिकडे गुरू राजा आणि राजपुत्रांना घेऊन गेले. गुरूंनी सांगितले, "राजपुत्रांनो, या तीन खोल्या आहेत. पहिली खोली मोठ्या राजपुत्राला, मधली खोली मधल्या आणि तिसरी खोली तिसऱ्या राजपुत्राला मी सोपवत आहे. मी तुम्हा तिघांना प्रत्येकी शंभर रुपये देतो. संध्याकाळी सूर्य मावळेपर्यंत या शंभर रुपयांत तुम्ही अशी कोणतीही वस्तू आणा! ज्यामुळे तुमची खोली पूर्णपणे भरून गेली पाहिजे. काम झाले की तुम्ही तुमच्या खोलीसमोर येऊन बसा. तुम्ही तिघंही आलात की मी व महाराज येथे येतो." गुरूंकडून शंभर-शंभर रुपये घेऊन तिघेही राजपुत्र निघाले. प्रत्येकजण विचार करू लागला. वस्तू शोधू लागला. मोठ्या राजपुत्राला वाटले, शंभर रुपयांत काय येणार? जास्त पैसे मिळवले पाहिजेत. एके ठिकाणी काही माणसे जुगार खेळत बसली होती. त्याने त्याचे निरीक्षण केले. स्वत:ही जुगार खेळला. होते, ते शंभर रुपयेही हरला आणि मोकळ्या हाताने आश्रमात येऊन आपल्या खोलीसमोर बसला. दुसरा राजपुत्रही

वस्तू शोधत होता. एके ठिकाणी खूप कचरा गोळा केला जात होता. त्याने तिथल्या मुकादमाला विचारले, "किती कचरा असेल हा? मला द्याल का? एक खोली या कचऱ्याने भरू शकेल का? मी तुम्हाला शंभर रुपये द्यायला तयार आहे." मुकादमाला हसूच आले. खरं म्हटलं तर त्याने राजपुत्राला ओळखलेही होते. राजपुत्राने मुकादमाला शंभर रुपये दिले आणि मुकादमाने आवश्यकतेप्रमाणे दुसऱ्या राजकुमाराला दिलेल्या खोलीमध्ये ठासून-ठासून कचरा भरला आणि खोलीचे दार लावून घेतले. दुसरा राजपुत्रही आपल्या खोलीसमोर बसला. तिसरा राजपुत्रही कोणती वस्तू घेऊन जावी म्हणून विचार करत फिरत होता. दमून गेला अगदी. विश्रांती घेण्यासाठी एका पायरीवर बसला. पाठीमागून एकदम घंटेचा आवाज आला. राजकुमाराने वळून बघितले. ते एक सुंदर देऊळ होते. राजकुमार आत गेला. देवाला नमस्कार करत असताना त्याच्या मनात आले, किती सुंदर मूर्ती आहे. सगळीकडे दिव्याचा मंद प्रकाश पसरला आहे. फुलांचा, उदबत्तीचा सुवास दरवळतो आहे. प्रसन्न वाटते आहे. त्याच्या मनात आले, आपण अशीच एक मूर्ती घेऊन जावी. चटकन तो बाजारात गेला. त्याने देवाची एक मूर्ती आणि पूजेचे सामान घेतले. आपल्या खोलीत गेला. खोली स्वच्छ केली. मूर्ती ठेवून फुले वाहिली? निरांजने, समया प्रज्वलीत केल्या. धूप, अगरबत्ती लावली. नमस्कार केला आणि खोलीच्या दारासमोर येऊन बसला. तिन्ही राजपुत्र आलेले आहेत असे बघून गुरुमहाराज आणि राजा तेथे आले.

पहिला राजकुमार मान खाली घालून उभा राहिला. जे घडले, ते त्याने सांगितले. दुसरा राजकुमार हात जोडून उभा होता. तू काय आणलेस असे विचारता तुम्हीच दार उघडून बघा असे उत्तर त्याने दिले. गुरुजींनी दार उघडताच सगळा कचरा त्यांच्या अंगावर पडला. तिसरा राजकुमारही हात जोडून उभा होता. तू काय आणलेस असे विचारता त्याने गुरूंना आणि राजाला वंदन केले आणि खोलीत नेले. खोलीतील प्रसन्न दृश्य त्यांनी बघितले. ते राजाला आणि राजपुत्रांना आपल्या कक्षात घेऊन गेले. कक्षात गेल्यावर गुरूंनी सर्वांना बसायला सांगितले. सर्वांकडे बघून त्यांनी बोलायला सुरुवात केली. ते म्हणाले, "राजा, मी तुझ्या तीनही राजपुत्रांची परीक्षा घेतली. यांच्यापैकी कोणाला राज्य द्यायचे याबद्दल माझे मत मी सांगतो. जर कोणाला राज्य द्यायचे असेल तर तुझ्या या मोठ्या राजपुत्राला अजिबात राज्य देऊ नये. कारण अधिक पैसे मिळविण्यासाठी त्याने स्वत:जवळ असलेले पैसेही जुगारात घालविले. त्याच्याजवळ विवेकबुद्धी नाही. अधिक राज्य मिळविण्यासाठी आपले राज्यही तो घालवेल. राज्य त्याच्या हातात सुरक्षित राहणार नाही. मधल्या राजपुत्रालाही राज्य देऊ नये असे माझे स्पष्ट मत आहे, कारण तो दुर्गुणांचा धनी आहे. त्याने वस्तू आणली. त्याची खोली पूर्णपणे भरली, पण त्याने काय आणले?

जगाने त्याज्य केलेल्या, टाकून दिलेल्या गोष्टी, सगळा कचरा त्याने आणला. जर राज्य त्याच्या हातात सोपविले तर तो सर्व दुर्गुण आणि वाईट गोष्टी राज्यात आणेल. आपले राज्य रामराज्य राहणार नाही. राज्य त्याच्याही हातात सुरक्षित नाही. जर कोणाला राज्य द्यायचेच असेल तर ते धाकट्या राजपुत्राला द्यावे. त्याने केवळ देवाची मूर्ती आणली म्हणून नाही, परंतु त्याला सद्बुद्धी आहे. त्याचे विचार चांगले आहेत. त्याने देवाची मूर्ती आणली, पूजा केली. येथे श्रद्धा आहे. धूप, दीप, समई, निरांजने लावली. अंधकार नाहीसा केला. फुलांचा परिमळ आणला. प्रसन्नता आणली. जेथे श्रद्धा, भक्ती, आदर, प्रसन्नता आहे, तेथे आनंद, शांती, समाधान, उत्कर्ष असतो. राज्य त्याच्या हाती सुरक्षित राहील. तो राज्य वाढवेल. चांगल्या गोष्टी आपोआप आपल्या राज्यात येतील. त्यालाच राज्याचा अधिकारी करावा.''

अशा अनेक गोष्टी आपण वाचतो, ऐकतो आणि विसरूनही जातो. काय सांगतात या गोष्टी? का सांगितल्या जातात या गोष्टी? आता ही वरचीच गोष्ट जर आपण परत वाचली, तर आपल्या लक्षात येईल की आपण आपल्या आयुष्यात, आपल्या घरात, आपल्या समाजात, आपल्या कामाच्या ठिकाणी काय-काय आणायचे, हे केवळ आपल्या हातात असते.

आपण जे काही करू, त्यामध्ये आपल्याला जर यशस्वी व्हायचे असेल, तर जी मूल्ये आपल्याला आपल्या जीवनाचा पाया म्हणून स्वीकारावी लागतात, आपल्या व्यक्तिमत्त्वाचा अविभाज्य घटक म्हणून स्वीकारावी लागतात, त्यालाच आपण आध्यात्मिक मूल्ये असे म्हणतो. ही मूल्ये 'चिरंतन आणि शाश्वत' आहेत. जरा मोठा शब्द वापरायचा झाला तर त्रिकालाबाधित आहेत. ही मूल्ये सकारात्मक आहेत. सर्व धर्मांनी ही मूल्ये स्विकारलेली आहेत. त्याचा प्रचार केलेला आहे. कोणती आहेत ही मूल्ये? आपण आपल्या व्यक्तिमत्त्व विकासाला मार्गदर्शक ठरतील अशा मूल्यांची यादीच तयार करू.

श्रद्धा, शांती, चारित्र्यशुचिता, निष्ठा, मांगल्य, प्रेम, अहिंसा, विश्वास, दया, सहानुभूती, सहनशीलता, कळकळ, आनंद, मदत, समाधान, परोपकार, इत्यादी अगदी लगेच व्यक्त होणारी प्रतिक्रिया म्हणजे 'ही मूल्ये म्हणजे थोतांड आहे हो! आजच्या जगात या मूल्यांप्रमाणे वागलो तर जगातून बाहेर फेकले जाऊ.'

परंतु, 'पेराल ते उगवेल' 'द्याल तसे घ्याल' 'अरे ला कारे' 'करावे तसे भरावे' या म्हणी तर सर्वांनाच माहीत आहेत. फार पूर्वीपासून या म्हणी प्रचारात आहेत. म्हणजे हा अनेक व्यक्तींचा अनुभव आहे, जो या म्हणींमधून व्यक्त झालेला आहे.

म्हणूनच आपण आपल्या आयुष्यात, आपल्या घरात कोणती मूल्ये, कोणत्या भावना जोपासायच्या, हे आपले आपणच ठरवायचे असते. कारण शेवटी आपण जसा विचार करतो, वागतो, बोलतो त्याचप्रमाणे आपल्याला त्याचे चांगले अथवा

वाईट फळ मिळते. 'वास्तुदेवता म्हणते तथास्तु' हे आपण आधीही बघितलेले आहे. 'जो तो आपल्या कर्माची फळे भोगतो' असे म्हणले जाते. कर्म म्हणजे काम. आपण जे काम करतो, ज्या विचाराने काम करतो, त्याची तशीच फळे आपल्याला मिळतात. वर उल्लेखिलेल्या राजकुमारांच्या गोष्टीतही तेच सांगितलेले आहे.

कर्म म्हणजे काय?

आध्यात्मिक व्यक्तिमत्त्वाचे आकलन होण्यासाठी कर्म म्हणजे काय ते आपण समजावून घेऊ. कर्म म्हणजे काम. कर्माचे प्रामुख्याने तीन भाग पडतात. १. क्रियाशील कर्म, २. पूर्वसंचित (कर्म), ३. प्रारब्ध (कर्म).

१. क्रियाशील कर्म

क्रियाशील कर्म आपण रोजच अनुभवत असतो. कारण – कृती – फळ अशी ती एक साखळीच आहे. अर्थशास्त्रात 'गरज' या शब्दाची व्याख्या करतांनाही याच साखळीचा उल्लेख केला जातो. उदाहरणार्थ, तहान लागली (कारण), पाणी प्यायले (कृती), तहान शमली (फळ). विशिष्ट गरज भागविण्यासाठी केलेले काम म्हणजे क्रियाशील कर्म. आता अशी अनेक उदाहरणे तुम्हाला आठवतील. भूक लागली, जेवलो आणि भूक भागली. ताप आला, औषध घेतले, बरे वाटले. परीक्षेत चांगले मार्क पडावेत, पहिल्या पाचांत नंबर यावा असे वाटते, नियोजनपूर्वक खूप अभ्यास केला आणि परीक्षेत छान मार्क पडले. पहिला नंबर आला. येथे क्रियेचे फळ ताबडतोब मिळते. ते आपल्याला ताबडतोब अनुभवता येते. त्यामुळे क्रियाशील कर्म म्हणजे काय ते आपल्याला लगेच समजते.

२. पूर्वसंचित कर्म

हे पूर्वसंचित कर्म समजावून घेताना मात्र अनेकांची थोडी गडबड होते. येथे काही अंधश्रद्धा आहे की काय अशी शंका येते. पण एकदा अनुभव आला की मात्र विश्वास बसतो. आता पूर्वसंचित या शब्दाचा अर्थ समजावून घेऊ. संचित म्हणजे साठलेले. 'संचय' हा शब्द तुम्हाला माहीत असेलच. त्याचप्रमाणे संचित म्हणजे हळूहळू साठा करून जे साठलेले आहे, ते. धनसंचय हा शब्द तर सर्रास वापरला जातो. कधीतरी उपयोगाला यावे म्हणून जसा जाणीवपूर्वक आपण धनसंचय करतो तसाच जाणीवपूर्वक किंवा अजाणताही अनेक गोष्टींचा संचय आपण करत असतो. एखाद्या मोठ्या संकटातून सुटका झाल्यावर 'कोणते पूर्वसंचित कामाला आले कोण जाणे, फार मोठ्या संकटातून सुटका झाली' असे निःश्वास सोडून म्हणताना तुम्ही ऐकलेले असेल. त्यामुळे पूर्वसंचित म्हणजे वर्षानुवर्षे साठवलेले. कर्म म्हणजे काम

किंवा क्रिया. वर्षानुवर्षे आपण असे काही कर्म (काम) करतो ज्याचे फळ आपल्याला कालांतराने मिळते. चांगले कर्म केले असेल तर चांगले फळ मिळेल. वाईट कर्म केले असेल, तर वाईट फळ मिळेल. आपल्यालाच जाणीवपूर्वक ठरवावे लागते की आपण कोणत्या मार्गाने जायचे. हे अधिक चांगले समजण्यासाठी परत एकदा काही उदाहरणे घेऊ या.

उडत जात असताना एकदा काही कबुतरांना जंगलात एके ठिकाणी खूप धान्य पडलेले दिसले. सगळी कबुतरे म्हणाली, "चला, बरेच दिवसांत धान्य खायला मिळालेले नाही. आपण सगळे तेथे जाऊ आणि धान्य खाऊ." त्यांच्यातील सर्वात मोठे कबूतर म्हणाले, "मला यात धोका दिसतो आहे. जंगलात इतके धान्य येईलच कसे? कदाचित पक्ष्यांना पकडण्यासाठी सापळा लावून ठेवलेला असेल. जाऊ नका तिकडे." पण इतर कबुतरे काही ऐकण्याच्या मन:स्थितीत नव्हती. त्यांना काही झाले तरी ते धान्य खायचे होते. मग सगळेच जण खाली उतरले आणि धान्य खाऊ लागले. पक्ष्यांना पकडण्यासाठी तेथे लावलेले जाळेही त्यांना दिसले नाही. झाडाखाली बसलेला पारधी मात्र खूश झाला. त्याने ते जाळे कसले. थोडी विश्रांती घ्यावी आणि मग पक्ष्यांना घेऊन जावे म्हणून तो थोडा झोपला. कबुतरे घाबरली. आपण जाळ्यात सापडलो म्हणून जिवाच्या आकांताने चिवचिवाट करू लागली. त्यांच्याबरोबर ते मोठे कबूतरही होते. ते म्हणाले, "आधी सांगत होतो ते ऐकले नाही. आता मी काय सांगतो आहे ते नीट ऐका. घाबरू नका. आपली ताकद, सामर्थ्य आपल्या पंखात आहे. आपल्या सगळ्यांना उंच उडता येते. आता मी शिट्टी मारली की आपण सर्वांनी आपली सगळी ताकद एकवटून उडायला लागायचे. जाळ्यासकट उडून जाऊ. मी जिथे तुम्हाला उतरायला सांगेन तेथेच उतरायचे. सध्या इतकेच करा." त्याप्रमाणे जाळ्यासकट सगळी कबुतरे उडून गेली. पारधी बघतच राहिला. थोड्या वेळाने मोठ्या कबुतराने सर्वांना एके ठिकाणी उतरायला सांगितले. इथे का उतरायचे हे कोणालाच समजले नाही, पण आता प्रश्न विचारायची प्राज्ञा कोणालाच नव्हती. मोठ्या कबुतराने ठरावीक आवाजात शिट्टी वाजवली आणि झुडपातून एक उंदीर बाहेर आला. कबुतराला बघून त्याला खूप आनंद झाला. "कब्बू, माझ्या घरात तुझे स्वागत आहे. तू सापासमोरून मला उचलून माझे प्राण वाचवले होतेस. तुला मी कधीच विसरणार नाही. बोल. अशा भर संध्याकाळी तू येथे कसा आलास? हे सगळे बरोबर कोण आहेत?" झालेली घटना कबुतराने उंदराला सांगितली आणि या जाळ्यातून आम्हा सर्वांना सोडव अशी विनंती केली. क्षणभर विचार करून उंदीर कामाला लागला. आपल्या तीक्ष्ण दातांनी कुरतडून-कुरतडून त्याने ते जाळे तोडले आणि सर्व कबुतरांना मुक्त केले. मोठ्या कबुतराने पूर्वी कधीतरी केलेल्या चांगल्या कामाचे (पूर्वसंचित कर्म) फळ त्याला आणि त्याच्यामुळे सर्वांनाच मिळाले.

आता दुसरे एक उदाहरण बघू. नरेश त्याच्या आई-वडिलांचा एकुलता एक मुलगा होता. आई-वडील कष्ट करून त्याला वाढवत होते. तो खूप शिकावा, त्याने मोठा नावलौकिक कमवावा असे त्यांना वाटे. पण नरेश खुशालचेंडू आयुष्य जगत होता. आई-वडिलांना खोटी कारणे सांगून त्यांच्याकडून पैसे उकळत होता. तो सतत विडी, गावठी दारू, गांजा अशा व्यसनांच्या आहारी गेलेला होता. व्यसन करत असताना मित्रांपुढे तो बढाई मारे. स्वत: जणू काही सिनेमातला हिरो आहोत असा रुबाब करत असे. पण हळूहळू त्या व्यसनांचा त्याच्या प्रकृतीवर परिणाम होऊ लागला. एके दिवशी ताप आल्याचे निमित्त झाले. पण व्यसनांनी शरीर इतके पोखरले गेले होते की त्या मामुली तापातच त्याचा मृत्यू झाला. त्याच्या आई-वडिलांची प्रार्थना, जपतप कशाचाही उपयोग झाला नाही. वर्षानुवर्षे केलेल्या व्यसनांनी (पूर्वसंचित कर्म) त्याचा शेवटी बळी घेतला. त्याला त्याच्या पूर्वसंचिताचे फळ मिळाले.

त्याच्या विरुद्ध, देवेंद्रला शाळेत सगळे शिक्षक 'पैलवान' म्हणूनच हाक मारत असत. तो सगळ्यांत तरुण शिक्षक होता. त्याची व्यायामाची आवड सगळ्यांनाच माहीत होती. रोज सकाळी दोन तास तो व्यायामशाळेत जात असे. सूर्यनमस्कार, दंड-बैठका काढून शरीर पीळदार झाले होते. संध्याकाळी तासभर पोहणे चालायचे. कधी कधी तर त्याचा व्यायाम हा चेष्टेचाही विषय बनायचा.

एके दिवशी शाळेची वर्षासहल गेली होती. संध्याकाळी नौकाविहार करायचा आणि परत यायचे असा बेत होता. दिवसभर पावसापाण्यात हुंदडलेली मुले बोटीत बसली होती. मजाच चालली होती सर्वांची. इतक्यात अचानकपणे पाण्याचा एवढा मोठा लोंढा आला की त्या पाण्याच्या रेट्याने बोट भरकटू लागली. देवेंद्रने प्रसंगावधान राखून भराभर मुलांना पकडले आणि एकेका वेळेस दोन-दोन मुलांना पोहत-पोहत काठावर आणून सोडले. त्या वेगवान पाण्यात त्याच्या चार-पाच चकरा झाल्या. शेवटी जोशीसरांनाही काठावर आणले. जोशीसर अक्षरश: थरथरत होते. परत देवेंद्रने पाण्यात उडी मारली आणि बुडणाऱ्या त्या गावकऱ्यालाही वाचवले.

रोज केलेला व्यायाम आणि पोहोण्याची कला (पूर्वसंचित कर्म) अशी कामी आली. केवळ शाळेतच नाही तर गावातही देवेंद्रचा सत्कार (फलप्राप्ती) झाला.

काय समजले या सर्व उदाहरणांवरून? क्रियाशील कर्मात आपण केलेल्या कर्माचे फळ आपल्याला ताबडतोब मिळते. अल्पावधीत आपण कर्म आणि त्याची फलप्राप्ती अनुभवू शकतो. पूर्वसंचितामध्ये मात्र आपण कर्माचा संचय करत जातो. त्यासाठी तुलनेने जास्त कालावधी लागतो. बराच काळ आपण चांगले अथवा वाईट किंवा चांगले तसेच वाईट कर्म करत राहतो. अर्थात किती वर्षे असा कर्मसंचय

करायचा याचा ठोकपणे कालावधी ठरलेला नसतो. पण कोणत्याही एका वेळेला तुम्ही केलेल्या चांगल्या वाईट कर्माचे फळ तुमच्यासमोर उभे राहते.

३. प्रारब्ध (कर्म)

'काय प्रारब्धात लिहून ठेवले आहे कोण जाणे?' 'शेवटी प्रारब्धात असेल तेच होईल.' ही आणि अशी वाक्ये तुम्ही ऐकलेली असतीलच. त्याचबरोबर, 'नशिबाचे भोग आहेत.' 'वेळेच्या आधी आणि नशिबापेक्षा अधिक कुणालाच काही मिळत नाही.' अशी वाक्येही तुम्ही ऐकलेली असतील. तेव्हा प्रारब्ध, नशीब, लल्लाटलेख या शब्दांचा अर्थ आपण समजावून घेणे महत्त्वाचे आहे.

आता प्रारब्ध म्हणजे काय? पूर्वसंचित कर्मापेक्षाही 'प्रारब्ध' ही संकल्पना समजणे थोडे अवघड होते. ते सोपे करण्याचा आपण प्रयत्न करू. आपण बँकेमध्ये पैसे जमवून बचत करत असतो. यालाच धनसंचय असा शब्द आपण वापरला आहे. या बचतीपैकी कोणती रक्कम कशासाठी वापरायची, हेसुद्धा आपण ठरविलेले असते. त्याप्रमाणे आवश्यकतेप्रमाणे योग्य वेळी केलेल्या धनसंचयामधील धन आपण वापरत असतो. पैशांबरोबरच आपण शेती, घर, सोन्या-चांदीचे दागिने आणि इतर चीजवस्तूंचा साठा म्हणजेच संचय करत असतो. आपण आयुष्यभर या गोष्टींचा उपभोग घेतो. त्यातील काही गोष्टी संपतात. वापरल्या जातात. पण काही गोष्टी संपत नाहीत. त्या तशाच राहतात. मग अशा सर्व गोष्टी किंवा चीजवस्तू आपण पुढल्या पिढीला म्हणजे आपल्या मुलाबाळांना देतो. त्यांचा तो वारसा असतो.

आपले पूर्वज धनसंचयाप्रमाणेच त्यांच्या आयुष्यात काही चांगली तशीच वाईट कर्मे करत असतात. त्या कर्मांची फळे ते उपभोगतातच; पण त्या चांगल्या किंवा वाईट फळांचा वारसाही पुढच्या पिढीला म्हणजे त्यांच्या मुला-बाळांना मिळतो.

पूर्वजन्म आहे अथवा नाही, पूर्वजन्मावर विश्वास ठेवायचा की नाही– या चर्चेमध्ये आपण जाणार नाही. परंतु, पूर्वजन्म आहे असे म्हटले तर आपल्या पूर्वजन्मातील आपण केलेल्या चांगल्या किंवा वाईट कर्मांची काही फळे या जन्मातही आपल्याला भोगावीच लागतात. जर पूर्वजन्म नाही असे गृहीत धरले, तरी आपल्या वाड-वडिलांनी, आपल्या पूर्वजांनी जी चांगली-वाईट कर्मे केली त्याचा वारसा आपल्याला मिळतो. वाड-वडिलांची पुण्याई असा शब्दप्रयोग प्रचलित आहे. त्यामुळेच प्रारब्ध ही जन्मजन्मांतरीची संचित कर्मे असतात. त्यांची फळे आपल्याला भोगावी लागतात.

उदाहरणार्थ, एक ऐंशी वर्षांचा म्हातारा माणूस आपल्या शेतात आंब्याचे झाड लावताना राजाने बघितले. राजाला फार आश्चर्य वाटले. 'तुम्ही झाड लावता आहात; पण याची फळे तुम्हाला खायला मिळतील का?' असा प्रश्न राजाने त्या गृहस्थाला

केला. नम्रपणे त्या म्हाताऱ्या गृहस्थाने सांगितले, "राजन, ज्या झाडांची फळे मी खाल्ली ती तरी मी कुठे लावलेली होती? ती तर माझ्या वाड-वडिलांनी लावलेली होती. आत्ता जे झाड मी लावतो आहे त्याची फळे माझ्या पुढच्या पिढ्या खातील. त्यांच्यासाठी तरी हे झाड लावणे महत्त्वाचे आहे."

या सर्व चर्चेचे सार हेच आहे, की आपण आपल्या आयुष्यात काय करणार ज्यामुळे या जन्मी केवळ आपल्या स्वत:लाच नव्हे तर आपल्या पुढच्या पिढ्यांनाही त्याचा अभिमान वाटेल. पूर्वजांच्या कर्मांचा त्यांना आदर वाटेल. पूर्वजांच्या कर्मातून त्यांना प्रेरणा मिळेल. याचा विचार करणे म्हणजेच आध्यात्मिक व्यक्तिमत्त्व.

आध्यात्मिक व्यक्तिमत्त्वाची जडण-घडण

आध्यात्मिकता ही आपल्या स्वभावाची एक धारणा असते. ती आपली प्रवृत्ती असते. कोणत्याही कारणाने, कोणत्याही प्रसंगात या धारणेपासून, या प्रवृत्तीपासून आपण दूर जात नाही. आपले मन विचलित होत नाही. आध्यात्मिक विचारसरणी जणू आपले मन, आपली बुद्धी व्यापून टाकते. तरीही आजवरच्या व्यासंगातून, पिढ्यान्पिढ्यांच्या अनुभवातून, अगदी श्रीकृष्णाने सांगितलेली गीता, संत कबीराचे दोहे, ज्ञानदेवांच्या ओव्या, तुकोबांचे अभंग, समर्थ रामदासांचा दासबोध अशा सर्व पुरातन तसेच संत वाङ्मयातून आध्यात्मिक मूल्यांचे संस्कार आपल्यावर केले गेलेले आहेत. स्वामी रामकृष्ण परमहंस, स्वामी विवेकानंद, पाँडिचेरीचे श्री अरविंद, जे. कृष्णमूर्ती अशा अर्वाचीन तत्त्ववेत्ते आणि विचारवंतांनीही आपल्याला आध्यात्मिक मूल्यांची शिकवण दिली. आजही पांडुरंगशास्त्री आठवले, वामनराव पै यांनी याच आध्यात्मिक विचारसरणीचा आणि मूल्यांचा सर्वसामान्यांना समजेल अशा रीतीने प्रसार केला. कोणती आहेत ही मूल्ये?

१. श्रद्धा

'तुम्ही श्रद्धाळू आहात का?' असा प्रश्न आजकाल तुम्ही तरुण मुला-मुलींना विचारू शकत नाही असे मला वाटते. कारण मुंबईचा सिद्धीविनायक, पुण्याचा दगडूशेठ गणपती, शिर्डीचे साईबाबा, शनीशिंगणापूरचा शनैश्वर, कोल्हापूर-तुळजापूरची आई अंबाबाई, अक्कलकोटचे स्वामी समर्थ, नरसोबावाडीचे गुरुदेव दत्तदिगंबर, अष्टविनायक, अष्टगणपती, समर्थांनी स्थापन केलेले अकरा मारुती, मुंबईची माऊंटमेरी (मतमाऊली) आणि हाजीअलीचा दर्गा अशा सर्व पुण्यस्वरूप देवस्थानांमध्ये भक्तांच्या ज्या लांबलचक रांगा लागलेल्या असतात, त्यामध्ये शाळा-कॉलेजमध्ये जाणाऱ्या तरुण-तरुणींची संख्या फार लक्षणीय असते. गळ्यामध्ये देवदेवतांचे फोटो असलेली

लॉकेट्स, बोटात ग्रहांच्या खड्यांच्या अंगठ्या आणि पर्स किंवा वॅलेटमध्ये देवाचा फोटो हे दृश्य आता लहान-मोठ्या सर्व शहरांमध्ये आणि गावांमध्ये दिसते. जपजाप्य, अंगारे, शेंदूर याचे तरुण पिढीला वावडे नाही. ते आस्तिक आहेत. ते देव मानतात. ते देवाची अदृश्य शक्ती मानतात. परीक्षेत चांगले मार्क मिळावेत, स्पर्धा-परीक्षेत अव्वल नंबर यावा, मल्टिनॅशनल कंपनीत नोकरी मिळावी, परदेशी जायला मिळावे, नोकरीत बढती मिळावी, पाच आकडी पगार मिळावा, जगातले सगळे सुख मिळावे यासाठी ते देवाला साष्टांग नमस्कार घालतात. हैदराबादजवळ चिलकूर या गावी असलेल्या बालाजी मंदिराला तर आता 'व्हिसा बालाजी' असेच म्हणले जाते. कारण तेथे जाऊन मन्नत मागितली की अमेरिकाचा व्हिसा मिळतो, असे 'यंग जनरेशन' मानते. ते देवाला शरण जातात. परंतु वरील उपाय आणि उपचार हे बाह्य उपचार आहेत. ते जरूर करावेत. पण आपण हे लक्षात ठेवले पाहिजे की श्रद्धा संकटाशी लढायला शिकविते. श्रद्धा जिंकायला सांगते. श्रद्धा देवाकडून, त्या अदृष्य शक्तीकडून स्फूर्ती मिळवते. प्रेरणा मिळवते. बळ-ताकद मिळवते. मानसिक सामर्थ्य मिळवते.

आजच्या तरुण पिढीची श्रद्धा मानसिक अस्वास्थ्यातून आलेली आहे. मानसिक गोंधळातून आलेली आहे. त्यामुळे मानसिक शांततेसाठी, एकाग्रतेसाठी आणि मानसिक सामर्थ्य वाढविण्यासाठी परत एकदा श्रद्धा म्हणजे काय ते नीट समजावून घेणे महत्त्वाचे आहे.

या संदर्भात मला एक गोष्ट आठवते. रस्त्याच्या एका बाजूला बसून तीन पाथरवट दगड फोडण्याचे काम करत होते.

जाता-जाता एका माणसाने त्यातील एका पाथरवटाला विचारले, "तू काय करतो आहेस?" घामाने निथळलेला तो पाथरवट थोडा ओरडूनच म्हणाला, "दगड फोडतो आहे दगड. दिसत नाही?" तो माणूस त्याचा आविर्भाव बघून थोडा दचकलाच. पुढे जाऊन त्याने दुसऱ्या पाथरवटाला विचारले, "तू काय करतो आहेस?" घामाने निथळलेला तो दुसरा पाथरवट म्हणाला, "दुसरं काय करणार? चरितार्थाचे साधन म्हणून दगड फोडतो आहे." थोडे पुढे जाऊन त्या माणसाने तिसऱ्या पाथरवटाला विचारले, "तू काय करतो आहेस?" घामाने निथळलेला तो तिसरा पाथरवट हातातल्या दगडाकडे हसत आपलेपणाने बघत म्हणाला, "देवाची मूर्ती बनवतो आहे. संधी मिळाली आहे हातातले कौशल्य दाखविण्याची." असे म्हणून तो परत आपल्या कामात गढून गेला. तिघांचेही एकच काम चाललेले होते पण तिघांच्या प्रतिक्रिया मात्र वेगवेगळ्या होत्या. पहिला पाथरवट त्रासलेला होता. जणू बळजबरीने काम करत होता. त्याने आपल्या कामाकडे त्राग्याने, वैतागाने बघितले. दिवसभर त्याने त्याच भावनेने, त्याच मानसिकतेतून काम केले. काम

संपवून घरी जातानाही त्याची भावना तीच होती. 'संपला वैताग एकदाचा.' आपल्या कामाकडे त्याने ज्या भावनेने बघितले तेच कामानेही त्याला दिले. तो सदैव त्रासलेला, वैतागलेलाच राहिला. दुसऱ्या पाथरवटाने आपल्या कामाकडे आपल्या चरितार्थाचे साधन म्हणून बघितले. काम झाले. पैसे मिळाले. अपेक्षा पूर्ण झाली. तिसऱ्या पाथरवटाने आपल्या कामाकडे आपल्या कौशल्यांना, गुणांना मिळालेली संधी म्हणून बघितले. त्याने श्रद्धेने मूर्ती बनवितो आहे असे सांगितले. त्याने मनापासून काम केले. दिवसभराचे काम संपल्यावर त्याने कौतुकाने, आपुलकीने आपल्या कामाकडे बघितले. त्याला समाधान प्राप्त झाले. आपले काम उत्कृष्टच झाले पाहिजे ही त्याची श्रद्धा होती. त्याला पैसेही मिळाले आणि समाधानही मिळाले. त्याच्या श्रद्धेचे फळ हे समाधान, शांती, स्वास्थ्य होते, जे पहिल्या दोघांना मिळाले नाही.

आपण आपल्यालाच एक प्रश्न आधी विचारला होता. आपल्याला आपल्या आयुष्यात, आपल्या घरात काय आणायचे आहे? माझ्या अनेक प्रशिक्षण-कार्यक्रमांत हा प्रश्न मी माझ्या प्रशिक्षणार्थींना विचारलेला आहे. खूप विचार करून त्यातील बरेच जण उत्तर देतात, 'यश, सुख, शांती, समाधान.' जगातल्या बहुतांश माणसांना हवे असते, 'यश, सुख, शांती, समाधान.' पैसा, अधिकार, प्रमोशन, परदेशातील नोकरी ही सगळी साधने आहेत. साध्य नाही. मग तिसऱ्या पाथरवटाने जसे आपल्या टिक्का हातोडीकडे, त्या दगडाकडे आत्मीयतेने बघितले, या कामातून एक सुंदर मूर्ती तयार होणार आहे म्हणून बघितले, तसे आपण आपला अभ्यास, पुस्तके, शाळा-कॉलेज, आपली परीक्षेची तयारी, विविध गुण-कौशल्ये स्वत:मध्ये विकसित करण्यासाठीचे प्रयत्न या सर्वांकडे कसे बघतो? तिघांपैकी आपण कोणता पाथरवट आहोत? शाळा-कॉलेज, नोकरी म्हणजे वैताग आहे नुसता असे म्हणणारा पहिला पाथरवट, पास होण्यापुरते मार्क आणि पोटापुरता पगार म्हणणारा दुसरा पाथरवट की संधी मिळाली आहे आता उत्कृष्ट असामान्य कामगिरी करून दाखवू असे म्हणणारा तिसरा पाथरवट? ज्या दिवशी आपण तिसरा पाथरवट होण्याचे ठरवू, त्या दिवशी आपण आपले काम अतिशय मनापासून करू. ते काम श्रद्धेने होईल. श्रद्धेचे फळ असेल, 'यश, सुख, शांती, समाधान.' आध्यात्मिक प्रवृत्तीची व्यक्ती आपल्या वागण्यातून, बोलण्यातून, कामातून, एकूणच सर्व व्यवहारातून आंतरिक समाधान मिळविण्याचा प्रयत्न करत असते.

२. चारित्र्यशुचिता

चारित्र्यशुचिता या शब्दाचा विचार करण्याआधी 'चारित्र्य' हा शब्द आपण समजावून घेऊ. शाळा-कॉलेजपासून ते नोकरी मिळाल्यानंतरसुद्धा आपल्याला

'चारित्र्य दाखला' म्हणजेच Character Certificate मागितले जाते. त्यामुळे लहानपणापासूनच आपल्याला 'चारित्र्य' या शब्दाची ओळख झालेली असते. परंतु चारित्र्य म्हणजे नक्की काय?

पुढील कृती किंवा गोष्टी काय दर्शवितात, ते आपण बघू.

१. खोटे बोलणे.
२. फसवणूक करणे.
३. लुबाडणे.
४. कामचुकारपणा करणे.
५. दुसऱ्याचे बोलणे चोरून ऐकणे.
६. अफवा पसरविणे.
७. दुसऱ्याच्या पाठीमागे त्याची निंदा करणे.
८. एकमेकांमध्ये भांडण लावणे.
९. चोरी करणे.
१०. व्यसने करणे.
११. पैशांची अफरातफर करणे.
१२. लाच घेणे.
१३. खोटी बिले, पावत्या दाखवून पैसे खाणे.
१४. मुला-मुलींची छेडछाड करणे.
१५. व्यभिचार करणे.

वाचताना सुद्धा नको वाटले ना? या आणि अशा गोष्टी ज्या व्यक्ती करतात, त्यांच्याबद्दल लोकांना चीड येते. अशा व्यक्तींची संगत कोणालाही नकोशी वाटते. अशा व्यक्तींबरोबर आपला काही संबंध आहे, नाते आहे हे सांगायलासुद्धा लाज वाटते. या आणि अशा गोष्टी करणाऱ्या व्यक्ती चारित्र्यहीन आहेत म्हणून त्यांच्याबद्दल तिटकारा वाटतो. समाजात त्यांना कधीही सन्मानाने स्वीकारले जात नाही. काही वेळ ते इतरांवर प्रभाव टाकतात. त्यांची चमक-दमक बघून इतरांना आश्चर्य वाटते. परंतु, ते सर्व क्षणिक असते. ही 'वरवर'ची चमक-दमक फार लवकर संपते. एकदा इतरांना हा डामडौल कसा आला आहे ते समजले, एकदा का त्यांचे पितळ उघडे पडले, म्हणजे त्यांना समाजात काहीच स्थान राहत नाही. ज्यांना या वर्तनाचा फटका बसतो, ज्यांना या वर्तनामुळे नुकसान होते त्यांचे तळतळाट, शाप या व्यक्तींना भोगावे लागतात. त्यामुळे अखेरीस अशा दुर्वर्तनी व्यक्तीची अधोगती होते. त्यांना आज ना उद्या या वाईट वर्तनाचा जाब द्यावाच लागतो. चारित्र्यावर शिंतोडे उडालेल्या अशा व्यक्तींबरोबर शेवटी कोणीही संबंध ठेवत नाही.

म्हणूनच चारित्र्यशुचिता हा मोठा सद्गुण समजला जातो. चारित्र्यशुचिता म्हणजे शुद्ध, ज्यावर कोणताही डाग पडलेला नाही असे निष्कलंक चारित्र्य. चारित्र्यसंपन्न व्यक्ती समाजात ताठ मानेने जगू शकते. अशा व्यक्तीला समाजात आदराचे स्थान मिळते. चारित्र्यसंपन्न व्यक्ती नेहमीच यशस्वी होते. अशा व्यक्तीने मिळविलेले यश चिरंतन टिकते. चारित्र्यसंपन्न व्यक्ती समाधानी असते. चारित्र्यसंपन्न व्यक्तीची ओळख खालील गुणांवरून चटकन पटते.

१. स्वत:बद्दल आदर तसेच इतरांबद्दलही आदर.
२. शुद्ध हेतू आणि सकारात्मक विचार.
३. विश्वासार्हता.
४. खरे बोलणे.
५. कधीही कोणाचीही फसवणूक न करणे.
६. आपले काम मनापासून, एकाग्रचित्ताने करणे.
७. परनिंदा न करणे.
८. निर्व्यसनी राहणे.
९. दुसऱ्याचे धन, पैसा, संपत्ती, वस्तू, मिळकत याचा मोह, अभिलाषा न ठेवणे.
१०. परस्त्रीचा आदर ठेवणे.
११. कोणतेही काम, कोणतेही वर्तन आणि व्यवहार चुकीच्या पद्धतीने, गैरमार्गाने, वाम मार्गाने न करणे.
१२. आपल्या कामाबद्दल आदर ठेवून उत्कृष्ट काम करणे.

अशा सद्वर्तनी व्यक्तींबद्दल सर्वांच्या मनात आदर, विश्वास, जिव्हाळा असतो. समाजात त्यांना मानाचे स्थान मिळते. त्यांचा आदर्श समोर ठेवून तसे आचरण करण्यासाठी इतरांना प्रेरणा मिळते. त्यांच्या मृत्यूनंतर सुद्धा अशा व्यक्ती कायम स्मरणात रहातात. म्हणूनच रामदास स्वामी म्हणतात, 'मरावे परी कीर्तीरूपे उरावे.'

खरं म्हटलं तर वाईट, चुकीचे, गैर वागणे अत्यंत सोपे असते. परंतु, सातत्याने चांगले वागणे फार अवघड असते. त्यामुळे सर्व मोह निश्चयाने बाजूला सारून चारित्र्यशुचिता अंगी बाणवणे, आपले एक सामर्थ्य म्हणून चारित्र्यशुचिता स्वत:मध्ये विकसित करणे हे काम अवघड असले, तरी अशक्य मात्र निश्चितच नाही.

३. अहिंसा

अहिंसा हा शब्द उच्चारला की महात्मा गांधींची आठवण येते. मुन्नाभाई एम.बी. बी.एस. या चित्रपटाने तर अहिंसा या शब्दाला आणि गांधीवादी विचारसरणीला

तरुणांमध्ये लोकप्रियतेच्या शिखरावर नेऊन पोहोचविले. परंतु, तरीही अहिंसा या शब्दाचा अर्थ आपण परत एकदा समजावून घेऊ.

अहिंसा हा शब्द हिंसा या शब्दाचा विरुद्धार्थी शब्द आहे. हिंसा याचा अर्थ जबरदस्ती, दांडगाई, बळजबरी, स्वत:मधल्या शक्तीच्या आधाराने आपल्या मनाला येईल तसे वागणे आणि आपली इच्छा पूर्ण करणे, धाकदपटशा करणे असा होतो. ही हिंसक प्रवृत्ती समाजात निरनिराळ्या मार्गांने व्यक्त होत असते. लुटालूट, खून, मारामाऱ्या, दगडफेक, फोडतोड, दुसऱ्याचे धन, जमीनमुमला, मौल्यवान वस्तू गैरमार्गाने हडप करणे, जाळपोळ, अल्पवयीन मुली-स्त्रिया यांचेबरोबर असभ्य वर्तन करणे या आणि अशा गोष्टी मनाची हिंसक प्रवृत्ती दर्शवित असतात.

त्यामुळे या हिंसक प्रवृत्तींना आपल्या मनात, विचारात, वागण्यात बोलण्यात कोठेही थारा न मिळून देणे म्हणजेच अहिंसक प्रवृत्तीची जोपासना करणे. अहिंसक प्रवृत्ती ही आध्यात्मिक प्रवृत्ती आहे. आध्यात्मिक प्रवृत्तीची जोपासना करत असताना आपल्या मनावर शुभ संस्कार करणे महत्त्वाचे आहे. यासाठी 'गुरू' करणे, दीक्षा घेणे, गंडा बांधणे असे मार्गही अवलंबिले जातात. परंतु, संस्कारक्षम मनाची जडण-घडण आपण स्वत:च करायची असते. क्षणोक्षणी आणि पदोपदी हिंसकतेला खतपाणी घालणारे मोह समोर उभे ठाकत असताना जाणीवपूर्वक या सर्वांपासून आपल्या मनाला परावृत्त करणे आणि अहिंसक प्रवृत्तीवर ठाम राहण्यासाठी स्वत:च स्वत:च्या मनाला प्रेरित करणे आवश्यक आहे.

अहिंसक प्रवृत्ती जोपासण्यासाठी पुढील मार्ग सुचविलेले आहेत.

१. मनाची एकाग्रता साधणे.
२. योगासने करणे.
३. प्राणायाम करणे.
४. 'मनाचे श्लोक' यासारख्या कोणत्याही श्लोकांचे रोज पठण करणे.
५. चांगल्या मूल्यांवर अढळ श्रद्धा ठेवणे.
६. सकारात्मक विचारांची उजळणी करणे.
७. सद्‌विचारी, सत्कर्मी व्यक्तींबरोबर संबंध प्रस्थापित करणे आणि जोपासणे.
८. प्रत्येक काम श्रद्धेने करणे.
९. आपल्यामुळे कोणालाही कसलाही त्रास होऊ नये याची काळजी घेणे.
१०. आयष्यभर चारित्र्यशुचिता, ध्येयशुचिता आणि साधनशुचिता याचे जाणीवपूर्वक पालन करणे.
११. आत्मप्रौढी नसणे.
१२. विनयशील असणे.
१३. प्रत्येक व्यक्तीशी प्रामाणिक, मनापासून संबंध जोपासणे.

१४. धन-संपत्ती, अधिकार, सत्ता असे ऐहिक सुख मिळाले आणि मिळविले, तरी 'श्रद्धा, दया, क्षमा, शांती' या मूलभूत तत्त्वांवर श्रद्धा ठेवणे. हिंसक विचार नकारात्मक असतात. सकारात्मक विचार अहिंसक असतात.

वरील सर्व विचार अत्यंत आदर्श (Idealistic) वाटण्याची शक्यता आहे. पण जगात निरनिराळ्या क्षेत्रांत यशस्वी झालेल्या व्यक्तींची विचारसरणी, राहणीमान, काम करण्याची पद्धत जर आपण बघितली, तर त्यामधून त्यांची आध्यात्मिक प्रवृत्ती दिसून येते.

आध्यात्मिक व्यक्तिमत्त्व

प्रश्नावली

१. तुमच्या मनात सतत कसली भीती, हुरहुर, अस्वस्थता असते का?
२. कोणत्याही कारणाने एकाकीपणाची भावना येते का?
३. तुम्हाला निसर्गाच्या सान्निध्यात राहायला आवडते का?
४. तुम्ही रोज व्यायाम, योगासने करता का?
५. तुम्ही रोज प्राणायाम करता का?
६. मनाची एकाग्रता साधण्यासाठी तुम्ही काय करता?
७. तुम्ही एका जागी खूप वेळ बसून काम करू शकता का?
८. तुम्ही कोणत्या गोष्टींचे रोज पठण, पाठांतर करता?
९. तुम्ही स्वत:वर प्रेम करता का?
१०. आपले प्रत्येक काम दर्जेदार, उत्कृष्ट, आकर्षक असावे असे तुम्हाला वाटते का? त्यासाठी तुम्ही कोणते विशेष प्रयत्न करता?
११. तुम्ही आपल्या मनात तयार होणाऱ्या भावना, विचार सकारात्मक आहेत का नकारात्मक आहेत हे ओळखू शकता का?
१२. नकारात्मक विचारांना आणि भावनांना मनातून काढून टाकण्यासाठी तुम्ही कोणते मार्ग किंवा पद्धती अनुसरता?
१३. सतत सकारात्मक विचार केल्यामुळे तुम्हाला समाधान, आनंद वाटतो का?
१४. हे समाधान तुम्हाला पुन:पुन्हा सकारात्मक वृत्तीने वागण्यासाठी प्रेरणा देते का?
१५. तुमच्या सकारात्मक वृत्तीची प्रशंसा इतर व्यक्ती करतात का?

१६. तुम्ही कोणत्या थोर विचारवंतांची पुस्तके, चरित्रे, आत्मचरित्रे वाचलेली आहेत? अशी कोणती पुस्तके वाचायची आहेत याची यादी तुम्ही तयार केली आहे का?
१७. तुम्ही आध्यात्मिक विषयांवर कोणाची भाषणे, प्रवचने ऐकली आहेत का?
१८. चिन्मयानंद मिशनबद्दल तुम्हाला माहिती आहे का?
१९. अशा कोणत्या संस्थेच्या कार्यात तुम्ही प्रत्यक्ष सहभागी झाला आहात का?
२०. तुम्हाला स्वतःला असे काही काम करायला आवडते का?

आध्यात्मिक व्यक्तिमत्त्वाची वैशिष्ट्ये

माझी ओळख अशी हवी

१. शांत.
२. सुस्वभावी.
३. सतेज.
४. संतोषी.
५. सालस.
६. विवेकी.
७. निर्मोही.
८. निगर्वी.
९. श्रद्धाळू.
१०. दयाळू.
११. समाधानी.
१२. सत्त्वशील.
१३. गुणी.
१४. परोपकारी.
१५. संस्कारसंपन्न.
१६. सद्विचारी.
१७. सद्वर्तनी.
१८. गुणग्राहक.
१९. सकारात्मक.
२०. पुण्यशील.

माझी ओळख अशी नको

१. दंगेखोर.
२. संस्कारहीन.
३. दुर्वर्तनी.
४. दुर्विचारी.
५. गर्विष्ठ.
६. कपटी.
७. धूर्त.
८. क्रूर.
९. आपमतलबी.
१०. अविवेकी.
११. पापी.
१२. दुर्गुणी.
१३. नकारात्मक.
१४. श्रद्धाहीन.
१५. असमाधानी.
१६. असंतुष्ट.

११

मला काय साध्य करायचे आहे?

व्यक्तिमत्त्व म्हणजे काय, व्यक्तिमत्त्वाचे विविध घटक कोणते, या घटकांचा विकास करायचा असेल तर काय केले पाहिजे, स्वोट ॲनॅलिसिस म्हणजे काय, आपणच आपली शक्तिस्थाने, तसेच त्रुटी आणि कमतरता कशा शोधायच्या, याबद्दल आपण वरील सर्व पाठांमध्ये सविस्तर माहिती करून घेतली आहे. पण तरीही एक प्रश्न उरतोच आणि तो म्हणजे व्यक्तिमत्त्व विकासाची सुरुवात नक्की कोठून करायची?

व्यक्तिमत्त्व विकासाची प्रक्रिया सतत, निरंतर चालते

व्यक्तिमत्त्व विकास ही सतत चालणारी एक प्रक्रिया आहे. (Continuous Process) आहे. 'येथे व्यक्तिमत्त्व विकास सुरू झाला आणि येथे संपला' असे कधीच होत नाही. ही एक स्वत:मध्येच बदल घडविण्याची, स्वत:मध्येच परिवर्तन करण्याची प्रक्रिया आहे. काठावर उभे राहून तळ्याच्या पाण्यात छोटासा जरी दगड टाकला, तरी त्यामध्ये लहरी तयार होतात.

जेथे दगड टाकला, त्या जागेपुरतेच ते आवर्तन किंवा लहर मर्यादित राहात नाही. एका लहरीतून दुसरी लहर किंवा एका आवर्तनातून दुसरे आवर्तन तयार होत रहाते आणि अगदी काठापर्यंत येऊन पोहोचते. अगदी त्याचप्रमाणे आपल्या व्यक्तिमत्त्व विकासासाठी आपण कोणताही एखादा बदल केला, तरी त्याचे परिणाम व्यक्तिमत्त्वाच्या इतर घटकांवरही होतात. त्यामुळे संपूर्ण व्यक्तिमत्त्वामध्ये सकारात्मक बदल होत जातात.

बदल कोठे करायचा हे समजणे महत्त्वाचे

व्यक्तिमत्त्वात बदल, सुधारणा तर करायची आहे; पण बदलाची सुरुवात कोठे करायची हे समजणे महत्त्वाचे आहे. तुम्ही कधी कॅरम खेळला आहे का? कॅरममध्ये डावाची सुरवात करताना आपण स्ट्रायकरचा नेम असा ठेवतो की स्ट्रायकर एका सोंगटीवर जोरात बसला, तरी त्यामुळे इतर चार-पाच सोंगट्या तरी चारही बाजूंनी पॉकेटमध्ये जातील. त्याचप्रमाणे, व्यक्तिमत्त्व विकासाचा जेव्हा आपण जाणीवपूर्वक प्रयत्न करतो, तेव्हा त्या प्रयत्नांचा जास्तीजास्त परिणाम कसा होईल, याचा विचार करणे महत्त्वाचे ठरते.

व्यक्तिमत्त्वाच्या शारीरिक, बौद्धिक, भावनिक, सामाजिक आणि आध्यात्मिक बाजूंचा स्वतंत्रपणे विचार करून या प्रत्येक घटकाशी संबंधित गुणवैशिष्ट्ये कोणती हे आपण 'माझी ओळख अशी हवी' या शीर्षकाखाली बघितले. जर या पाचही घटकांच्या गुणवैशिष्ट्यांचा आपण एकत्रित विचार केला तर यामध्ये काही समान तसेच एकमेकांना पूरक अशी गुणवैशिष्ट्ये आहेत, हे आपल्या लक्षात येते. ही एकत्रित यादी आपल्या संदर्भासाठी येथे मुद्दाम दिलेली आहे.

शारीरिक ओळख

१. स्वच्छ, नीटनेटका, टापटिपीने राहणारा.
२. आकर्षक.
३. रुबाबदार.
४. प्रसन्न.
५. उमदा.
६. आनंदी.
७. आरोग्यसंपन्न.
८. उत्साही.
९. चैतन्यमय.
१०. क्रियाशील, कधीही न थकणारा.
११. शक्तिवान, सामर्थ्यसंपन्न.
१२. निर्व्यसनी.

बौद्धिक ओळख

१. हुशार.
२. उत्कृष्ट स्मृती.

३. बारकाईने निरीक्षण करण्याची सवय.
४. उच्च दर्जाची आकलनक्षमता.
५. संबंधित विषयाचे सखोल ज्ञान.
६. संबंधित विषयाची विस्तृत माहिती आणि जाणकारी.
७. ध्येयासक्त, सिद्धीप्रेरित.
८. नियोजनकुशल, नियोजनकौशल्य.
९. स्वयंप्रेरित, इतरांना प्रेरणा देणारा.
१०. स्वत:च्या कामाचे सकारात्मक आणि उत्कृष्ट परिणाम मिळविण्याबद्दल आग्रही.
११. पद्धतशीर काम करणारा.
१२. सुसंघटित कार्यप्रणाली.
१३. वस्तुनिष्ठ विचार करण्याची पद्धत.
१४. सकारात्मक आणि आशावादी.

भावनिक ओळख

१. उत्साही, प्रसन्न.
२. आनंदी.
३. विवेकी.
४. प्रतिकूल परिस्थितीत न डगमगणारा.
५. प्रतिकूल परिस्थितीवर मात करून यश संपादन करणारा.
६. कणखर.
७. प्रेमळ.
८. नि:स्वार्थी.
९. सहृदयी.
१०. संवेदनशील.
११. सहनशील.
१२. सकारात्मक.
१३. स्वयंप्रेरित.
१४. स्वत:बद्दल आदराची भावना.
१५. इतरांबद्दल आदराची भावना.
१६. इतरांना मदत, सहकार्य करण्याची भावना.
१७. विश्वासार्ह.
१८. इतरांना प्रेरणा देणारा.

सामाजिक ओळख

१. बोलका.
२. समंजस.
३. निगर्वी.
४. निर्व्यसनी.
५. सहकार्य करण्यास तत्पर.
६. निरपेक्ष काम करणारा.
७. विश्वासार्ह.
८. प्रामाणिक.
९. संवेदनक्षम.
१०. कार्यक्षम.
११. कार्यतत्पर.
१२. सगळ्यांना बरोबर घेऊन जाणारा.
१३. मोकळ्या मनाचा.
१४. नेता.
१५. बोले तैसा चाले.
१६. मनमोकळा.
१७. सामाजिक बांधीलकीची प्रचंड जाणीव असणारा.

आध्यात्मिक ओळख

१. शांत.
२. सुस्वभावी.
३. सतेज.
४. संतोषी.
५. सालस.
६. विवेकी.
७. निर्मोही.
८. निगर्वी.
९. श्रद्धाळू.
१०. दयाळू.
११. समाधानी.
१२. सत्त्वशील.
१३. गुणी.

१४. परोपकारी.
१५. संस्कारसंपन्न.
१६. सद्‌विचारी.
१७. सद्‌वर्तनी.
१८. गुणग्राहक.
१९. सकारात्मक.
२०. पुण्यशील.

व्यक्तिमत्त्वाच्या पाचही घटकांच्या गुणवैशिष्ट्यांची ही एकत्रित यादी वाचली तर आपले व्यक्तिमत्त्व आदर्श होण्यासाठी आपल्यामध्ये कोणती गुणवैशिष्ट्ये आली पाहिजेत, याची स्पष्ट कल्पना आपल्याला येते. आदर्श व्यक्तिमत्त्वाची सर्व गुणवैशिष्ट्ये स्वत:मध्ये आणणे अशक्य आहे हे मत तुम्ही ताबडतोब व्यक्त कराल. पण हे अशक्य वाटले, तरी अत्यंत आवश्यक आहे. त्यासाठी नियोजन करणे महत्त्वाचे आहे.

नियोजन करण्याची प्रक्रिया किंवा पद्धत पुढीलप्रमाणे आहे.

१. स्वत:ची सद्य:प्रतिमा (Present Scenario) तयार करा

आपण स्वोट ॲनॅलिसिसमध्ये आपली शक्तिस्थाने म्हणजेच स्वत:मधील गुण-कौशल्ये, आपल्या क्षमता याची यादी तयार केली. तसेच आपल्या त्रुटी आणि कमतरतांची यादीही तयार केली. 'मी कोण आहे' हा स्वत:वरचाच एक निबंध तयार केला. आता व्यक्तिमत्त्वाच्या पाचही घटकांचा विचार करून तुम्ही स्वत:बद्दलची माहिती संकलित करा. यामुळे तुम्ही जणू तुमची स्वत:चीच प्रतिमा तयार करीत आहात.

२. स्वत:ची भविष्यातील आदर्श प्रतिमा (Future Scenario) तयार करा

आपल्यालाच स्वत:मध्ये काही बदल व्हावेत असे वाटत असते. या पुस्तकातील विविध पाठ वाचल्यावर तर हे बदल करण्याची आवश्यकता तुम्हाला तीव्रतेने जाणवली असेल. व्यक्तिमत्त्वाच्या कोणत्या घटकांमध्ये तुम्हाला कोणते बदल करावेसे वाटतात ते लिहून काढा. हे बदल करावेसे का वाटतात, या बदलांचे तुमच्यासाठी तसेच इतरांसाठी काय महत्त्व आहे, त्यामुळे काय फायदा होईल, असे तुम्हाला वाटते तसेच हे बदल किती कालावधीत करावेसे वाटतात हे लिहिणेही महत्त्वाचे ठरेल. यामुळे जणू तुम्ही तुमची भविष्यातील आदर्श प्रतिमा तयार करत आहात.

३. सद्य:प्रतिमा आणि आदर्श प्रतिमा यामधील फरक भरून काढण्याची प्रक्रिया म्हणजे नियोजन आराखाडा (Planned Scenario/Action Plan)

आपल्या सद्य:प्रतिमेत आणि भविष्यातील आदर्श प्रतिमेत नक्कीच फरक किंवा तफावत असते. म्हणून तर आपल्याला स्वत:मध्ये बदल करावासा वाटतो. हा फरक भरून काढण्यासाठी ते ध्येय डोळ्यांसमोर ठेवून जाणीवपूर्वक, निश्चयपूर्वक ठोस कृती करण्याची आवश्यकता असते. हा फरक जादूची कांडी फिरविल्यासारखा क्षणार्धात होत नाही. त्यासाठीही काही कालावधी जावा लागतो. या कालावधीत ध्येयापासून आपले लक्ष विचलित न होऊ देता सातत्याने नियोजित कृती करणे आवश्यक आहे.

४. झालेल्या बदलाची नोंद ठेवा

आपण केलेल्या प्रयत्नांमुळे आपली सद्य:प्रतिमा हळूहळू बदलायला लागते. या बदलाबद्दल प्रथम इतर व्यक्तीच बोलायला, सांगायला सुरुवात करतात. याला 'बाह्य प्रतिसाद' (External Feedback) असे म्हणतात. परंतु या बदलामुळे आपल्याला काय वाटते याची नोंद ठेवणे महत्त्वाचे आहे. आपल्या यशाबद्दल आपल्या मनात तयार होणाऱ्या भावना आपल्याला नेहमीच प्रेरणा देत असतात.

५. ध्येय साध्य झाल्यावरही आपल्या नवीन प्रतिमेवर ठाम रहा

आपण स्वत:मध्ये जाणीवपूर्वक बदल घडविलेला आहे. तो कायमस्वरूपी टिकण्यासाठी तीच कृती आपण परत-परत केली पाहिजे. म्हणजे आपली नवीन प्रतिमा कायमस्वरूपी टिकून राहील.

६. नवीन बदलास तयार रहा

एकदा स्वत:मध्ये बदल केला म्हणजे आता त्या दिशेने कधीही काहीही करण्याची आवश्यकता नाही असे समजू नये. कारण आपल्या सभोवतालचे वातावरण कायम बदलत असते. त्याप्रमाणे आवश्यकता भासली तर नवीन बदलास तयार राहणे आवश्यक आहे.

■

शब्दसूची (Index)

१. शारीरिक व्यक्तिमत्त्व
२. सादरीकरण
३. पोशाख
४. केशरचना
५. मेकअप
६. दागिने
७. पादत्राणे
८. संगोपन
९. आरोग्याची चार सूत्रे
१०. आहार
११. व्यायाम
१२. सांघिक खेळ आणि क्षमता विकास
१३. झोप आणि विश्रांती
१४. निर्व्यसन
१५. शारीरिक व्यक्तिमत्त्व-प्रश्नावली
१६. शारीरिक व्यक्तिमत्त्वाची गुणवैशिष्ट्ये
१७. बौद्धिक व्यक्तिमत्त्व
१८. आकलनक्षमता
१९. नवनिर्मितीची क्षमता
२०. सृजनशीलता
२१. स्वयंप्रेरणा
२२. सिद्धिप्रेरणा

२३. मान्यताप्रेरणा
२४. सत्ताप्रेरणा
२५. ध्येय
२६. उद्दिष्ट
२७. नियोजनकौशल्य
२८. वस्तुनिष्ठ
२९. सकारात्मकता
३०. आशावादी
३१. वेळेचे नियोजन
३२. वाचन
३३. लिखाण
३४. लेखनकौशल्य
३५. संवादकौशल्य
३६. शाब्दिक संवाद
३७. नि:शब्द संवाद
३८. देहबोली
३९. वक्तृत्वकौशल्य
४०. माइंड मॅपिंग
४१. बौद्धिक व्यक्तिमत्त्व-प्रश्नावली
४२. बौद्धिक व्यक्तिमत्त्व गुणवैशिष्ट्ये
४३. भावनिक व्यक्तिमत्त्व
४४. भावनांचे वर्गीकरण
४५. भावनिक व्यक्तिमत्त्वाची अनुवंशिकता
४६. सकारात्मक प्रतिसाद
४७. नकारात्मक प्रतिसाद
४८. सकारात्मक स्ट्रोक्स
४९. नकारात्मक स्ट्रोक्स
५०. शब्दातून दिले जाणारे स्ट्रोक्स
५१. देहबोलीतून दिले जाणारे स्ट्रोक्स
५२. कृतीतून दिले जाणारे स्ट्रोक्स
५३. पूर्वनियोजित सकारात्मक स्ट्रोक्स
५४. पूर्वनियोजित नकारात्मक स्ट्रोक्स
५५. अनपेक्षित स्ट्रोक्स

५६. मनोव्यापार आणि आंतरक्रिया विश्लेषण
(Transactional Analysis)
५७. भावनिक व्यक्तिमत्त्व प्रश्नावली
५८. भावनिक व्यक्तिमत्त्व गुणवैशिष्ट्ये
५९. सामाजिक व्यक्तिमत्त्व
६०. परस्परावलंबित्व
६१. आय ॲम ओके– यू आर ओके
६२. इंडक्शन ट्रेनिंग
६३. सामाजिक व्यक्तिमत्त्व-प्रश्नावली
६४. सामाजिक व्यक्तिमत्त्व गुणवैशिष्ट्ये
६५. आध्यात्मिक व्यक्तिमत्त्व
६६. कर्म
६७. क्रियाशील कर्म
६८. पूर्वसंचित कर्म
६९. प्रारब्ध
७०. श्रद्धा
७१. चारित्र्यशुचिता
७२. अहिंसा
७३. आध्यात्मिक व्यक्तिमत्त्वप्रश्नावली
७४. आध्यात्मिक व्यक्तिमत्त्व गुणवैशिष्ट्ये

■

संदर्भ (References)

१. स्काय इज द लिमिट : डॉ.पी.एन. सिंग (Dr. P N Singh)
२. मानसिका : डॉ. राजेंद्र बर्वे (Dr. Rajendra Barve)
३. स्वभाव-विभाव : डॉ आनंद नाडकर्णी (Dr. Anand Nadkarni)
४. नोट्स टू मायसेल्फ : ह्यू प्राथर (Hugh Prather)
५. पॉझिटिव्ह इमेजिंग : नॉरमन व्हिन्सेंट पील (Norman Vincent Peale)
६. बॉर्न टू विन : मुरेल जेम्स, डोरोथी जॉन्गवर्ड (Muriel James, Dorothy Jongeward)
७. डोंट से यस व्हेन यू वाँट टू से नो : हरबर्ट स्टिन्हिम, जीन बेर (Herbert Fensterheim Jean Baer)
८. फिफ्टीटू वेज् टू लिव्ह सक्सेस: जिनी शारबुनो (Jeanne sharbuno)
९. ट्वेंटिफाइव्ह वेज टू मोटिव्हेट पीपल : स्टीव्ह शँडलर, स्कॉट रिचर्डसन (Steve Chandler, Scott Rechardson)
१०. यू कॅन निगोशिएट एनिथिंग : हर्ब कोहेन (Harb Cohen)
११. स्टेइंग ओ के : ॲमी बोर्क हॅरिस, डॉ. थॉमस ए. हॅरिस (Amy Bjork Harris, Dr. Thomas A Harris)
१२. आय ॲम ओ के, यू आर ओ के : डॉ. थॉमस ए हॅरिस (Dr. Thomas A Harris)
१३. रिव्हर्सिंग हार्ट डिसिजेस : डॉ. डीन ऑर्निश (Dr. Dean Ornish)
१४. इफेक्टिव्ह लीडरशिप : जॉन ॲडेर (John Adair)
१५. हाऊ टू मोटिव्हेट अदर्स : कर्ट हँन्क्स (Kurt hanks)
१६. मोटिव्हेट टू विन : रिचर्ड डेनी (Richard Denny)
१७. नाऊ डिस्कव्हर युवर स्ट्रेंग्थस् : मार्क्स बकिंगहॅम, डोनाल्ड ओ क्लिफ्टन (Marcus Buckingham, Donald O. Clifton)
१८. सीक्रेट्स ऑफ एक्झिक्युटिव्ह सक्सेस : मार्क गोलिन, मार्क ब्रिकलिन, डेव्हिड डायमंड, रोडेल सेंटर फॉर एक्झिक्युटिव्ह सक्सेस (Mark Golin, Mark Bricklin, David Diamond and Center for Executive Success)
१९. गेम्सपीपल प्ले : डॉ. थॉमस ए हॅरिस (Dr. Thomas A Harris)
२०. मेड इन जपान : अकिओ मॉरिटा (Akio Maurita)
२१. द कम्प्लीट वर्क्स ऑफ स्वामी विवेकानंद : अद्वैत आश्रम (Advait Ashram)

■

www.ingramcontent.com/pod-product-compliance
Lightning Source LLC
LaVergne TN
LVHW031611060526
838201LV00065B/4809
9788184981667